'जगातल्या एका आश्चर्याविषयी लिहिलेली ही एक थरारक कादंबरी आहे. नील नेथन यांना भारतीय उपखंडाचे डॅन ब्राउन म्हटलं पाहिजे.'

– **थेरी सॅग्निए,** पुशकार्ट पुरस्काराचे मानांकनप्राप्त आणि डोपचे लेखक

'अत्यंत थरारक, खिळवून ठेवणारी, अविस्मरणीय पात्रे असणारी व खोल संशोधनावर बेतलेली कादंबरी.'

– **समीर भिडे,** 'वन फाइन डे'चे लेखक, आणि 'लिटररी टायटन बुक' पुरस्काराचे मानकरी

'लेखक नील नेथन यांनी वेधकता, थरार व योग्यपणे रचलेली पात्रे याद्वारे एक रहस्य उलगडले आहे. नेथन यांच्या लेखनशैलीमुळे ही रहस्यकथा अत्यंत वाचनीय आहे. त्यातील ओघवते संवाद आणि उत्तम रेखाटलेली पात्र यामुळे ही रहस्यकथा रंजकपणे घडत जाते. ही कादंबरी एका प्रसिद्ध ऐतिहासिक वास्तूभोवती विणलेली आहे. तुम्हाला ऐतिहासिक, संदर्भपूर्ण कल्पक कथा आवडत असल्यास किंवा एक चांगली रहस्यकथा कथा म्हणून, ही कादंबरी आवर्जून वाचावी अशी आहे.'

– **कार्ला व्हाइट,** Audiobookreviewer.com

'नील नेथन यांनी राझ महाल या वेगाने घडणाऱ्या थरारक कादंबरीमध्ये या वास्तूकडे (ताजमहाल) थरारक रहस्य असणारा एक मकबरा म्हणून पाहिले आहे व या कथेस रहस्यांचा महाल असे उपशीर्षक दिले आहे. नील नेथन यांनी डॅन ब्राउन यांच्या शैलीची आठवण करून देणारी भारतीय कादंबरी मांडली आहे. वाचकांना आश्चर्याचे धक्के देण्यासाठी त्यांनी तटस्थ नायकाच्या माध्यमातून या कादंबरीत इतिहास, आख्यायिका, काल्पनिक कथा गुंफली आहे.'

– **डॉ. सुपंथा भट्टाचार्य,** द हितवाद, भारत, जानेवारी २०, २०२२

'तुम्हाला ताजमहालबद्दल कुतूहल असेल... आणि कुणाला नसतं ... तर तुम्हाला ही थरारक कादंबरी वाचायला आणि ताजमहालाची खरी कथा जाणून घ्यायला नक्कीच आवडेल.'

– **केनेथ कोर्बा,** बीटा-रीडर, रिचमंड, व्हर्जिनिया, अमेरिका

'ताजमहल बांधण्याचा हेतू व बांधकाम याबद्दलच्या वादांचा संदर्भ घेऊन नेथन यांनी आश्चर्यकारक, थरारक कादंबरी रचली आहे... ही कादंबरी पूर्णतः वैज्ञानिक विचारांवर बेतलेली आहे... अंधश्रद्धा व राजकारण बाजूला ठेवून, विज्ञानाची ताकद व ओढ यांच्या जोरावर घेतलेला सत्यशोध यांचे हे प्रतीक आहे... या रहस्यांच्या महालाचे मूळ, तसेच भारताचा इतिहास व राजकारण यावर नेथन यांनी केलेल्या सखोल संशोधनामुळे ही कादंबरी अतिशय वाचनीय झाली आहे... थरारकथा व पुरातत्व संबंधित रहस्यांच्या चाहत्यांना ताजमहालाची ही कथा विशेष आवडेल.'

— **बुकलाइफ रिव्ह्यूज**, अमेरिका, एप्रिल १४, २०२२ नेथन

'मान्यताप्राप्त विचार पुन्हा तपासून पाहायला लावणारे हे पुस्तक 'दा विंची कोड'ची आठवण करून देते. ...लेखकाची शैली सहज-सोपी आहे. कथानकाप्रमाणेच त्याची भाषाही प्रवाही आहे. एका परिचित दंतकथेबद्दल कुतूहल जागवणारी, संशोधनातील अपरिहार्य अलिप्तता जाणवून देऊनही वाचकाला आपली गृहिते तपासायला लावणारी ही कादंबरी आहे.'

— **उषा तांबे**, अध्यक्ष, मराठी साहित्य संघ, मुंबई, महाराष्ट्र टाइम्स, २५ डिसेंबर, २०२१

'दिल्लीच्या मंडळींनी आयुष्यभर जे सत्य मानलेलं असतं, त्याला ह्या शोधाने हादरे बसू लागतात ...पण काय आहे हा नवा शोध? आणि मुख्य म्हणजे विजय, त्याचे साथी आणि त्यांच्या स्फोटक अहवालाचं पुढे काय होतं? या सगळ्या रहस्यांचा छडा आपण कादंबरी वाचूनच लावायला हवा! ते गूढ आणि त्याच्या शोधामागचा थरार हे अगदी शेवटच्या प्रकरणापर्यंत वाचकाला खिळवून ठेवतं ...सगळ्यातून लेखकाचा अभ्यास व कल्पकता जाणवते.'

— **रवी गोडबोले**, ॲटलांटा, अक्षरनामा, २९ नोव्हेंबर, २०२१

'या कादंबरीच्या सुरुवातीपासून अखेरीपर्यंत 'रहस्यांच्या महालात'ल्या रहस्यांनी मला खिळवून ठेवलं आणि आता पुढे काय घडेल ही उत्सुकता कायम राखली. या कादंबरीमध्ये एक उत्कृष्ट विषय उत्तमरीत्या मांडला आहे.'

— **अंजेश बनरवाल**, हिंदी अनुवाद बीटा-रीडर व 'सं गच्छध्वम'चे लेखक

राझ महाल

'दि पॅलेस ऑफ सीक्रेट्स'

महालाचे रहस्य आता उलगडणार आहे, पण काही बळी घेऊनच

नील नेथन

अनुवाद
गौरी देशपांडे

मेहता पब्लिशिंग हाऊस

Please contact us at **Mehta Publishing House Pvt. Ltd.**

Email : production@mehtapublishinghouse.com

Website : www.mehtapublishinghouse.com

RAAZ MAHAL THE PALACE OF SECRETS by **NEAL NATHAN**

Copyright © Gananath Moharir

Translated into Marathi Language by Gauri Deshpande

राझ महाल - दि पॅलेस ऑफ सीक्रेट्स / अनुवादित कादंबरी

अनुवाद : गौरी देशपांडे

author@mehtapublishinghouse.com

मराठी अनुवादाचे व प्रकाशनाचे हक्क मेहता पब्लिशिंग हाऊस प्रा. लि.

संस्थापक : सुनील अनिल मेहता

प्रकाशक : मेहता पब्लिशिंग हाऊस प्रा. लि.
१९४१, सदाशिव पेठ, माडीवाले कॉलनी, पुणे - ३०.

मुखपृष्ठ : सरदार जाधव

प्रथमावृत्ती : जानेवारी, २०२३

P Book ISBN 9788195986170

E Book ISBN 9788195986125

E Books available on : amazonkindle Apple Books Google Play Books

दोन विद्वान संशोधकांना, ज्यांच्या उल्लेखनीय कार्याविना
आपण कदाचित कधीच सत्य शोधू शकणार नाही

पुरुषोत्तमायच वासुदेवाय नमः।
सर्व चराचरामध्ये वास करणाऱ्या त्या सर्वोच्च शक्तीला

माझ्या कारुण्यमूर्ती आई-वडिलांना
सर्व कोविड-१९ योद्ध्यांना,
ज्यात माझी पत्नीही एक आहे

'केवळ तसं म्हटलं गेलं आहे म्हणून कशावरही किंवा बिनबुडाच्या
गृहीतकांवर आधारित निष्कर्षांवर विश्वास ठेवू नका; स्वतः कारणमीमांसा
केल्यावर व आपल्या सदसद्विवेकबुद्धीला पटल्यावरच कोणत्याही लेखनावर,
सिद्धान्तावर विश्वास ठेवावा.'
                                            — भगवान गौतम बुद्ध

ऋणनिर्देश

सर आयझॅक न्यूटन या महान शास्त्रज्ञानं म्हटलं आहे की, *"If I have seen further, it is by standing on the shoulders of giants."*

अर्थात "मी पुढचं पाहिलं असेल तर ते थोरांच्या खांद्यावर उभं राहूनच." काही वर्षांपूर्वी, फारसं माहीत नसलेलं, पण उत्कृष्ट असं संशोधन माझ्या नजरेत आलं. त्याकडे आकृष्ट होऊन मी प्रत्यक्षातील अनेक दस्तऐवज व संदर्भ स्वतः शोधले व त्यातून मला जे समजलं ते कुटुंबीयांना व मित्रमंडळींना सांगायला सुरुवात केली. त्या शोधातून आणि संभाषणांमधूनच या कादंबरीचा जन्म झाला. सर्वप्रथम, त्या सर्व संशोधकांचा व हितचिंतकांचा मी मनापासून आभारी आहे.

मी माझ्या पत्नीचा व मुलींचा ऋणी आहे. त्यांचं प्रोत्साहन, पाठिंबा, सहभाग, तसेच पुस्तकाचा प्रारंभ, समापन, व त्याचे वाचन आणि संपादन यासाठी त्यांनी केलेल्या सहर्ष मदतीशिवाय हे पुस्तक पूर्णच होऊ शकलं नसतं. हस्तलिखिताचं संपादन व मोलाच्या अनेक सूचना यासाठी ए.ई., एच.बी. व टी.एस.चे आणि एकूणच सल्लामसलतीसाठी एस.बी.चे आभार शब्दांतून व्यक्त करता येणार नाहीत. पर्शिअन भाषेतले काही शब्द समजण्यासाठी व पर्शिअन भाषेतल्या मजकुराच्या भाषांतरासाठी मला मदत केल्याबद्दल एस.एफ., एस.एस. व झेड.एन. या जवळच्या स्नेहींचा व सहकाऱ्यांचा मी आभारी आहे. पुस्तक वाचण्यासाठी मोलाचा वेळ देणाऱ्या आणि वस्तुनिष्ठ प्रतिक्रिया देणाऱ्या ए.बी., सी.के., के.के., एस.बी., एस.एन. व एस.एस. या बीटा-रीडर्सचे आभार मानायलाच हवेत.

यू.एस. लायब्ररी ऑफ कॉंग्रेस, भारत सरकार, यू.के.तील लंडनमधील ब्रिटिश लायब्ररी, युनिव्हर्सिटी ऑफ व्हर्जिनिया लायब्ररी यांचे, तसेच जगातील काही अतिशय महत्त्वाच्या ऐतिहासिक दस्तऐवजांचे व संदर्भ साहित्याचे डिजिटायझेशन केल्याबद्दल व इंटरनेटद्वारे ते उपलब्ध केल्याबद्दल इंटरनेट अर्काइव्हचे शतशः आभार.

– नील नेथन

२०२१

अनुवादकाचे मनोगत

राज महाल या कादंबरीचा अनुवाद करणं हा एक अविस्मरणीय प्रवास होता!

अमुक कादंबरी मराठीमध्ये भाषांतरित करायची आहे... या टप्प्यावरून सुरू झालेला हा प्रवास चाकोरीबाहेरचा विषय, अत्यंत रोचक मांडणी, परिपक्व पात्रं, त्यामागची अनेक वर्षांची तपश्चर्या, अप्रतिम भाषा आणि सर्वात महत्त्वाचं म्हणजे लेखकाची वैचारिक मांडणी व त्या ओघानं लेखकाशी घडणारा माझा संवाद... अशी समृद्ध सफर घडवणारा होता.

कथानकाचा विषय आणि पटकथेचा वेग यांची सुंदर गुंफण हा या कादंबरीचा आत्मा आहे. यामुळेच कादंबरीतले ऐतिहासिक तपशील, पुरातत्वीय संदर्भ, तांत्रिक बाबी कुठेही कंटाळवाणे वाटत नाहीत किंवा रहस्यांचे उलगडे अवेळी झालेले नसल्याने ते रसभंग करत नाहीत. उलट, आपण जणू थिएटरमधल्या मोठ्या पडद्यावर एखादा गाजलेला सिनेमा पाहतो आहोत याप्रमाणे यातले सगळे प्रसंग आपल्या आजूबाजूला घडत असल्यासारखं वाटतं. सिनेमा संपवून बाहेर पडल्यावरही त्यातली दृष्य, आपल्या मनाची पकड सोडत नाहीत. हाच अनुभव एक वाचक म्हणून ही कादंबरी वाचतानाही येतो. मग, ती मराठीत आणत असताना ही पकड अनेक दिवस कायम राहिली. त्यातून नकळतपणे विचारांना भरपूर चालना मिळाली.

ताजमहाल या प्रसिद्ध ठिकाणाकडे मी भारताला जागतिक पर्यटनस्थळांच्या नकाशावर मानाचं स्थान देणारी एक अलौकिक वास्तू म्हणून ओळखत होते. ताजमहालाकडे मी यापेक्षा वेगळ्या दृष्टीनं कधीच पाहिलं नव्हतं. किंबहुना, त्या बाबतीत कधीही कसले प्रश्नही पडले नव्हते. पण, कादंबरीच्या पहिल्याच पानावर एक वेगळा विचार मनात शिरला आणि एकेका प्रकरणातून आणखी फुलत गेला. नील नेथन यांनी केलेल्या सखोल संशोधनाची आणि त्यांच्याशी अनेकदा घडणाऱ्या चर्चेची जोड त्यास मिळाल्यानं एक नवा दृष्टिकोन मिळाल्याचं समाधान या अनुवादातून मिळालं.

ही कादंबरी योग्य शैलीमध्ये मराठीमध्ये कशी आणता येईल, यावर आम्ही विशेषत्वाने विचार केला. ती अनुवाद न वाटता मूळ कादंबरी वाटावी यासाठी

समर्पक शब्द आणि वाक्यरचनेवर आवर्जून भर दिला. लेखकाचे विचार वेळोवेळी जाणून घेण्याची संधी मिळाल्यानं प्रसंग माझ्या भाषेत रंगवण्यासाठी अधिक मदत झाली.

वाचकांनाही ताजमहालाची ही रहस्यकथा तितकीच आवडेल अशी आशा आहे.

– गौरी देशपांडे

पूर्वपीठिका

त्या अंधाऱ्या भुयाराचा थांगच लागत नव्हता. त्याचं जणू दुसरं टोकच नव्हतं. पुढे जाणं त्याला कष्टप्रद वाटू लागलं होतं. *अजून किती जायचंय मला?* त्याचा धीर सुटत चालला होता. त्यानं हातातल्या पलित्यावर एक कटाक्ष टाकला. पलिता कधीही मान टाकेल, असं दिसत होतं. *अरे बापरे! मला कबरींचं दालन लवकर शोधून काढायला हवं,* त्यानं स्वतःलाच सांगितलं आणि पावलांची गती वाढवली. पण तितक्यात त्याचा पाय कशाशी तरी अडखळला आणि क्षणार्धात तो भुयारात आडवा पडला. त्याच्या पाठीला चांगलंच लागलं. त्या अंधाऱ्या भुयारात प्रकाशाचा एकमेव स्रोत असणारा पलिता त्याच्या हातातून निसटला, उडून भुयाराच्या भिंतीवर आपटला आणि निष्प्राण झाला. *आता मी काय करू?*

तोच अंगावरून काहीतरी सळसळत गेल्यानं तो प्रचंड घाबरला. नक्कीच साप असणार, त्याच्या मनात आलं. श्वास रोखून, मनोमन प्रार्थना करत तो स्तब्ध पडून राहिला. भीतीनं त्याच्या कपाळावरून घामाचे थेंब ओघळले. जनावर अंगावरून दूर गेल्याचं त्याच्या लक्षात आलं आणि त्यानं सुटकेचा निःश्वास सोडला. त्याचे डोळे आता भुयारातल्या अंधाराला सरावू लागले होते, पण पलित्याशिवाय हे भुयार पार करून जाणं शक्य नाही, हेही त्याला जाणवत होतं. त्यानं धडपडत शोध सुरू केला. काही वेळ जमीन चाचपडल्यावर त्याच्या हाताला पलिता लागला. त्यानं खिशातून काडेपेटी बाहेर काढली आणि पलिता पेटवण्याचा प्रयत्न केला. *हा पलिता पेटत का नाहीये?* त्याच्या अंगात पुन्हा एकदा भीतीनं शिरशिरी गेली. तितक्यात त्याला भुयाराच्या दुसऱ्या टोकाकडून मंद निळसर-पांढरा प्रकाश येताना दिसला. हा प्रकाश कसला असेल, याचं

त्याला नवल वाटलं.

मग त्याला ती दिसली. तिनं पांढऱ्या रंगाचा झिरझिरीत झगा परिधान केला होता. ती त्याच्याकडे पाहून हसली, किंबहुना त्याला तसं वाटलं. दुरून त्याला ती अत्यंत सुंदर भासली. *कोण आहे ही? इथे या भुयारात काय करतेय?* तिनं जणू त्याच्या मनातले विचार ओळखले आणि तिच्यामागून येण्यास बोटानं खुणावलं. ती उलट फिरली आणि चालू लागली. तोही तिच्यामागून जाऊ लागला. भुयाराच्या जमिनीवरून ती जणू तरंगतच चालली होती.

तो तिच्यामागून चालत राहिला. दर काही सेकंदांनी ती मागे वळून बघायची आणि तो मागून येत असल्याची खात्री करायची. त्याला तिला गाठायचं होतं, पण कसं कोण जाणे, तिनं मात्र त्यांच्यातलं अंतर कायम राखलं होतं.

थोड्याच वेळात ते दोघं एका मोठ्या, गोलाकार दालनात आले. त्या दालनाला भव्य, गगनचुंबी घुमट होता. *ही जागा कोणती आहे?* त्यानं आश्चर्यानं सगळीकडे नजर फिरवली. तो आता तिच्या जवळ आला होता. तलम बुरख्यामधूनही ती अतिशय सुंदर दिसत होती. ती तिथल्या दोन कबरींजवळ गेली आणि 'तू हेच शोधत नव्हतास का?' अशा आविर्भावात तिनं त्या कबरींकडे बोट दाखवलं. नक्कीच, तेच तो शोधत होता.

तो चबुतऱ्यावर चढला आणि एका कबरीजवळ गेला. त्यानं त्या कबरीचं झाकण उघडायचा प्रयत्न केला पण ते झाकण जागचं हललं नाही. कोड्यात पडल्यासारखा तो मागे फिरला. ती स्त्री त्याच्याकडे पाहून हसली, आणि कबरीचं झाकण हळूहळू, अलगदपणे उघडू लागलं. ती चबुतऱ्यावर चढली आणि कबरीजवळ आली. *ही काय करतेय?* ती कबरीमध्ये शिरली आणि खाली उतरू लागली. आता ती त्याला दिसत नव्हती.

तो पुन्हा चबुतऱ्यावर चढला, कबरीच्या दिशेनं सावकाश चालत गेला, आणि आतमध्ये वाकून पाहू लागला. *हं?* त्याला केवळ झळाळतं सोनं आणि चमचमणारी रत्नं दिसत होती. त्याला त्या सोन्याला हात लावून पाहावासा वाटला, पण मग त्याच्या मनात विचार आला, *ती गेली कुठे?* तेवढ्यात, त्या लकाकत्या सोन्यातून एक कोमल, सुंदर हात बाहेर आला. त्या हाताला स्पर्श करण्याचा मोह त्याला झाला. काहीसं बिचकत त्यानं हात पुढे केला, पण काही कळायच्या आतच कबरीतून आलेल्या त्या हातानं त्याला धरलं आणि जोरात थडग्यात खेचून घेतलं. चकाकत्या सोन्या-रत्नांच्या पार होऊन तो एका कधी न संपणाऱ्या भुयारामध्ये ओढला गेला.

त्याला वाटलं त्याचं हृदयच बंद पडलंय आणि अंत जवळ आलाय.

विजय कुमारनं किंकाळी फोडली.

भाग १

आख्यायिका

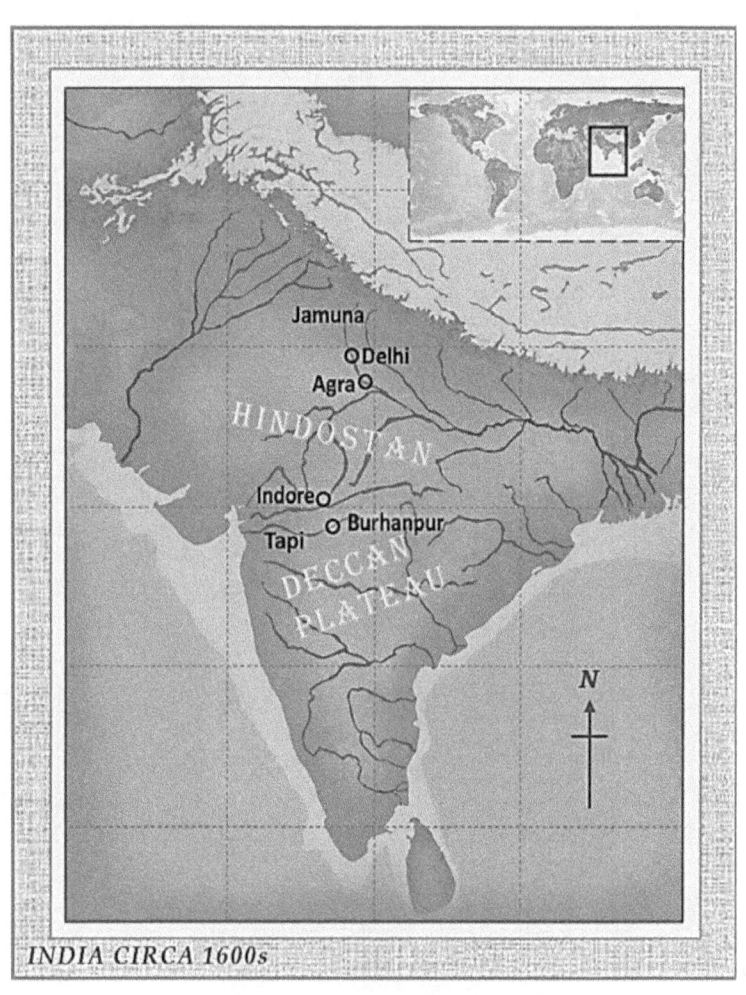

INDIA CIRCA 1600s

प्रकरण १

साधारण ४०० वर्षांपूर्वी
इसवी सन १६३१, जूनच्या सुमारास, झी-इल-कादा
हिजरी सन १०४०
बुऱ्हाणपूर, मध्य भारत,
दिल्लीपासून दक्षिणेकडे ६५० मैल

बुऱ्हाणपूर — दक्षिण आणि उत्तर भारताला दुभागणाऱ्या रेषेवर वसलेलं एक जुनं, रेखीव गाव. तापी नदीच्या उत्तर किनाऱ्यावरचं बुऱ्हाणपूर पंधराव्या आणि सोळाव्या शतकामध्ये व्यापाराचं गजबजलेलं केंद्र होतं. इथले व्यापारी तापी नदीद्वारे नावांतून मसाले, कापड आणि अन्य वस्तू पश्चिमेकडच्या ठिकाणांना आणि अरबी समुद्राच्या किनारवर्ती शहरांत व बंदरांना पाठवत असत. बुऱ्हाणपूर एक मोक्याचं ठिकाण होतं. तसंच, उत्तर आणि दक्षिणेकडच्या युद्धरत साम्राजांच्या सैन्याच्या वाटचालीतलं विश्रांतीचं ठिकाण होतं.

मंगोल-तुर्की वंशाच्या मुघलांनी सोळाव्या शतकाच्या उत्तरार्धात बुऱ्हाणपूरवर ताबा मिळवलेला होता. मात्र गेली अनेक वर्षं मुघल सैन्याला तापीची सीमा ओलांडून आगेकूच करणं शक्य होत नव्हतं. तापी नदी ही मुघल नियंत्रित उत्तर भारत व दक्षिण भारत यामधील जणू अघोषित सीमारेषाच झाली होती. तापी नदीमुळे तत्कालीन हिंदुस्तानचं विभाजन बहुतांश भागावर मुघलांचं साम्राज्य असणारा उत्तर भारत आणि दख्खन म्हणजे दक्षिण भारत असं झालं होतं. आणि त्यामुळेच बुऱ्हाणपूर हे दख्खनचं प्रवेशद्वार बनलं होतं.

जून महिना सुरू होता. शहाजहान अशी उपाधी घेतलेला मुघल शासक खुर्रम काही महिन्यांपूर्वीच उत्तरेतील राजधानी आग्र्याहून बुऱ्हाणपूरावर उतरून आला होता. खान जहान लोदी या दख्खनमधल्या एका मुघल सरदारानं मुघलांच्याच विरोधात बंडखोरी केली होती. त्याचं बंड मोडून काढण्यासाठी शहाजहान स्वतः लष्करी मोहिमेचं नेतृत्व करत होता. असं असूनही मुघलांच्या विशाल सैन्याला शत्रू विरोधात बराच काळ लक्षणीय कारवाई करता आली नव्हती.

बुऱ्हाणपूरमध्ये शहाजहानचं वास्तव्य शाही किल्ल्यामध्ये होतं. भारतीय वंशाच्या यादव राजघराण्यानं बांधलेल्या या किल्ल्याचं स्थान मोक्याचं होतं. किल्ला दक्षिणेकडील तापी नदीवर नजर ठेवून होता. हा किल्ला यादव राजांकडून फारुकी राजांनी काबीज केला होता. त्यांच्याकडून तो मुघलांनी जिंकून घेतला होता.

या मोहिमेत शहाजहानसोबत असलेल्या शाही जनानखान्यामध्ये त्याच्या अनेक पत्नींपैकी एक, सुंदर आलिया बेगमचा समावेश होता. आलिया बेगम चौदाव्यांदा गर्भवती होती. तिला प्रसूतिवेदना सुरू होऊन एक दिवस उलटून गेला होता.

त्या संध्याकाळी, शाही किल्ल्यातलं वातावरण तणावाचं आणि चिंतेचं होतं, तर दुसरीकडे, किल्ल्यापासून पाव मैलावर असणाऱ्या लष्करी छावणीच्या एका कोपऱ्यात असलेल्या तंबूमध्ये मात्र उत्साह सळसळत होता. मुघल सेनापती वझिर खान आणि अन्य काही मुघल सैनिक यांचं मनोरंजन करण्यासाठी एका अरबी सुंदरीचं नृत्य सुरू होतं. सगळे जण नाचगाणं, मेजवानी, मद्यपान यांचा मनमुराद आनंद घेत होते.

तितक्यात नाचगाण्यामध्ये व्यत्यय आणत एक शाही संदेशवाहक अचानक तंबूमध्ये शिरला. आनंदानं चित्कारणारे सैनिक शांत झाले. नृत्यही थांबलं.

"आदाब, सरदार वझिर खान,'' संदेशवाहकानं सलाम ठोकला. "बादशहा शहाजहान यांना तुम्हाला तातडीनं भेटायचं आहे.'' तंबूतला कार्यक्रम नुकताच रंगू लागला होता. त्यामुळे वझिर खानला हा व्यत्यय नकोसा वाटला. *शहाजहानना आत्ताच मला का भेटायचं असेल बरं?* वझिर खान विचारात पडला.

वझिर खाननं मान हलवून संदेशवाहकाला उत्तर दिलं आणि काहीशा नाइलाजानं तो जायला निघाला. "तुमचं चालू द्या,'' खान तिथल्या सगळ्यांना म्हणाला. नर्तिकेवर एक नजर टाकून तो लगबगीनं तंबूतून बाहेर पडला. सैनिकांनी त्याच उत्साहानं नाचणं आणि मद्यपान पुन्हा सुरू केलं.

वझिर खान त्याच्या अरबी घोड्यावर स्वार होऊन काही मिनिटांतच शाही किल्ल्यावर पोहोचला. एक सेवक त्याच्या येण्याचीच वाट पाहत थांबला होता.

वझिर खान घोड्यावरून उतरल्यावर सेवकानं घोड्याचा लगाम घेतला आणि खानाला एका तंबूमध्ये जाण्यास सुचवलं. शाही किल्ल्याच्या आवारामध्ये हा शामियाना शहाजहानसाठी खास उन्हाळ्यासाठी बांधला होता. त्याची बाहेरची बाजू किल्ल्याशी जोडलेली होती. वझिर खान त्वरेने तंबूमध्ये गेला. बाहेरच्या भागात प्रवेश करत असताना त्यानं सतुन्निसाला पाहिलं. मध्यम वयाची ठसठशीत सतुन्निसा शाही जनानखान्याची प्रमुख होती. ती आणि एक सेविका एका तरुण स्त्रीला तंबूच्या बाहेरच्या भागातून किल्ल्यामध्ये घेऊन जात होत्या. *या जनानखान्यामध्ये नव्यानं आणलेल्या जयपुरी बेगम असणार,* वझिर खानच्या मनात आलं, पण त्यानं तिला न पाहिल्यासारखं दाखवलं. त्यानंतर त्यानं तंबूच्या मुख्य कक्षाच्या बाहेर बसक्या बाकावर एका परिचित माणसाला बसलेलं पाहिलं. तो होता अब्दुल हमीद लाहोरी, बादशहानामा लिहिण्याची जबाबदारी सोपवण्यात आलेला शहाजहानचा शाही बखरकार.

वझिर खान जवळ येताच लाहोरीनं त्याच्याकडे कटाक्ष टाकला.

खाननं सलाम करत म्हटलं, ''आदाब, जनाब लाहोरी.''

''आदाब, खान साहेब,'' लाहोरीनंही सलाम केला. त्यानं मान हलवून वझिर खानला तंबूच्या मुख्य कक्षात जाण्यास सांगितलं.

वझिर खाननं तंबूमध्ये प्रवेश केला आणि तो खाकरला. त्यानं शहाजहानला सलाम केला. ''जहापनाह!''

शहाजहान एका विशाल पलंगाच्या कडेला बसून आपली वस्त्रे व्यवस्थित करत होता. त्यानं वझिर खानकडे बघणं टाळलं. याचा अर्थ तो फार खूश नव्हता, हे वझिर खाननं ताडलं. शहाजहाननं टाळी वाजवून सेवकाला येण्याचा आदेश दिला आणि लाहोरीला आत पाठवून देण्यास खुणेनं सांगितलं.

वझिर खानच्या मनात आलं, *लाहोरीसमोर मला कोणत्याही लष्करी योजनेची चर्चा व्हायला नकोय.* त्यानं हा विचार चेहऱ्यावर दिसू न देण्याचा प्रयत्न केला, पण त्याला हेही माहीत होतं, की लाहोरी केवळ बखरकार असला तरी त्याचा मोठा मान होता. तो शहाजहानचा एक विश्वासू आणि निकटचा सल्लागारही होता.

''सरदार वझिर खान, लष्करी मोहीम सुरळीत चाललेली नाही. आपल्या प्रचंड शक्तिशाली मुघल सैन्याला मरगळ आलीय.'' बादशहानं वझिर खानच्या नजरेला नजर देत तक्रार केली.

शहेनशहांचा हा आरोप रास्त नव्हे, वझिर खानच्या मनात आलं. तो इकडेतिकडे नजर फिरवत होता. लाहोरी तंबूच्या एका कोपऱ्यात बसून कोणत्याही हावभावांविना टाचण काढत होता.

''बादशहा, आपली चिंता आम्ही समजू शकतो, पण आपण निश्चिंत व्हा.

आम्हाला विश्वास आहे, की येत्या काही दिवसांतच आपण बंडखोर खान जहान लोदीचा पराभव करू.''

''आपली काय योजना आहे, सरदार?'' बादशहानं एका बसक्या मेजावर नकाशा पसरत विचारलं. दोघंही मेजाभोवती आसनांवर बसले. वझिर खाननं नकाशावर एक विशिष्ट क्षेत्र दाखवलं. आपल्या लिखाणामध्ये मग्न असलेल्या लाहोरीकडे त्यानं एक नजर टाकली.

शहाजहान म्हणाला, ''सरदार, तापीवरचं झैनाबाद गाव आणि दक्षिणेकडचे परिसर अत्यंत महत्त्वाचे आहेत.''

त्याच्याशी सहमती दर्शवत वझिर खान म्हणाला, ''निश्चितच, परंतु जहापनाह आपण तिथे युद्ध करण्याचा धोका पत्करू शकत नाही. शत्रूला दक्षिणेकडच्या भागातून अतिरिक्त सैन्य आणि सामग्रीचा पुरवठा होईल. आपल्याला अन्य मार्गांनी तिथे पकड मजबूत करणं आवश्यक आहे.''

वझिर खानकडे रोखून बघत शहाजहाननं विचारलं, ''सरदार, तुमचा नेमका काय विचार आहे?''

अचानक एका स्त्रीचा वेदनेनं किंचाळण्याचा आवाज आला. त्या दोघांनीही एकमेकांकडे पाहिलं.

वझिर खाननं अतिशय मृदू आवाजात विचारलं, ''जहापनाह, आलिया बेगम साहेबांची प्रकृती कशी आहे? बाळाची काही खबर?''

त्यावर शहाजहान काहीच बोलला नाही. लाहोरी हळू आवाजात वझिर खानला म्हणाला, ''आलिया बेगम साहेबांना जवळजवळ दिवसभर प्रसूतिवेदना होत आहेत. त्यांची प्रकृती... ढासळतेय.''

काळजीत पडलेल्या वझिर खाननं शांतचित्तानं बसलेल्या आपल्या बादशहाकडे पाहिलं.

पुन्हा एकदा किंकाळी ऐकू आली आणि मग शांतता पसरली. लवकरच बाळाचं रडणंही ऐकू आलं. त्या दोघांनी पुन्हा एकमेकाकडे पाहिलं आणि नि:श्वास सोडला. शाही हकिमाला तंबूमध्ये येऊ देण्यात आलं. त्याच्या चेहऱ्यावरचे भाव गंभीर होते.

''बादशहा, आपण तातडीनं बेगम साहेबांना बघायला जायला हवं,'' हकिमानी विनंती केली.

शहाजहान, हकिम आणि लाहोरी हे वझिर खानला तंबूमध्ये एकटं ठेवून किल्ल्यामधल्या आलिया बेगमच्या कक्षाकडे गेले.

शहाजहानला पाहताच सुईण लगबगीनं खोलीबाहेर निघून गेली. लाहोरी तिथल्या रेशमी पडद्यांमागे थांबला, तर शहाजहान बेगमच्या कक्षामध्ये गेला. आलिया बेगम शहाजहानला काहीतरी सांगण्याचा प्रयत्न करतेय, हे लाहोरीनं दुरून पाहिलं; पण त्याला नीटसं ऐकू आलं नाही. शहाजहाननं बेगमचा हात आपल्या हातात धरून ठेवला होता. काही मिनिटांत शहाजहाननं मान वळवून हकिमाकडे पाहिलं आणि हकिम कक्षामध्ये आला. त्यानं काही क्षण बेगमची नाडी तपासली आणि मानेनंच सूचित केलं. शहाजहानला आता कक्षामध्ये एकटं सोडायला हवं, हे उमजून हकिम खालच्या मानेने कक्षाबाहेर निघून आला. शहाजहान तिथेच काही क्षण बसून राहिला.

शहाजहान पडद्यांमागून सावकाश बाहेर आला. सुईणीनं नवजात बाळ शहाजहानला दाखवण्याचा प्रयत्न केला. तो बाळाला पाहण्यास फारसा उत्सुक दिसला नाही, पण नंतर त्यानं बाळाला हळुवार स्पर्श केला. नंतर तो कोणा एकाला उद्देशून न बोलता मोठ्यानं म्हणाला, "कृपया दफनविधीची सर्व व्यवस्था करा."

शहाजहान आणि लाहोरी तंबूमध्ये परतले. शहाजहाननं सरदार वझिर खान आणि लाहोरीला हळू आवाजात काहीतरी सांगितलं. त्यानंतर लगेचच ते दोघेही तंबूतून निघून गेले.

दुसऱ्या दिवशी, शाही किल्ल्यापलीकडे, नदी ओलांडून, झैनाबाद गावात काही जण जमले होते. त्यांच्यामध्ये शहाजहान आणि त्याचा मुलगा शुजा, वझिर खान, लाहोरी, काझी आणि काही सेवक यांचा समावेश होता. इस्लामी रीतिरिवाजांनुसार आलिया बेगमचा दफनविधी सुरू होता. दफनासाठी, हरणांसाठी प्रसिद्ध असलेलं अहुखाना नावाचं सुंदर उद्यान निवडण्यात आलं होतं.

काझी दफनविधीच्या आयता म्हणत होता आणि सर्व जण गंभीरपणे ऐकत होते. दफनविधी पूर्णही झाला नव्हता, की शहाजहाननं उपस्थितांपैकी काहींना तिथून बाजूला जाण्याची खूण केली. ती माणसं निघून गेल्यावर तो लाहोरीकडे बघून म्हणाला, "आपल्या स्मरणार्थ एक भव्य स्मारक उभारण्यात यावं, अशी बेगमची शेवटची इच्छा होती."

क्षणभर विचार करून शुजानं नम्रपणे विचारलं, "बादशहा, आपल्या मनात नेमकं काय आहे?"

शहाजहाननं त्यांना खुणेनं जवळ यायला सांगितलं आणि आपले विचार व्यक्त केले. त्याचे विचार ऐकल्यावर सर्वांनी होकारार्थी मान हलवली. बादशहानं आपल्या प्रिय पत्नीची इच्छा पूर्ण करण्यासाठी नियोजन केलं होतं किंवा त्या सर्वांना तरी तसंच वाटलं.

प्रकरण २

सहा महिन्यांनंतर
इसवी सन डिसेंबर १६३१ – जानेवारी १६३२ या सुमारास
जमत-उल-सन्या, हिजरी सन १०४१
आग्रा, दिल्लीपासून दक्षिणेकडे १५० मैल

आग्र्यातल्या एका थंड दुपारी सरदार वझिर खान, शुजा, लाहोरी, काझी आणि दोन सेवक यमुना नदीच्या किनाऱ्यावरील एका विस्तीर्ण उद्यानात जमले होते. काझी आजूबाजूच्या काही गोष्टी तपासत होता. त्यांच्यापासून थोड्याशाच अंतरावर नुकत्याच खणलेल्या थडग्याच्या बाजूला शवपेटीसारखं काहीतरी ठेवलं होतं.

शुजा, लाहोरी आणि वझिर खान कोणत्या तरी गहन चर्चेत मग्न असताना आजूबाजूला काम करणारे दोन सेवक आपसांत कुजबुजत होते.

"ही पेटी विचित्रच दिसतेय. पेटीमध्ये काय आहे काही माहीतेय का? आपण बघू शकतो का?" एका सेवकानं पेटी उघडण्याचा प्रयत्न करत विचारलं.

दुसऱ्या सेवकानं लगेचच त्याला हटकत म्हटलं, "एएए असं नको करूस! शुजा तुला मारून टाकतील... तुझं काम कर. आणि ऐक, तू इथेच थांब. मला एक दुसरं काम करायचंय. मी थोड्याच वेळात परत येईन." दुसरा सेवक उठला आणि निघून गेला.

शुजा अजूनही बाकीच्या व्यक्तींशी बोलत होता. पार्श्वभूमीवर एका प्रचंड इमारतीची धूसर आकृती दिसत होती. बोलता बोलता परिसराची पाहणी करत ते

थोडेसे दूर गेले.

तो अति उत्सुक सेवक आता तिथे एकटाच होता. सगळे जण आपापल्या कामात गुंतलेले आहेत आणि जवळपास कोणी नाही, हे पाहून त्यानं पुन्हा ती पेटी हळूच उघडण्याचा प्रयत्न केला. झाकण उघडून त्यानं आतमध्ये डोकावून पाहिलं. *आएए?* पेटी उघडताना आपल्याला कोणी पाहिलंय का, हे तपासण्यासाठी तो मागे वळताच क्षणार्धात तलवारीच्या एका वारानं त्याचं शीर धडापासून वेगळं झालं. पेटीचं झाकण धाडकन पडलं आणि घट्ट बंद झालं.

थोड्या वेळानं काझीच्या आयतांच्या साक्षीनं ती पेटी जमिनीत पुरण्यात आली.

शुजानं घोषणा केली, "बादशहांच्या इच्छेप्रमाणं आलिया बेगम साहेबांचं भव्य स्मारक उभारूया."

प्रत्येकानं सहमती दर्शवली. त्यानंतर सगळेजण मार्गस्थ झाले.

त्यांना एक मोठी कामगिरी बजावायची होती.

प्रकरण ३

साधारण ६० वर्षांनंतर
१६९० च्या सुमारास
आग्रा

उन्हाळ्यातली एक अंधारी रात्र. भव्य ताजमहालाच्या मागे, दोन काटक आणि चपळ अशा इसमांनी शांतपणे आपली लहानशी होडी यमुना नदीच्या दक्षिण किनाऱ्याला लावली. त्यांनी खडकात कोरलेल्या एका आकड्याला होडी बांधून ठेवली. होडीतून उतरून ते झटपट चालू लागले. त्यांनी आजूबाजूचा परिसर निरखून घेतला, विशेषतः वरची गच्ची तपासली. ते आपसात कुजबुजत होते. त्यांना खरंतर ताजमहालाच्या तळघरात रस होता. पण तिथे काही संशयास्पद हालचाली होतात का, याकडे ताजमहालाच्या सुरक्षारक्षकांचं गच्चीवरून कटाक्षानं लक्ष असतं हे त्यांना माहीत होतं.

थोड्याच वेळात ते तळघराच्या भिंतीतील एका जाड, कुलुपबंद लाकडी दरवाजाशी पोहोचले. त्यातला एक जण दबक्या आवाजात म्हणाला, "शेखू, आपण इथे यायला नको होतं. औरंगजेबनं स्वतःच्या बापाला, शहाजहानला, पदच्युत केल्यापासून इथली सुरक्षा वाढलीय. आपण जर पकडलो गेलो तर नक्की मारले जाऊ. आलिया बेगमचं भूत ताजमहालात फिरत असतं, असंही मी ऐकलंय.''

शेखू त्याला धीर देत म्हणाला, "मन्नू, तू काळजी करू नकोस. शाही लोक आता ताजमहालाकडे फारसं लक्ष देत नाहीत. औरंगजेब कुठेतरी दूरवर गेलाय,

असंही ऐकू आलंय आणि आपण इथे आधीही आलो आहोत ना? गेल्या वेळी आपण थोडंसंच सोनं घेऊन गेलो. कोणालाही काही कळणार नाहीये. इथल्या कबरी आणि तळघरं कोणीही तपासत नाही. अरे, आपण लवकरच खूप श्रीमंत होणार आहोत आणि मूर्खा, इथे काही भूतंबितं नाहीत हे तुला माहीत नाही का?''

शेखूनं दरवाजाच्या एका चौकडीवरचा गोंद चाकूनं काढून टाकला. थोडासा धक्का देऊन त्यानं ती चौकट काढली. मन्नूनं ती हळूच बाजूच्या भिंतीला टेकवून ठेवली. पुन्हा एकदा आजूबाजूला बारकाईनं नजर फिरवत दोघेजण दरवाजाच्या काढलेल्या चौकडीच्या भोकातून आत शिरले.

ताजमहालाच्या तळघरात अंधार होता. शेखू आणि मन्नू यांनी त्यांच्याकडचा छोटासा पलिता पेटवला आणि संरक्षणासाठी खिशातले लहान चाकू हातात घेतले. अंधारातून पटपट वाट काढत ते दुसऱ्या मजल्यावर गेले. लवकरच ते कबरींच्या दालनात पोहोचले आणि तेथील दोनपैकी एका लहान कबरींजवळ गेले. चबुतऱ्यावर घट्ट उभं राहून त्या दोघांनी कबरीचं मोठं झाकण हलवण्याचा प्रयत्न केला. काही वेळ त्यांनी धडपड केल्यावर जेमतेम एखादा हात जाऊ शकेल इतंकच झाकण हललं. मन्नूनं कबरीमध्ये हात घातला आणि मुठीत मावतील इतकी सोन्याची नाणी आणि रत्न हळूच बाहेर काढली. त्याच्या गळ्यात अडकवलेल्या छोट्या पिशवीत त्यानं हा ऐवज ठेवून दिला. त्याच्यानंतर शेखूनंदेखील तसंच केलं.

मन्नूला कबरीतून आणखी ऐवज काढून घ्यायचा होता, पण शेखूनं त्याला थांबवलं. त्याला म्हणाला, "पुरे, मन्नू, जास्त हावरटपणा करू नकोस, नाहीतर बेगमचं भूत तुला मारून टाकेल. चल, इथून जाऊ या आपण. वाटलं तर काही महिन्यांनी पुन्हा येऊ.''

मन्नू नाइलाजानं मागे हटला.

तिथून बाहेर पडत असताना, मन्नूनं एकदा खातरजमा करायची म्हणून मागे बघून सर्वत्र नजर फिरवली आणि तो अक्षरशः गोठला. पांढरे रेशमी कपडे परिधान केलेल्या एका स्त्रीची धूसर आकृती कबरीवरून तरंगत असल्याचा भास त्याला झाला. *ऑ! नेमकं काय आहे ते?* आपल्या डोळ्यांना जे दिसलं त्यावर विश्वास न बसल्यानं त्यानं डोक्याला एक झटका दिला आणि मग आंधळ्यासारखा शेखूच्या मागे तो धावत सुटला.

बाहेरच्या बाजूला गच्चीवर दोन रक्षक होडीकडे निर्देश करून येरझाऱ्या

घालत होते. त्या दोघांचं काय चाललंय ते विचारण्यासाठी महाल रक्षकांचा प्रमुख त्यांच्याजवळ आला. रक्षकांनी खालच्या दिशेला बोट दाखवलं. ते पाहताच त्या प्रमुखानं तातडीनं आणखी काही रक्षकांना बोलवून नदीकिनारी जाऊन काय प्रकार आहे ते बघायला सांगितलं.

रक्षकांनी अवघ्या काही मिनिटांमध्ये होडी, तळघराचं दार आणि त्यातून आत जाण्यासाठी केलेली वाट हे सगळं शोधून काढलं. गच्चीवरून उत्सुकतेने वाट पाहणाऱ्या प्रमुखाला आणि इतर रक्षकांना त्यांनी खुणेनं सांगितलं आणि भिंतीपाशी जिथे काहीतरी सापडलं होतं त्याकडे निर्देश केला. प्रामुखानं गच्चीवरूनच काही सूचना दिल्या. ते रक्षक तळघराच्या दाराबाहेर भिंतीजवळ दबा धरून बसले, तळघरातून जो कोणी बाहेर येईल त्याच्यावर झडप घालण्याच्या तयारीत.

आतमध्ये शेखू आणि मन्नू यांची बाहेर जाण्याचा रस्ता शोधण्याची धडपड सुरू होती. त्यांनी सोनं आणि रत्नं ठेवलेल्या पिशव्या घट्ट धरून ठेवल्या होत्या. भुतासारखी भासणारी ती स्त्रीची भयावह आकृती पाठलाग करत येत नाहीये ना, हे पाहण्यासाठी मन्नू सारखा मागे वळून पाहत होता. ते दोघं पायऱ्या उतरून तळघराच्या खालच्या मजल्यावर आल्यावर मन्नू चुकून डावीकडे वळला.

"अरे, तिकडे कुठे जातोस? तो रस्ता बादलगड किल्ल्याकडे जातो," असं म्हणत शेखूनं त्याला उजवीकडे खेचलं.

जेथून ते आत शिरले होते त्या भोकाकडे जाण्याचा मार्ग त्याना अखेरीस सापडला. सगळ्यात आधी शेखू त्या भोकाजवळ गेला. सावधगिरी बाळगत त्यानं आधी मान बाहेर काढून पाहणी केली आणि त्यानंतर तो हळूच त्या भोकातून बाहेर गेला. तो बाहेर येताच महाल-रक्षकांनी त्याच्यावर झडप घालून त्याला दाबून धरलं. धोका ओळखून मन्नू मागच्या मागे तळघरात पळाला. त्याला पकडण्यासाठी एक रक्षक त्या भोकातून धडपडत आतमध्ये शिरला. पण रक्षकापेक्षा मनू चपळ निघाला व आतल्या भागाची चांगली माहिती असल्यामुळे तो रक्षकाच्या हातून निसटला आणि रक्षक हात हलवत माघारी आला.

रक्षक धापा टाकत त्या भोकातून बाहेर येऊन दुसऱ्या रक्षकाला म्हणाला, "तो चोर निसटला. मला वाटतं त्याला आतला मार्ग नीट माहीत असावा."

तिथे काय घडतंय ते काही रक्षक आणि त्यांचा प्रमुख गच्चीवरून पाहत होते.

एक रक्षक खालनं ओरडून म्हणाला, "एक चोर आतमध्ये पळालाय." जे घडतंय ते शांतपणे पाहण्याशिवाय थरथर कापणाऱ्या शेखूच्या हातात काहीच

उरलं नव्हतं. रक्षकांनी त्याचे हात आणि पाय दोरीनं घट्ट बांधून ठेवले होते. प्रमुखानं परिस्थितीचा आढावा घेतला. दुसरा चोर कुठे गेला असावा, याची त्याला चांगली कल्पना होती. "तो बादलगड किल्ल्याच्या दिशेनं पळाला असणार," असं जोरात ओरडून सांगत त्यानं पश्चिमेकडे असलेल्या किल्लेसदृश भव्य वास्तूकडे निर्देश केला. काही रक्षकांना सोबत घेऊन तो झपाट्यानं गच्ची उतरून खाली आला. लगोलग घोड्यावर स्वार होऊन ते सगळे वेगानं बादलगड किल्ल्याच्या दिशेनं गेले. बाकीचे रक्षक शेखूला स्मारकाच्या वास्तूमध्ये घेऊन गेले.

तळघरामध्ये मन्नूला काही मिनिटांपूर्वी शेखूनं दाखवलेला मार्ग सापडला होता. तो रस्ता बादलगड किल्ल्याकडे जात असल्याचं शेखू म्हणाल्याचं त्याला आठवलं. कसाबसा त्यानं पुन्हा पलिता पेटवला. तळघराच्या पश्चिमेला असलेल्या भिंतीजवळ पोहोचल्यावर त्याला एक लोखंडी दरवाजा दिसला. त्यानं तो दरवाजा उघडला अन् क्षणभर थांबला. हेच ते भुयार! ते भुयार कुठे जात असेल याचा जराही विचार न करता मन्नू त्यातून पळत सुटला.

आपण किती वेळ पळतोय, याचं मन्नूला भानही नव्हतं. पळून पळून तो थकला होता, पण आता कोणीही आपला पाठलाग करत नाहीये, याचा दिलासाही त्याला वाटत होता. काही पावलं पुढे आल्यावर त्याला काही पायऱ्या दिसल्या. पायऱ्या चढून तो एका खोलीमध्ये पोचला. *मी कुठे आलोय? बहुतेक हा बादलगड किल्ला आहे.* त्यानं सुटकेचा निःश्वास टाकला. रक्षकांच्या तावडीतून आपण निसटलो, असंच त्याला वाटलं.

पण मन्नूचा हा सुटकेचा निःश्वास अल्पजीवी ठरला. तो बादलगड किल्ल्यात पोहोचण्याआधीच रक्षकांचा प्रमुख आणि इतर रक्षक घोडदौड करून तिथे दाखल झालेले होते. किल्ल्याची सुरक्षाव्यवस्था चोख होती, पण मुघल शासक औरंगजेब दूरवर दख्खनमध्ये मराठ्यांशी युद्ध करण्यात गुंतला असल्यानं किल्ल्यात फारशी वर्दळ नव्हती. त्याचा जनानखाना आणि अन्य मंडळी दिल्लीत वास्तव्यास गेली होती. प्रमुखाला किल्ल्यामध्ये वावरण्यास पूर्ण मोकळीक होती.

पोहोचताच प्रमुख किल्ल्यामध्ये धावत गेला आणि आणखी काही रक्षकांना घेऊन किल्ल्याच्या ईशान्य भागातल्या उद्यानात पोहोचला. ते सगळे जण पायऱ्या उतरून तळघरात शिरले आणि भुयारात पश्चिमेकडे वळले. लवकरच त्यांना एक लाकडी दरवाजा सापडला. दरवाजाच्या कडेला ते दबा धरून बसले.

काहीच मिनिटांमध्ये मन्नू दरवाजातून बाहेर आला आणि सरळ रक्षकांच्या तावडीत सापडला. रक्षकांच्या मागे त्यांचा प्रमुख कमरेवर हात ठेवून उभा होता.

मन्नूकडे नजर रोखून धरत तो म्हणाला, ''याला स्मारकात घेऊन चला!''

शेखू आणि मन्नू यांना ताजमहालच्या आवारात नेण्यात आलं आणि पूर्वेकडच्या भिंतीजवळ असलेल्या प्रमुखाच्या कार्यालयात आणण्यात आलं.

''मालक, आम्हाला कृपया सोडून द्या. मालक, आम्ही खूप गरीब आहोत.'' मन्नू आणि शेखू भीतीनं थरथर कापत होते, रडत होते.

मन्नू आणि शेखू यांनी चोरलेला ऐवज भरलेली पिशवी रक्षकांनी काढून घेतली आणि त्यातली सोन्याची नाणी, रत्नं मेजावर पसरली. प्रमुखानं ती तपासली आणि दोन्ही चोरांकडे वळून बोलू लागला.

''तुम्हाला कळतंय का तुम्ही काय केलंय ते? तुम्ही एका मुघल राणीची कबर लुटली आहे.''

''आमची चूक झाली, मालक. आम्ही पुन्हा असं करणार नाही. कृपया आम्हाला माफ करा.''

''हा मुघल साम्राज्याशी द्रोह आहे... या दोघांचा शिरच्छेद करा!'' प्रमुखानं आदेश सोडला.

दोन्ही चोर गुडघ्यावर पडून दयेची याचना करू लागले. पण त्याचा काही उपयोग झाला नाही. तलवारी चमकल्या, त्यांची शिरे उडविली गेली आणि निष्प्राण शरीरं जमिनीवर कोसळली.

प्रमुखानं रक्षकांना कठोर आदेश देत म्हटलं, ''या बदमाशांना कुठेतरी पुरून टाका. या घटनेची वाच्यता कुठेही होता कामा नये. स्मारकाचं आणि त्यातल्या खजिन्याचं रक्षण करण्याची आपण प्रतिज्ञा केली आहे हे लक्षात ठेवा. आज जे घडलं ते पुन्हा कधीही घडता कामा नये. तळघराचे दरवाजे आणि ताजमहाल आणि लाल किल्ल्यातली भुयारं बंद करा आणि दडवून टाका. कोणालाही ती कधीही सापडता कामा नये!''

भाग २

प्राध्यापक

प्रकरण ४

सुमारे तीन शतकांनंतर
१९६०च्या सुमारास
आग्रा, भारत

नोव्हेंबरमधल्या एका आल्हाददायक सकाळी, आग्रा शहरातील जगप्रसिद्ध ताजमहालासमोर काही पर्यटक जमले होते. टूर गाइड सर्वांना त्या महान वास्तूचा इतिहास सांगत होता.

"ताजमहाल हे प्रेमाचं जगातलं सर्वांत महान प्रतीक आहे. ताजमहाल बांधण्यासाठी शहाजहानला तब्बल बावीस वर्षं लागली. काही वीसएक हजार मजूर त्यासाठी राबत होते. ताजमहालावरचं कोरीवकाम बारकाईनं बघा. तो गगनचुंबी घुमट बघा." गाइड घोटलेली वाक्य पोपटासारखी बोलत होता.

"पण शहाजहाननं ताजमहाल का बांधला?" पर्यटकांमधल्या एका लहान मुलानं उत्सुकतेनं गाइडला विचारलं. गाइड हसला, आणि त्यानं काही वेळ शहाजहान-मुमताझच्या अलौकिक प्रेमाची गोष्ट सांगितली. गोष्ट ऐकल्यावर त्या मुलानं वडिलांकडे बघून विचारलं, "बाबा तुम्ही माझ्या आईसाठी ताजमहाल का नाही बांधत?" त्याचा हा प्रश्न ऐकून सगळ्यांमध्ये हशा पिकला.

तोच ताजमहालावर घोंघावणाऱ्या हेलिकॉप्टरनं सगळ्या पर्यटकांचं लक्ष वेधून घेतलं. ते हेलिकॉप्टर लष्कराचं असल्यासारखं दिसत होतं.

"ते बघा, जनाब मनोहर लाल यांचं हेलिकॉप्टर. मला माहीतेय ते जनाबच

आहेत. जनाब ताजमहाल आणि मुघल इतिहासचे फार मोठे चाहते आहेत,'' गाइडनं उत्साहानं माहिती दिली. पर्यटकांच्या समूहानं आकाशाकडे नजर खिळवत हेलिकॉप्टरच्या दिशेनं हात केला. त्या हेलिकॉप्टरनं ताजमहालाच्या वर हवेत एक फेरी घेतली.

हेलिकॉप्टरमध्ये बसलेले मनोहर लाल हे देशातले नावाजलेले राजकीय नेते भव्य ताजमहालाकडे अभिमानानं आणि कौतुकानं पाहत होते. जमिनीवरच्या माणसांना आपण दिसत आहोत, असंच त्यांना क्षणभर वाटलं. लोक जरी मनोहर लालना पाहू शकत नव्हते तरी त्यांनी लोकांकडे पाहून हात केला. हेलिकॉप्टर पुढे गेलं तसं ताजमहालचं विहंगम दृश्य मनोहर लालनी मोठ्या कौतुकानं पाहिलं.

ताजमहाल दृष्टिआड होत होता, तरीही मनोहर लाल त्याकडे पाहतच होते. मनोहर लाल यांचा विशेष साहाय्यक धवन त्यांच्यामागेच बसला होता. तो कुठलीशी फाइल चाळत होता व त्यातले कागद पुढे-मागे करत होता.

''धवन, दिल्ली विद्यापीठातल्या त्या प्राध्यापकाचं काय झालं? त्यांचं नाव प्राध्यापक रॉय, बरोबर? त्यांना मला भेटून ताजमहालावरच्या त्यांच्या संशोधनावर बोलायचं नव्हतं का?''

''हो, हो जनाब. त्यांचं नाव डॉक्टर बी. एन. रॉय. जनाब, आपली भेट घेण्यासाठी ते केव्हाची धडपड करत आहेत,'' धवननी फायली बंद करून लाल यांच्या सीटकडे पुढे झुकत सांगितलं.

ताजमहाल आता पूर्णपणे नजरेआड गेला असला तरीही त्या दिशेला बघत मनोहर लालनी विचारलं, ''आज संध्याकाळचा माझा कार्यक्रम कसा आहे? तुम्ही डॉक्टर रॉयना माझ्या कार्यालयात बोलवून घेऊ शकता का?''

''आज?'' धवनला आश्चर्य वाटलं. ''मला माहीतेय डॉक्टर रॉय ताजमहालात आणि पुरातत्त्व विभागाच्या आग्रा सर्किटमध्ये बराच वेळ व्यतीत करतात,'' इतकं बोलून धवन थांबला. तो काहीतरी आठवण्याचा प्रयत्न करत होता. ''आग्रा सर्किटमध्ये पुरातत्त्व विभागातल्या मंडळींशी त्यांचे काही वाद झाले होते, असंही मी ऐकलंय. त्यांना ताजमहालातून काही नमुने हवे होते वाटतं आणि...''

''नमुने?'' मनोहर लालनी त्याला मध्येच थांबवून विचारलं.

''जनाब, मला नेमकं माहीत नाही. कदाचित त्यांना लाकडाची ढलपी किंवा

विटेचा तुकडा असं काहीतरी हवं होतं. जनाब मी त्यांच्याशी संपर्क करण्याचा नक्की प्रयत्न करतो.''

"प्लीज, नक्की करा.''

हेलिकॉप्टर राजधानी नवी दिल्लीच्या दिशेनं उत्तरेकडे झेपावलं.

प्रकरण ५

त्याच दिवशी
दिल्ली विद्यापीठाचं संकुल, नवी दिल्ली

दुपारचे साधारण साडेतीन वाजले होते. तिशी उलटत आलेले दिल्ली विद्यापीठाचे डॉ. बी. एन. रॉय बी.ए.च्या दुसऱ्या वर्षाच्या विद्यार्थ्यांचं लेक्चर संपवत होते. लेक्चर हॉल नेहमीप्रमाणं खचाखच भरलेला होता. ते भारताचा सतराव्या शतकातला इतिहास शिकवत होते, आणि विद्यार्थी त्याचं बोलणं अत्यंत मन लावून ऐकत होते.

"इसवी सन १६८० मध्ये, मराठा सम्राट छत्रपती शिवाजी महाराजांच्या मृत्यूनंतर मुघल शासक औरंगजेब स्वतः दख्खनमध्ये उतरला. दख्खन जिंकून घेण्याची मनीषा पूर्ण करण्यासाठी तो अतिशय आतुर झाला होता. दख्खन म्हणजे दक्षिण किंवा दक्षिणेकडचा प्रदेश. पण शिवाजी महाराजांचे पुत्र छत्रपती संभाजी महाराज आणि त्यांचं मराठा राज्य यांनी इतकी कडवी झुंज दिली, की त्यांच्या पराक्रमासमोर मुघलांना तब्बल नऊ वर्षं दख्खनमधला एकही किल्ला सर करता आला नाही. अखेरीस, इसवी सन १७०७ मध्ये वयाच्या नव्वदाव्या वर्षी औरंगजेबाचा महाराष्ट्रातच मृत्यू झाला. औरंगजेब पुन्हा कधीही दिल्लीस परतू शकला नाही. दख्खन काबीज करण्याचं त्याचं स्वप्नही भंग पावलं. त्याच्या पश्चात मुघल साम्राज्य झपाट्यानं क्षीण होत गेलं आणि ढासळू लागलं." डॉ. रॉय काही क्षण बोलायचे थांबले. त्यांचं बोलणं ऐकण्यात तल्लीन झालेल्या वर्गावर त्यांनी एक नजर फिरवली.

"आपण आज इथेच थांबू या," असं विद्यार्थ्यांना म्हणत डॉ. रॉयनी लेक्चर संपवलं. ते विद्यार्थ्यांना म्हणाले, "पुढच्या लेक्चरमध्ये आपण १७६१ मध्ये झालेल्या पानिपताच्या तिसऱ्या युद्धाचं वास्तव आणि दंतकथा, आणि माधवराव पेशव्यांच्या नेतृत्वाखाली मराठ्यांनी केलेली साम्राज्याची पुनर्बांधणी आणि विस्तार याबद्दल शिकू या."

गलका करत विद्यार्थी वर्गाबाहेर पडू लागले. डॉ. रॉय विवाहित आहेत की आपल्या विषयाशी आणि संशोधनाशीच त्यांनी गाठ बांधलीय अशी कुजबुजयुक्त चर्चा त्यांच्यात रंगली होती.

वर्गातून बाहेर जाणाऱ्या विद्यार्थ्यांमधून वाट काढत मनोहर लाल यांचा साहाय्यक धवन डॉ. रॉयपर्यंत पोहोचला. उरलेले विद्यार्थीही वर्गातून बाहेर पडण्याची वाट बघत तो थोडा थांबला.

"डॉक्टर रॉय, मला ओळखलंत का? मी धवन, मनोहर लाल यांचा साहाय्यक."

डॉ. रॉयनी धवनला क्षणभर निरखून पाहिलं आणि म्हणाले, "हो, हो, ओळखलं ना. कसे आहात तुम्ही?"

धवन फार वेळ न घालवता मुद्द्यावर आला. "डॉक्टर रॉय, मी मनोहर लाल यांच्याशी तुमची भेट घालून देऊ शकतो." धवननं हे सांगताच डॉक्टर रॉय काळजीपूर्वक ऐकू लागले. धवन म्हणाला, "पण, तुम्हाला ताजमहालवरच्या तुमच्या संशोधनाची कागदपत्रं घेऊन आत्ताच माझ्याबरोबर यावं लागेल." हे बोलून धवन डॉ. रॉयची प्रतिक्रिया अजमावत थांबला.

यावर काय प्रतिक्रिया द्यावी, हेच डॉ. रॉयना कळत नव्हतं. आपलं संशोधन इतकं मोलाचं आहे, की त्याबद्दल केवळ देशातल्या सर्वोच्च नेत्यालाच सर्वप्रथम सांगायला हवं, अशी त्यांची गेल्या काही महिन्यांत खात्री झालेली होती. मनोहर लाल यांना भेटण्यासाठी ते नक्कीच उत्सुक होते, पण इतक्या कमी वेळात लालना भेटायला जायचं तर आपली पुरेशी तयारी नाहीये, असं त्यांना वाटत होतं. *पण ही सुवर्णसंधी मी गमावूही शकत नाही,* डॉ. रॉय स्वतःशीच बोलले.

"मी तुम्हाला थोड्याच वेळात प्रवेशद्वाराशी भेटतो," असं धवनला सांगून डॉ. रॉय लगबगीनं त्याच्या कार्यालयाच्या दिशेने निघून गेले.

कार्यालयात पोहोचताच ते पट्कन त्यांच्या टेबलापाशी गेले. टेबलाच्या सगळ्यात खालच्या खणाचं कुलूप उघडून त्यांनी 'ताजमहाल – पुराव्यांचे शास्त्रीय विश्लेषण' असं शीर्षक असलेल्या आपल्या संशोधनाची कागदपत्रं बाहेर काढली. अत्यंत जवळची वस्तू गमवावी लागेल, या विचारानं एखादं बालक जसं करेल, तशा आविर्भावात डॉ. रॉयनी संशोधनाची कागदपत्रं छातीशी घट्ट धरली.

थोड्याच वेळात धवन आणि डॉ. रॉय विद्यापीठाच्या संकुलातनं बाहेर पडले. गाडीमध्ये त्या दोघांत फारसं बोलणं झालं नाही. "तर हे तुमचं संशोधन कशाबद्दल आहे?" धवननं माहिती काढून घ्यायचा प्रयत्न केला.

"खरं सांगू का, मला याबद्दल फक्त मनोहर लाल यांच्याशी चर्चा करायला आवडेल," डॉ. रॉयनी धवनकडे न पाहताच उत्तर दिलं.

धवननं डॉ. रॉयकडे पाहिलं आणि हा विषय सोडून दिला. साधारण पंधरा मिनिटांत त्यांची गाडी नवी दिल्लीतल्या साउथ ब्लॉकमधल्या केंद्रीय सचिवालयाच्या प्रशस्त इमारतीच्या आवारात पोहोचली. धवन तिथल्या सुरक्षारक्षकाशी बोलला. इंटरकॉमवरून एक कॉल करून रक्षकानं गाडी आतमध्ये येऊ दिली.

इमारतीमध्ये आल्यावर दोघेजण जिन्यानं वर गेले आणि कोपऱ्यात असलेल्या कार्यालयाच्या दिशेनं जाऊ लागले. धवन जाणाऱ्या-येणाऱ्या काही लोकांकडे पाहून मान हलवत होता. कोपऱ्यात असलेल्या कार्यालयात पोहोचल्यावर धवननं डॉ. रॉयना प्रतीक्षा कक्षात बसवलं आणि तो टेबलामागे बसलेल्या सेक्रेटरीशी बोलायला गेला. हळू आवाजात तिच्याशी बोलून तो परत आला.

"डॉक्टर रॉय, जनाब लवकरच भेटतील तुम्हाला," असं सांगून धवन कुठेसा निघून गेला.

डॉ. रॉय जवळजवळ तासभर मनोहर लाल यांच्या कार्यालयाच्या बाहेर बसून होते. दर थोड्या वेळानं ते सेक्रेटरीकडे बघून हसायचे. त्यांच्या हसण्यामध्ये विनम्रपणा होता, पण अस्वस्थताही होती. तिला महत्त्वाच्या अधिकाऱ्यांचं स्वागत करायची सवय होती. विद्यापीठातल्या एका साध्या प्राध्यापकाकडे तिनं फारसं लक्षं दिलं नाही. ती बराचसा वेळ कागदपत्रं हाताळण्यामध्ये व्यस्त होती आणि मध्येच फोनवरून मृदू आवाजात बोलायची. संध्याकाळचे सहा वाजत आले होते. अंधार पडू लागला होता. डॉ. रॉयना थोडं अस्वस्थ वाटू लागलं होतं. तेवढ्यात इंटरकॉम वाजला.

"जनाब यांनी तुम्हाला भेटायला बोलवलंय," असं सेक्रेटरीनं शांतपणे डॉ. रॉयना सांगितलं आणि त्यांना मनोहर लाल यांच्या कार्यालयापर्यंत सोडलं.

डॉ. रॉय यांनी लाल यांचं भव्य कार्यालय कौतुकानं न्याहाळलं.

"या डॉक्टर रॉय," प्रशस्त टेबलामागे बसलेल्या मनोहर लाल यांनी जागेवरून न उठताच डॉ. रॉयचं स्वागत केलं. त्यांच्यामागे महात्मा गांधींचं मोठं चित्र लावलेलं होतं.

पाहता क्षणीच डॉ. रॉयवर मनोहर लाल यांच्या देखण्या व्यक्तिमत्त्वाची छाप पडली. काश्मिरी गुलाबी वर्ण, रेखीव चेहरा, तीक्ष्ण नजर यामुळे ते खानदानी दिसत होते. मनोहर लाल यांनी बंद गळ्याचं बदामी रंगाचं शेरवानी जाकीट घातलं होतं. वरच्या खिशामध्ये गुलाबाचं फूल लावलं होतं. त्याच्या रुंद कपाळपट्टीवर गांधी टोपी शोभून दिसत होती.

"इतक्या घाईघाईनं बोलावूनही तुम्ही आलात याबद्दल धन्यवाद, डॉ. रॉय... बसा ना," मनोहर लाल यांनी म्हटलं. डॉ. रॉय खुर्चीमध्ये जरा अवघडूनच बसले होते. लाल यांनी त्याच्याकडे पाहून म्हटलं, "आरामात बसा. मात्र, आपण पट्कन मुद्द्यावर येऊ या."

हा आदेश आहे, हे डॉ. रॉयना समजलं. "हो सर," असं म्हणून त्यांनी एक दीर्घ श्वास घेतला आणि संशोधनाची कागदपत्र बाहेर काढली.

"सर, ताजमहालाशी संबंधित इतिहासकालीन आणि समकालीन दस्तऐवज आणि भौतिक स्वरूपातले पुरावे यावर मी सखोल संशोधन केलं आहे," असं सांगून डॉ. रॉयनं आपल्या संशोधनाविषयी काळजीपूर्वक बोलायला सुरुवात केली.

अर्धा तास दोघांची गंभीर चर्चा सुरू होती. काहीतरी निरोप देण्यासाठी सेक्रेटरी एकदा येऊन गेली. "ते बघू नंतर, आमचं महत्त्वाचं बोलणं सुरू आहे," असं सांगून मनोहर लाल यांनी तिची बोळवण केली. मनोहर लाल यांच्या चेहऱ्यावर हळूहळू गंभीर भाव येत असल्याचं डॉ. रॉयनी निरखलं होतं.

मनोहर लाल यांनी खुर्ची गोल फिरवत डॉ. रॉयकडे पाठ केली आणि काही वेळ ते खिडकीबाहेर बघत राहिले. ते पुन्हा डॉ. रॉयकडे वळले तेव्हा त्यांच्या चेहऱ्यावर धीरगंभीर भाव होते.

"तुम्हाला याबद्दल नक्की खात्री आहे ना?" काही वेळ पसरलेल्या शांततेचा भंग करत मनोहर लाल यांनी प्रश्न विचारला.

"हो, सर."

"आपण नॅशनल अर्काइव्ह्ज विभागात जाऊन खात्री करायची का?"

"आत्ता? अं... ठीक आहे. करू या ना. तुम्हाला पर्शिअन भाषा उत्तम येते, असं मी ऐकलंय," डॉ. रॉय म्हणाले.

मनोहर लाल यांनी इंटरकॉमवरून काही सूचना दिल्या आणि ते खुर्चीतून उठले. "डॉक्टर रॉय, चला, आपण निघूया."

ते दोघं एका खासगी दारानं बाहेर पडले आणि त्या मार्गानं थेट इमारतीच्या मागच्या बाजूला असलेल्या पोर्चमध्ये आले. तिथे तीन सरकारी गाड्या सज्ज होत्या. धवन तिथे आधीच पोहोचला होता आणि तिथल्या कर्मचाऱ्यांशी बोलत होता. मनोहर लालनी धवनला काही सूचना दिल्या. सुरक्षेसाठी एक पुढे आणि एक मागे वाहन असलेला हा ताफा सचिवालय आवारातून बाहेर पडला.

धवन आवारातच थांबून हा ताफा बाहेर पडताना बघत होता. मनोहर लाल यांना इतक्या कमी सुरक्षाव्यवस्थेनिशी बाहेर जाताना त्यानं यापूर्वी कधीही पाहिलं नव्हतं. कदाचित तितकंच महत्त्वाचं काम असणार, असंच त्याच्या मनात आलं.

प्रकरण ६

जनपथ मार्गावरील नॅशनल अर्काइव्ह्ज विभागाची इमारत केंद्रीय सचिवालयापासून सहा किलोमीटर अंतरावर होती. मनोहर लाल यांच्या ताफ्यासाठी रस्ता अगोदरच मोकळा करण्यात आला होता. डॉ. रॉय गाडीच्या खिडकीतून बाहेर बघत होते. अंधार गडद होत होता. गाडीतली शांतता अस्वस्थ करणारी होती. ती मोडून पुन्हा संभाषण कसं सुरू करायचं, हे डॉ. रॉयला उमगत नव्हतं. पण मनोहर लाल यांनीच पुढाकार घेतला.

''डॉ. रॉय, तुम्ही पुरातत्त्वशास्त्र कुठे शिकलात?''

क्षणभर विचार करून डॉ. रॉय म्हणाले, ''सर, खरंतर मी इतिहासकार आहे. छंद म्हणून मी पुरातत्त्वशास्त्राचा अभ्यास करायला सुरुवात केली पण नंतर त्यात मला गती मिळाली.' डॉ. रॉयना जरा थोडं ताणमुक्त वाटू लागलं होतं. ''या दोन्ही शास्त्रांमधली सीमारेषा अस्पष्ट आहे, असं मला वाटतं.''

मनोहर लाल डॉ. रॉयकडे बघत म्हणाले, ''अच्छा. तर मग भारतातल्या इतिहासाच्या अभ्यासाबद्दल तुम्हाला काय वाटतं?''

या प्रश्नाचं उत्तर सविस्तर असणार आहे, याची डॉ. रॉयना कल्पना होती. त्यांनी घसा खाकरला आणि बोलायला सुरुवात केली. ते अतिशय जपून शब्द वापरत होते. ''वसाहतकाळातल्या इतिहासकारांनी मुघल-केंद्रित इतिहास लिहिला. त्यांनी सतराव्या शतकामध्ये मुघल राजवटीचा सुवर्णकाळ पाहिला असल्यानं असेल कदाचित. त्यांनी नक्कीच चांगला अभ्यास केला. पण त्यातल्या काही इतिहासकारांनी विशिष्ट गोष्टी गृहीत धरल्या. ते संशोधकांच्या अपरिपक्व निष्कर्षांवर अवलंबून राहिले. पाश्चात्त्य प्रवाशांच्या लेखनाला अनन्यसाधारण महत्त्व दिलं

गेलं. त्यामुळे मला वाटतं की त्यांनी निष्कर्ष काढताना लावलेल्या तर्काचा आणि कारणमीमांसेचा पुनर्विचार करायला हवा. मला तर वाटतं, की त्यांनी लिहिलेल्या इतिहासाचं पुनरावलोकन करायला हवं आणि त्यावर पुन:संशोधन व्हायला हवं.''

आपल्या बोलण्यावर मनोहर लाल काय विचार करत असावेत, याचा अंदाज घेत डॉ. रॉय थांबले.

''डॉक्टर रॉय, तुमचं बोलणं सुरू ठेवा,'' मनोहर लाल म्हणाले.

''सर, मुघलांच्या संपूर्ण राजवटीमध्ये अखंड भारत कधीही त्यांच्या अमलाखाली आला नव्हता. मुघलांना कधीच दख्खनवर नियंत्रण मिळवता आलं नाही. मुघलांची राजवट इ.स. १५२६ मध्ये पानिपतात झालेल्या पहिल्या युद्धात झहिरुद्दीन बाबरचा विजय ते १७०७ मध्ये औरंगजेबाचा मृत्यू अशी १८० वर्षं होती. त्यातून आपण हुमायुनच्या विजनवासाची वर्षं वजा केली तर मुघलांची राजवट १६५ वर्षांचीच ठरते. औरंगजेबाच्या मृत्यूनंतर मुघलांची साम्राज्यावरची पकड झपाट्यानं सुटू लागली. इ.स. १७२० पासून मुघल सम्राट केवळ नाममात्र सम्राट उरले होते. ते सैयद, मराठा पेशवा, रोहिला, दुराणी आणि अखेरीस १८५७ सालापर्यंत ब्रिटिशांच्या हातातले कठपुतळे बनले होते.'' डॉ. रॉय बोलता बोलता पुन्हा थांबले.

सहमती नसल्याच्या आविर्भावात मनोहर लाल यांनी डॉ. रॉयकडे पाहिलं. त्यांनी विचारलं, ''डॉक्टर रॉय, ताजमहालावरच्या तुमच्या संशोधनाबद्दल तुम्ही कोणाशी बोलला आहात का?''

काही क्षण गाडीमध्ये शांतता पसरली. ''नाही सर.''

चर्चेचा रोख पुन्हा पुरातत्त्वशास्त्राकडे नेत मनोहर लाल यांनी विचारलं, ''डॉक्टर रॉय, तुम्हाला या कार्बन डेटिंग प्रक्रियेविषयी काय वाटतं? मला त्याविषयी फार ज्ञान नाहीये, पण मी असं ऐकलंय, की यामुळे एखाद्या नमुन्याचं वय निश्चित करण्यासाठी मदत होते. हे खरं आहे का?''

''सर या प्रक्रियेला रेडिओकार्बन डेटिंग प्रोसेस असं म्हणतात. ही प्रक्रिया १९४०च्या दशकात अमेरिकेत शोधण्यात आली. प्राणी किंवा वनस्पती यांच्या नमुन्यामध्ये किती रेडिओकार्बन शिल्लक आहे, यावरून शास्त्रज्ञ संबंधित प्राणी किंवा वनस्पती यांचा मृत्यू केव्हा झाला ते ठरवू शकतात.'' मनोहर लाल लक्षपूर्वक ऐकत असल्यानं डॉ. रॉय याविषयी माहिती देत म्हणाले, ''पण सर, या मापनात त्रुटी-मर्यादा शेकडो वर्षांची असू शकते. तसंच सिरॅमिक वस्तू आणि लाकूड यांचं वय मोजण्यासाठीही काही पद्धती आहेत.''

''डॉक्टर रॉय, यापैकी एखादी पद्धत वापरून ताजमहालाचं वय निश्चित करायला हवं, असं तुम्हाला वाटतं का?''

डॉ. रॉयनी खिशातून रुमाल काढून कपाळावरचा घाम टिपला. ''सर कार्बन डेटिंग प्रक्रिया करण्यासाठी भारतात तशी सुविधा किंवा उपकरणं उपलब्ध नाहीत, असं मला वाटतं,'' असं सांगून त्यांनी प्रश्न टाळला.

''आरामात, डॉक्टर रॉय,'' मनोहर लाल थोडंसं हसून म्हणाले.

मनोहर लाल यांचा ताफा नॅशनल अर्काइव्ह्ज विभागाच्या इमारतीत प्रवेश करता झाला. आता चांगलाच अंधार झाला होता. अर्काइव्ह्ज विभागाच्या प्रमुखानं त्यांचं स्वागत केलं. मनोहर लाल इतक्या उशिरा तिथे आले हे त्याला फारसं रुचलं नसावं कदाचित, पण त्यानं चेहऱ्यावर तसं काही दिसू दिलं नाही.

आतमध्ये गेल्यावर प्रमुखानं विचारलं, ''जनाब, आपल्याला कोणता दस्तऐवज पाहायचा आहे?''

मनोहर लालनी डॉ. रॉयकडे पाहिलं. ''बादशहानामा,'' डॉ. रॉयनी उत्तर दिलं.

''बादशहानामा पर्शिअन भाषेत आहे, आपण जाणतच असाल,'' प्रमुखानं म्हटलं.

''अर्थातच,'' डॉ. रॉयनी मनोहर लाल यांच्याकडे बघत उत्तर दिलं.

''कृपया माझ्यामागून चला.'' प्रमुखानं एका मोठ्या व्हरांड्यामध्ये चालायला सुरुवात केली.

सगळे जण एका बंद आणि तापमान-नियंत्रित दालनापाशी आल्यावर मनोहर लाल यांनी प्रमुखाला बाहेर थांबण्यास सांगितलं. प्रमुखानं तिथल्या टेबलावर ठेवलेली व्हिजिटर्सची नोंदवही उघडली. त्यानं त्यामध्ये तारीख लिहिली आणि क्षणभर विचार करून व्हिजिटर्सचं नाव डॉ. रॉय, दिल्ली विद्यापीठ आणि सोबत एक जण, असं लिहिलं. त्यानंतर हातमोज्यांचे दोन जोड पुढे करत प्रमुखानं म्हटलं, ''कृपया हे घ्या.''

डॉ. रॉय आणि मनोहर लाल दालनात गेले आणि तिथल्या एका काचेच्या कपाटाजवळ गेले. त्या कपाटात एक जुनं हस्तलिखित ठेवलं होतं. मनोहर लाल यांनी डॉ. रॉयकडे पाहिलं. रॉयना त्यांचा प्रश्न कळला. त्यानी उत्तर दिलं, ''पृष्ठ क्रमांक ४०२ ते ४०३.''

हस्तलिखिताची पानं सावकाश आणि काळजीपूर्वक उलटत मनोहर लाल ४०२व्या पानावर आले. त्यांनी डॉ. रॉयकडे प्रश्नार्थक नजरेनं पाहिलं.

''सर, मला वाटतं हा मजकूर आपण वाचावा आणि त्याचं भाषांतर करावं,'' डॉ. रॉय म्हणाले. मजकुरामध्ये काय लिहिलं आहे हे त्यांना माहीत होतं, पण

त्यांना ते मनोहर लाल यांच्या तोंडून ऐकायचं होतं.

मनोहर लाल यांनी पर्शिअन भाषेतला मजकूर वाचायला सुरुवात केली. मध्येच ते काही शब्द पुटपुटतही होते. वाचता वाचता एका ओळीवर येऊन थांबले आणि पुन्हा पुन्हा ती ओळ वाचू लागले. मग पुन्हा थांबले. त्यांच्या चेहऱ्यावर एक विचारपूर्ण भाव उमटल्याचं डॉ. रॉय यांनी हेरलं.

जवळजवळ मिनिटभरानंतर मनोहर लाल यांनी डॉ. रॉय यांच्याकडे पाहून म्हटलं, "तुमचं म्हणणं बरोबर आहे, डॉ. रॉय... त्यानं नाही."

पुढच्या सूचनेची वाट पाहत असल्याप्रमाणे डॉ. रॉय शांत उभे राहिले.

ते ओळखून मनोहर लाल यांनी विचारलं, "डॉ. रॉय तुम्ही उद्या सकाळी आठ वाजता पुन्हा माझ्या कार्यालयात याल का?"

"अं..."

मनोहर लाल त्यांच्या उत्तराची वाट न बघताच म्हणाले, "धवन तुम्हाला घ्यायला येईल. मी आज रात्री तुम्हाला घरी सोडण्याची सोय करतो. कुठे राहता तुम्ही?"

"सर, मी विद्यापीठाच्या संकुलाबाहेर असलेल्या कर्मचारी निवासामध्ये राहतो, कला शाखेपासून दोनंच मिनिटांवर."

मनोहर लालनी डॉ. रॉयना विचारलं, "तुमच्या संशोधनाची कागदपत्रं मला द्याल का?"

आदेशपूर्ण पण आश्वासक नजरेनं मनोहर लालनी पाहिलं. डॉ. रॉय यांनी आपली कागदपत्रं काही क्षण अस्वस्थपणे हातात धरून ठेवली.

"हो सर," असं अस्वस्थ उत्तर देऊन त्यांनी कागदपत्रं मनोहर लाल यांच्या हातात सोपवली. दोघेही तिथून बाहेर आले.

दालनामध्ये काय घडलं, ते अर्काइव्ह्ज विभागाच्या प्रमुखाला सांगण्यात आलं नाही. तिघंही त्या इमारतीतून बाहेर पडले.

प्रवेशद्वारापर्यंत आल्यावर मनोहर लाल यांनी गाड्यांच्या ताफ्याच्या प्रमुखाला सूचना केली. त्यांच्या या अनपेक्षित सूचनेचं पालन करण्यासाठी सुरक्षारक्षक सरसावले. मनोहर लाल पुन्हा त्यांच्या कार्यालयात जायला निघाले आणि दुसऱ्या गाडीनं डॉ. रॉय यांना त्यांच्या घरी सोडण्यात आलं.

संध्याकाळचे साडेसात वाजले होते. मनोहर लाल अजूनही त्यांच्या कार्यालयात काम करत बसले होते. अनेकदा ते उशिरापर्यंत काम करत, पण आज ते विचारांमध्ये हरवून गेले होते. त्यांचा आवडता सिगार ओढत, ते डॉ. रॉय यांनी

दिलेली कागदपत्रं चाळत होते. त्यांनी इंटरकॉमवरून त्यांच्या सेक्रेटरीला एका नंबरावर फोन करण्याची सूचना दिली. "लंडन."

दहा मिनिटांनी इंटरकॉम खणखणला. "जनाब, लंडनचा कॉल लागला आहे," सेक्रेटरीनं मनोहर लालना सांगितलं. फोनवर काय बोलायचं आहे, याची जणू तालीम करत असल्यासारखं त्यांनी सावकाश फोन उचलला.

पलीकडून एक इंग्रजी आवाज आला, "मनोहर, दिल्लीमध्ये संध्याकाळचे बरेच वाजले असतील. काही विशेष?"

मनोहर लाल यांनी लगेच मुद्द्यावर येत म्हटलं, "जेफरी, हे फार महत्त्वाचं आहे."

दोघांचं संभाषण सुरू राहिलं. बोलत असताना मनोहर लाल डॉ. रॉय यांनी दिलेली कागदपत्रं चाळत होते. काही वेळानं ते बोलायचे थांबले.

"जेफरी, हा कल्पनातीत, प्रचंड खजिना आहे," असं बोलून मनोहर लाल पलीकडून प्रतिक्रिया येण्याची वाट बघत थांबले.

"याबद्दल आणखी कोणाला माहीत आहे?" फोनवरच्या व्यक्तीनं विचारलं.

"मला वाटतं डॉ. रॉय आणि माझ्याशिवाय कोणालाही नाही."

"बरं, मी लवकरच तुम्हाला पुन्हा कॉल करीन. कृपया ही कागदपत्रं लवकरात लवकर इकडे पाठवून द्या," पलीकडच्या व्यक्तीनं सांगितलं.

फोनवरचं संभाषण संपलं आणि अस्वस्थ, चिंताग्रस्त मनोहर लाल यांनी ओठ चावला.

त्यानंतर थोड्याच वेळात फोन कॉल्सची एक साखळीच सुरू झाली. सगळ्यात आधी, इंग्लंडमध्ये लंडनपासून काहीच मैलांवर विंडसरमधल्या एका बंगल्यातून गुप्तचर कार्यालयाला कॉल गेला. तिथून, नवी दिल्लीतल्या अशोका हॉटेलमध्ये राहणाऱ्या एका पाहुण्याला कॉल गेला. शेवटचा कॉल जुन्या दिल्लीतल्या एका ठिकाणी लावण्यात आला. कॉल करणाऱ्या प्रत्येकानं पलीकडच्या व्यक्तीला सूचना दिल्या.

त्या संध्याकाळी, दिल्ली विद्यापीठ संकुलापासून काहीच इमारती सोडून असलेल्या लहानशा घरात डॉ. रॉय एकटेच होते. ते डाळ-भात, लोणचं, दही असं रात्रीचं जेवण संपवत होते. त्यांच्या मनात अजूनही दुपारपासून घडणाऱ्या घटनांचेच विचार घोळत होते. हे सगळं खूपच झपाट्यानं घडलं होतं. जेवता जेवता ते

वहीची पानं चाळत होते. अचानक त्यांनी जेवणाचं ताट बाजूला ठेवलं आणि ते उभे राहिले.

त्यांनी एका कागदावर एक पत्र खरडलं. त्यानंतर ड्रॉवर उघडून त्यातून एक फाइल आणि एक गुंडाळलेली वस्तू बाहेर काढली. या वस्तू आणि ते पत्र त्यांनी एका लिफाफ्यामध्ये भरलं. डायरीमध्ये बघून त्यांनी त्या लिफाफ्यावर पत्ता लिहिला. त्यांनी कपडे बदलले, पाकिटात पैसे आहेत का पाहिलं आणि घरातून बाहेर पडून ते विद्यापीठाच्या दिशेनं चालू लागले.

थोड्याच वेळात ते दिल्ली विद्यापीठातल्या त्यांच्या कार्यालयात पोहोचले. तो लिफाफा पाठवून देण्याबाबत त्यांनी आपल्या संशोधन साहाय्यकाला एक चिठ्ठी लिहिली आणि पोस्टाच्या खर्चासाठी पुरेसे पैसे ठेवले. त्यांनी त्या लिफाफ्याला पुन्हा एकदा स्पर्श केला आणि मग रुमालानं आपल्या कपाळावरचा घाम पुसला. ते घरी जाण्यासाठी कार्यालयातून बाहेर पडले. एक गाडी त्यांच्या मागावर असल्याचं त्यांना कळलंच नाही.

दुसऱ्या दिवशी, राजधानीतल्या वृत्तपत्रांनी एक बातमी दिली.

दिल्ली विद्यापीठातील प्राध्यापक डॉ. बी. एन. रॉय यांचे काल रात्री एका भरधाव वाहनाच्या धडकेने निधन झाले. ''देशाने एक मोलाचा इतिहासकार गमावला आहे,'' अशा शब्दांत देशातील नेते मनोहर लाल यांनी शोक व्यक्त केला आहे. सूत्रांनी दिलेल्या माहितीनुसार, डॉ. रॉय ताजमहालावर एक विशेष संशोधन करत होते. त्यांच्या या संशोधनाने ताजमहालासंबंधीच्या सगळ्या ऐतिहासिक प्रश्नांना ठोस उत्तरे मिळाली असती.

भाग ३

माहिती अधिकाराच्या अंतर्गत याचिका

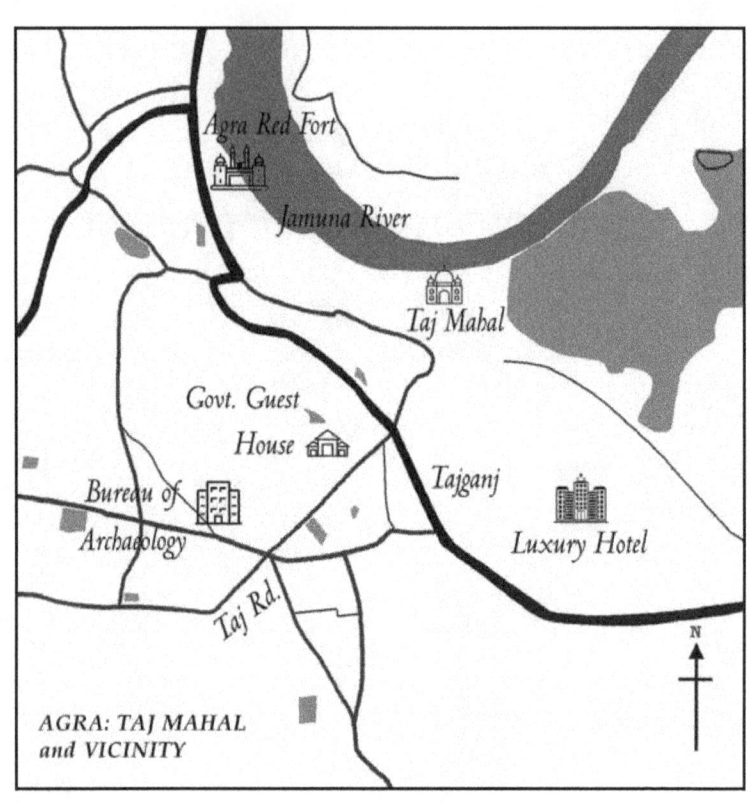

Agra Red Fort
Jamuna River
Taj Mahal
Govt. Guest
House
Tajganj
Bureau of
Archaeology
Luxury Hotel
Taj Rd.
N
AGRA: TAJ MAHAL
and VICINITY

प्रकरण ७

सद्यकाळ
रविवार, मे २८
आग्रा

रविवार दुपारची वेळ होती. मे महिना संपत आला होता. मान्सून सुरू व्हायला अजून काही आठवडे बाकी होते. अवकाळी पावसामुळे आणि ढगाळ वातावरणामुळे हवेत अनपेक्षित गारवा आला होता.

पुरातत्त्व विभागाच्या आग्रा सर्किटच्या कार्यालयापासून जवळच, ताज गंज परिसरातल्या कार्यालयामध्ये बसून सुनील प्रसाद संगणकावर काम करत होता. सुनील प्रसाद हा एक प्रसिद्ध आरटीआय म्हणजे माहिती अधिकार संदर्भात काम करणारा कार्यकर्ता होता. राइट टू इन्फर्मेशन ॲक्ट, म्हणजेच आरटीआयमुळे नागरिकांना कोणत्याही सरकारी विभागामध्ये अर्ज दाखल करून सरकारी योजना, धोरणं, प्रकल्प आणि आकडेवारी यांबद्दल माहिती जाणून घेण्याचा अधिकार प्राप्त होता. प्रसादच्या मेजावर 'भारतीय ऐतिहासिक संशोधनातील त्रुटी' नावाचं पुस्तक ठेवलेलं होतं. काम करताना तो अधूनमधून ते वाचत होता.

प्रसादच्या कार्यालयासमोर एक ऑटोरिक्षा येऊन थांबली. त्यातून एक पी कॅप घातलेला बुटका माणूस उतरला. त्याचे केस लांब होते. दाढीनं त्याचा बराचसा चेहरा झाकला होता. रिक्षाचं भाडं देऊन तो पट्कन प्रसादच्या कार्यालयात आला.

काही न बोलता तो प्रसादच्या मेजासमोर ठेवलेल्या खुर्चीत स्वतःहूनच बसला.

त्याच्याकडे पाहून प्रसादनं विचारलं, "बोला."

"तुम्ही माहिती अधिकारांतर्गत याचिका दाखल करण्यासाठी मदत करता ना?" त्या माणसानं विचारलं.

'तुम्हाला कशाबद्दल आरटीआय याचिका करायची आहे?' प्रसादनं विचारलं.

"मला याचिका निनावी दाखल करायची आहे." हे सांगून त्या माणसानं याचिकेबद्दल माहिती द्यायला सुरुवात केली.

त्या माणसाचं म्हणणं ऐकून घेतल्यावर प्रसादनं त्याला समजावण्याचा प्रयत्न केला. तो म्हणाला, "हे बघा, अशा याचिकांवर आपण सरकारचा वेळ वाया घालवू नये." तो माणूस बोलत असताना काढलेलं टिपण दाखवत प्रसाद म्हणाला, "ताजमहालाबाबत आधीच भरपूर साहित्य उपलब्ध आहे." हे बोलून तो थांबला. नंतर त्या माणसाला म्हणाला, "तुमचा आग्रहच असेल तर आपण याचिका दाखल करू या. पण, एक ध्यान्यात घ्या, की खासगी हितसंबंध असलेले गट आणि काही एनजीओ अनेकदा उथळ आणि निरर्थक याचिका दाखल करतात याबद्दल सरकार काळजीत आहे."

त्या माणसानं एक कागद बाहेर काढला. "याचिकेमध्ये मला हेच शब्द वापरायचे आहेत. पण, मी हा कागद तुम्हाला देऊ शकत नाही. याचा फोटो काढून घ्या."

प्रसादनं त्या कागदावर नजर फिरवली. "अतिशय सुसूत्रपणं लिहिलंय. तुम्ही वकील आहात का?" स्मार्टफोननं त्या कागदाचा फोटो घेत प्रसादनं विचारलं.

तो माणूस हळूच म्हणाला, "एकदा ही याचिका पूर्ण झाली ना, की ताजमहालाच्या कथेबद्दल प्रश्न करणाऱ्या सगळ्यांची तोंडं बंद होतील."

प्रसादनं त्या माणसाला आणखी काही प्रश्न विचारला नाही आणि त्याला एक अर्ज भरून द्यायला सांगितला. त्यानं अर्जात भरलेली माहिती काळजीपूर्वक तपासून प्रसाद त्या व्यक्तीला म्हणाला, 'तुमची याचिका लवकरच दाखल होईल. कृपया काही दिवसांनी पुन्हा एकदा चौकशी करा. पण, तुम्हाला हे काम तातडीनं व्हायला हवं असेल तर पुरातत्त्व विभागाच्या आग्रा सर्किटमधल्या काही लोकांना मी ओळखतो... तुम्हाला कळलंच असेल मला काय म्हणायचंय ते.' पैसे मागण्यासाठी वर्षानुवर्ष प्रचलित असलेली हातांची खूण त्यानं करून दाखवली. त्या माणसानं पाकिटातून काही पैसे बाहेर काढले आणि प्रसादकडे बघत आणखी नोटा बाहेर काढल्या.

"बरोब्बर," असं म्हणत प्रसादनं आनंदानं पैसे स्वीकारले. त्या माणसाला म्हणाला, "तुम्हाला उद्या ईमेलद्वारे पोचपावती येईल." *पुरातत्त्व विभागाच्या*

कामकाजावर मी काहीही प्रभाव टाकू शकत नाही, हे या माणसाला माहीत नसणार म्हणा, प्रसाद स्वतःशीच म्हणाला.

काही क्षण प्रसादकडे बघून तो माणूस तिथून निघून गेला.

प्रसादनं मान हलवली. *या लोकांना बाकी काही कामं नाहीत का?* तो पुन्हा कामाला लागला. पण, त्याच्या डोक्यात अजूनही त्या उथळ आणि निरर्थक याचिकेचा विचार घोळत होता.

प्रकरण ८

विजय कुमारचं बालपण फारसं सुखद नव्हतं. विजय काही कळण्याच्या वयात येण्यापूर्वीच वडील त्याच्या आईपासून विभक्त झालेले होते. त्यामुळे वडिलांबद्दल त्याला फारसं काही आठवत नव्हतं. नामवंत शास्त्रीय नृत्यांगना असलेली विजयची आई त्याला घेऊन माहेरी राहायला गेली. नृत्यातलं करिअर तिनं सुरूच ठेवलं होतं. नृत्याच्या निमित्तानं ती अनेक दिवस दौऱ्यावर असायची. विजयचे वडील नामवंत इतिहासकार आणि पुरातत्त्वशास्त्रज्ञ होते, पण त्यांच्या कामाबद्दल विजयला काही सांगावंसं त्याच्या आईला कधीही वाटलं नाही.

मोठा झाल्यावर विजयचा स्वभाव काहीसा विक्षिप्त झाला होता, पण तो बुद्धिमान होता. थोडासा हट्टी होता, पण प्रेमळही होता. तसंच विजय अंतर्मुखी व एकलकोंडा होता. गोष्टींचं ठोसपणे आणि अचूक विश्लेषण करण्याची विलक्षण क्षमता त्याच्यामध्ये होती. मर्मभेदी प्रश्न करण्याची त्याची पद्धत पाहून त्याचे आजोबा चकित होत. पण अतिचिकित्सा करत विश्लेषण करण्याची त्याची ही सवय त्यांना अनेकदा त्रासदायकही वाटायची. शाळेत असताना विजयला विज्ञान आणि गणित हे विषय आवडायचे, पण त्याचा खरा ओढा इतिहासाकडे होता. त्याच्या आईला याचीच जास्त काळजी वाटायची.

कॉलेजमध्ये विजयनं सिव्हिल इंजिनिअरिंगचं शिक्षण घेतलं, पण त्याला वास्तुशास्त्र आणि पुरातत्त्वशास्त्र या विषयांमध्येही प्रचंड रस होता. बांधकाम आणि शहर नियोजन हे विषय त्याला कंटाळवाणे वाटायचे, मग तो पुरातत्त्वशास्त्रातलं काहीतरी वाचत बसायचा. पदवीधर झाल्यानंतर त्यानं नागरी सेवा हे क्षेत्र निवडलं आणि सांस्कृतिक मंत्रालयाच्या अंतर्गत येणाऱ्या 'पुरातत्त्व' या सरकारी विभागात

त्याला नोकरीही मिळाली.

कार्यालयात, क्लिष्ट प्रश्न सोडवताना विजयचं कसब वापरून घेण्यात त्याच्या वरिष्ठांमध्ये स्पर्धा असे, पण त्याच्या चाकोरीबाहेरच्या विचारसरणीमुळे ते विजयची बोळवण देखील करत. विजयवर त्याचा काहीही परिणाम होत नसे. विजयच्या उत्कृष्ट कौशल्यांमुळे त्याची ख्याती होत गेली. इतकंच नाही, तर त्यानं पुरातत्त्वीय अभ्यास आणि विश्लेषणाच्या नव्या पद्धतीही शोधून काढल्या आणि आंतरराष्ट्रीय परिषदांमध्ये सादर केल्या. तरीही त्याला नोकरीत बढती मात्र कधीही सहजपणे मिळाली नाही.

खासगी आयुष्यामध्ये विजयला दीर्घकालीन, घट्ट नाती कधीही निर्माण करता आली नाहीत. त्यानं रीमा नावाच्या कॉलेजमधल्या मैत्रिणीशी लग्न केलं. विजयनं रीमाच्या आवडीनिवडींची फारशी पर्वा केली नसली तरी रीमा मात्र त्याची आवड जोपासण्यासाठी प्रोत्साहन द्यायची. त्यांची मुलगी नंदिनी लहान असताना, सरकारी नोकरीतून मिळणारा पगार तुटपुंजा असला तरी विजय तिला आणि रीमाला घेऊन लंडन फिरायला गेला. पण, दुर्दैवानं त्यांच्या लंडन ट्रिपचा शेवट दुखःद झाला. एका भीषण कार अपघातामध्ये रीमाचा जागीच मृत्यू झाला. विजयनं या घटनेबद्दल भारतात कोणालाही कधी फारसं सांगितलं नाही. नंदिनीलाही अपघाताच्या पुसट आठवणीच होत्या.

विजयनं एकल पालक बनून मुलीला लहानाचं मोठं केलं. त्यानं कर्ज काढून नंदिनीला चांगल्या बोर्डिंग स्कूलमध्ये पाठवलं. शाळेच्या सुट्यांमध्ये तो बरेचसे दिवस तिला आजोळी पाठवत असे. आईच्या मृत्यूविषयी आपले वडील काहीतरी लपवत आहेत, अशी भावना विजयच्या नकळत नंदिनीच्या मनात रुजू लागली होती.

विजयनं दक्षिण भारतातल्या प्रसिद्ध पद्मपुरम मंदिराचा भूमिगत मार्ग शोधून काढला. त्याच्या या उल्लेखनीय पुरातत्त्वीय कार्याचा गौरव करण्यात आला. या गुप्त मार्गिकेचा शोध लागल्यानं संशोधकांना मंदिरातल्या मोठ्या प्राचीन खजिन्यापर्यंत पोहोचणं शक्य झालं. विजयनं हा गुप्त मार्ग कसा शोधला, हे कोणालाच नेमकं कळलं नाही. तो द्रष्टा आहे असंही कार्यालयातील काही लोक म्हणू लागले होते. या शोधाचं बरंचसं श्रेय त्याच्या वरिष्ठ अधिकाऱ्यानं लाटलं आणि विजयची अन्यत्र बदली केली. याचाही विजयवर काहीही परिणाम झाला नाही. तो त्याच्या कामामध्ये खूश होता.

विजयची बदली नुकतीच पुरातत्त्व विभागाच्या (ब्यूरो ऑफ अर्कियॉलॉजी -

बीओए) आग्रा सर्किटमध्ये झाली होती. आगऱ्यामध्ये काम करणं रंजक आणि आव्हानात्मकही असेल, असं त्याला वाटलं. आगऱ्यापासून एकशे पन्नास मैलांवर असलेल्या दिल्ली विद्यापीठात सध्या शिकणाऱ्या नंदिनीपासूनही तसं जवळ राहता येईल, असंही त्याच्या मनात आलं.

आगऱ्यातल्या दोन जगप्रसिद्ध वास्तू - ताजमहाल आणि लाल किल्ला – हे विजयसाठी नवं कार्यक्षेत्र होतं. विजयच्या आग्रा सर्किट कार्यालयातल्या पहिल्या दोन दिवसांत फारसं काहीच घडलं नाही. त्याला काम नेमून देण्यासाठी वरिष्ठ अधिकारी राकेश चोप्रा यांच्याकडे दोन दिवस फुरसतच नव्हती. राकेश चोप्रा अधीक्षक पुरातत्त्वशास्त्रज्ञ होते. तरीही विजयनं वेळेचा सदुपयोग करण्यासाठी बीओएच्या लायब्ररीतून पुरातत्त्वशास्त्र आणि इतिहास या विषयांवरची अनेक पुस्तकं आणि प्रकाशनं मागवून घेतली. नंदिनीला भेटण्यासाठी वीकेंडला दिल्लीला जावं, असा विचारही त्यानं केला.

प्रकरण ९

मंगळवार, मे ३०
आरटीआय याचिका दाखल झाल्यानंतर दोन दिवसांनी

आगऱ्यातल्या मॉल रोडवर पुरातत्त्व विभागाची ऐसपैस सरकारी इमारत आहे. ही इमारत बीओए आग्रा सर्किट नावानं परिचित आहे. एकेकाळी या इमारतीमध्ये उच्चस्तरीय ब्रिटिश अधिकारी राहायचे. इमारतीभोवती उंच भिंतींचं कुंपण आहे आणि बाहेरचा भाग पिवळ्या रंगानं रंगवलेला आहे. आवारातली कडुनिंबाची, आंब्याची झाडं, आणि काही भागांमध्ये लावलेलं लॉन हे डोळ्यांना सुखद वाटे, पण अन्यथा इमारतीच्या आजूबाजूचं वातावरण तसं भकासच होतं. अर्थात तिथे काम करणाऱ्यांना त्याचं फारसं काही वाटत नसे. आग्रा हे शहर भव्य वास्तूंसाठी आणि विशेषतः जगप्रसिद्ध ताजमहाल व आग्रा रेड फोर्ट यांसाठी प्रसिद्ध आहे. या दोन्ही वास्तू बीओए कार्यालयापासून केवळ दोन किलोमीटर अंतरावर आहेत. कदाचित, अधिकार क्षेत्रातील या दोन प्रसिद्ध वास्तू आणि त्यांचं सान्निध्य यामुळे बीओए आग्रा सर्किटचं संपूर्ण पुरातत्त्व विभागामध्ये कमालीचं वजन निर्माण झालं होतं.

त्या दिवशी दुपारी, अधीक्षक पुरातत्त्वशास्त्रज्ञ राकेश चोप्रा दिल्लीतील बीओएचे महासंचालक डॉ. नायक यांच्याशी फोनवर बोलत होते. डॉ. नायक यांना अलीकडेच बीओए आग्रा येथून बढती मिळाली होती आणि आग्रा सर्किटच्या कार्याची चांगली माहिती होती.

चोप्रा काहीसे चिंतेत होते. ''नायक सर, तुम्हाला माहीतच आहे, की

आपल्याकडे ताजमहालावर माहिती अधिकारांतर्गत याचिका आलीय. मुघल सम्राट शहाजहाननं ताजमहाल कसा आणि केव्हा बांधला, याचा तपशील जाहीर करावा, अशी मागणी या आरटीआय याचिकेत केलेली आहे.''

"हो, मला माहीत आहे,'' महासंचालक नायक यांनी रुक्षपणे उत्तर दिलं. पुढचं पाऊल कोणतं उचलायचं, याचा विचार त्यांनी आधीच केलेला होता. 'तुमच्याकडे ताजमहालावरचं नेहमीचं साहित्य आहे, बरोबर? एखाद्या रिकामटेकड्या व्यक्तीला या प्रकरणाचा प्रमुख बनवा, त्याच्या हातात मोजक्या जणांची एक टीम द्या. फार साहसीपणा दाखवू नको, असं त्याला बजावा आणि 'केवळ साहित्य वाच व याचिकेवर उत्तर तयार कर,' असं त्याला सांगा. ठीक आहे?''

चोप्रांना हे फारसं पटलेलं नव्हतं. "पण सर, आजकाल बरीच शहानिशा केली जाते. सांस्कृतिक मंत्री जातीनं सर्व प्रकरणांचा आढावा घेतात. निवडणुकीच्या वर्षामध्ये त्यांना कोणतीही वादग्रस्त घटना घडायला वाव द्यायचा नाहीये.''

"चोप्रा, तुम्ही याची काळजी करू नका. मंत्र्यांना मी सांभाळतो,'' डॉ. नायक यांनी चोप्रांना पुन्हा आश्वस्त केलं. "आणखी एक, टीममध्ये मलिक यांचा आवर्जून समावेश करा. ताजमहालाचा इतिहास मलिकना जितका माहिती आहे, तितका कोणालाच माहीत नाही.''

"हो, सर.'' चोप्रांना आता जरा हायसं वाटलं होतं. ते काही क्षण थांबले आणि मग काहीतरी आठवून म्हणाले, "सर, विजय कुमार नावाचा नवा साहाय्यक पुरातत्त्वशास्त्रज्ञ रुजू झालाय. ओडिशा सर्किटमधून त्याची इथे नुकतीच बदली झालीय. मी बहुतेक त्याला केबिनमधल्या खुर्चीत बसून डुलक्या घेत असल्याचं किंवा आपल्या कार्यालयाच्या ग्रंथालयातून आणलेल्या पुस्तकांच्या गठ्ठ्यामध्ये बुडून गेल्याचं पाहिलं आहे.''

"पण, मी असं ऐकलंय की, ओडिशा सर्किटमध्ये त्याच्याबद्दल काही प्रश्न निर्माण झाले होते,'' काहीतरी आठवून नायक म्हणाले. "त्याचं समुपदेशन नाही का करण्यात आलं?''

"सर, त्याची कार्यपद्धती, कदाचित तापटपणा, याबद्दल काहींच्या तक्रारी होत्या, पण मुख्यालयानं त्याच्याशी चर्चा केल्यानंतर सगळं सुरळीत झालं होतं. मला वाटतं त्याचाही समावेश करावा,'' चोप्रा टीमवर सदस्य नेमण्याचं आपलं काम सोपं करण्याच्या प्रयत्नात होते. "मला वाटतं, युनेस्को इंटर्न सोनिया फरजानीला त्याच्याबरोबर काम करायला सांगावं. ती अतिशय हुशार आहे, पण तिच्याकडे आत्ता फारसं काम नाहीये. सध्या ती ताजमहालातल्या बंद खोल्यांमध्येच वेळ व्यतीत करत असते आणि सरकारी पासवर मित्रमंडळींना ताज बघायला घेऊन जाते.''

"बरं. आणखी कोण असू शकतं?"

"जे. एन. विद्यापीठातून शिकून आलेल्या तरुण समीर सेठचा समावेश टीममध्ये करता येऊ शकतो. त्याला मुघलांचा इतिहास चांगला परिचित आहे आणि पुरातत्त्वशास्त्राचं ज्ञानही आहे. शिवाय, त्याला तंत्रज्ञानही उत्तम अवगत आहे."

"उत्तम." संचालक नायकना चोप्रांचा हा विचार पटला असावा; पण त्यांना पुन्हा काहीतरी आठवलं. "चोप्रा, आणखी एक, कुठेही वाच्यता करू नका, इंटरपोलनं सरकारला आणि युनेस्कोला सूचित केलेलं आहे. अत्यंत मौल्यवान अशा मुघलकालीन सोन्याची आणि रत्नांची काळ्या बाजारात खरेदी-विक्री होतेय, असं इंटरपोलच्या नजरेस आलंय. सोनं आणि रत्नं ताजमहालातल्या कबरींमधली आहेत, असा संशयही व्यक्त होत आहे. त्यांना याबद्दल अद्याप पूर्ण खात्री नाही, पण आपल्याला हे माहीत असायला हवं, असं त्यांना वाटतं."

चोप्रांसाठी हे धक्कादायक होतं. ते बीओए आग्रा सर्किटचे प्रमुख असूनही त्यांच्या कानावर ही बातमी अजून आलेली नव्हती. "पण सर, हे शक्यच नाही. ताजमहालातल्या सगळ्या मौल्यवान गोष्टींची एकतर केव्हाच लूट झालीय किंवा त्या गोळा केल्या गेलेल्या आहेत, हे आपणही जाणता. तिथे आता काहीही उरलेलं नाहीये. कोणाच्याही हाती तिथे काय लागणार आहे? आणि सगळ्यात महत्त्वाचं म्हणजे, ताजमहाल पूर्णतः सुरक्षित आहे. तिथे कुठल्याही प्रकारची मोडतोड वा घुसघोरी करणं अशक्य आहे."

"माहीत आहे मला, चोप्रा," नायक म्हणाले. "मला तिथली सगळी परिस्थिती चांगली ठाऊक आहे. पण, त्यांनी सरकारला सूचित केलेलं असल्यानं आपण सावधगिरी बाळगायला हवी. आत्ता आपण काहीच करायचं नाहीये. पण, तुम्ही तिथल्या पोलिसांना आणि सेंट्रल ब्यूरोचे इन्स्पेक्टर हरपाल सिंग यांना कळवून ठेवा. ठीक आहे? आपण नंतर बोलू या." इतकं बोलून संचालक नायक यांनी फोन ठेवून दिला.

राकेश चोप्रा यांनीही फोन ठेवला आणि खुर्ची मागे रेलून मनातली अस्वस्थता कमी करण्याचा प्रयत्न केला. त्यांनी कार्यालयाच्या खिडकीतून बाहेर नजर टाकली आणि त्यांच्या मनात भूतकाळाचे विचार डोकावू लागले.

राकेश चोप्रा यांची पुरातत्त्व विभागामध्ये प्रदीर्घ कारकीर्द झाली होती. अनेक वर्षांपूर्वी, मोठ्या अपेक्षा ठेवून ते बीओएमध्ये रुजू झाले होते. एक दिवस काही उल्लेखनीय पुरातत्त्वीय काम करून दाखवायचं, असं त्यांचं स्वप्न होतं. प्रसिद्ध पुरातत्त्वशास्त्रज्ञ डॉ. बी. बी. लाल यांनी पश्चिम भारतातल्या राजस्थान राज्यामधल्या

कालिबांगी या पाच हजार वर्षांपूर्वीच्या ठिकाणाचा शोध लावण्याचं जसं महान कार्य केलं, तसंच काहीतरी महत्त्वाचं काम त्यांना करायचं होतं. परंतु, हे स्वप्न प्रत्यक्षात मात्र कधीच साकारलं नाही.

काळ उलटत गेला आणि नोकरशाहीनं त्यांना थकवलं. त्यांच्या वाट्याला क्वचितच महत्त्वाचं पुरातत्त्वीय संशोधन आलं. त्यांच्या विभागातल्या कोणीही अभावानेच त्यांच्या प्रस्तावांना महत्त्व दिलं. वसाहतकाळातल्या इतिहासकारांनी आणि पुरातत्त्वशास्त्रज्ञांनी या बाबतीत बरंच काम केलेलं आहे आणि अशा प्रकल्पांवर सार्वजनिक संसाधनं वाया घालवण्याची आवश्यकता नाही. अशा अनावश्यक संशोधनाऐवजी लोकशिक्षणावर सार्वजनिक संसाधनं खर्च करावी, असाच प्रतिसाद अनेकदा त्यांना वरिष्ठ अधिकाऱ्यांकडून मिळत असे. चोप्रा त्यांच्याशी सहमत नसायचे, पण नोकरशाहीच्या विरोधात जाण्याची ताकद त्यांच्यामध्ये नव्हती. काही काळानंतर, त्यांनी नवनवे प्रस्ताव तयार करणं सोडून दिलं आणि अखेरीस, बीओएनं पूर्वी केलेल्या अभ्यासाविषयी प्रश्न विचारणंही. त्यांच्यातल्या पुरातत्त्वशास्त्रज्ञाला भावेल, असं आव्हानात्मक काम आता उरलेलंच नव्हतं. तरीही त्यांना वाटायचं, की बीओएतले लोक सक्षम, निष्ठावान, आणि तत्पर आहेत पण राजकीय दबावापुढे त्यांचा नाइलाज होतो.

चोप्रांसाठी बीओए कार्यालयातलं काम अगदी चाकोरीबद्ध झालं होतं. अनेकदा त्यांना अहवाल लिहिणं आणि आगऱ्यातल्या जगप्रसिद्ध वास्तूंना भेट देण्यासाठी येणाऱ्या राष्ट्रीय व आंतरराष्ट्रीय पाहुण्यांच्या दौऱ्याची व्यवस्था करणं, हेच काम करावं लागायचं. पुरातत्त्वशास्त्राच्या दृष्टिकोनातून असलेली चोप्रांची उत्सुकता केव्हाच मावळली होती. ते निवृत्तीला टेकलेले होते आणि मुदतपूर्व निवृत्ती घेण्याच्या विचारात होते.

माहिती अधिकारांतर्गतची एक याचिका आली आणि चोप्रा वैतागले. नोकरीच्या या टप्प्यामध्ये क्षुल्लक वाटावी, अशी ही आरटीआय याचिका त्यांना अनपेक्षित व नकोशी वाटणं स्वाभाविक होतं. परंतु, संचालक नायक यांच्याशी बोलणं झाल्यावर मात्र त्यांना जरा हलकं वाटलं. नायक यांना हे प्रकरण लवकरात लवकर निकालात काढायचं आहे, हे स्पष्ट दिसत होतं. चोप्रा साशंक असले तरी मनात त्यांना या कामामध्ये विजय कुमारसारख्या नव्या आणि हुशार पुरातत्त्वशास्त्रज्ञाला सहभागी करून घेण्याच्या संधीविषयी कमालीचा उत्साह वाटत होता. विजयच्या क्षमतेची आणि विक्षिप्तपणाची त्यांना कल्पना होती, तरीही विजयला संधी देण्याची त्यांची तयारी होती. त्यांनी पुढच्या दिवसाचं नियोजन केलं.

प्रकरण १०

दुसऱ्या दिवशी
बुधवार, मे ३१

विजय कुमार झोपेतून किंचाळत उठला. स्वप्नातून भानावर येण्यासाठी तो डोळे चोळू लागला. *मी कुठे आहे? भुयारात? दालनात?* आपण आगऱ्यातल्या केंद्र सरकारच्या अधिकारी विश्रामगृहामध्ये आपल्याच बेडवर आहोत, याची जाणीव झाल्यावर तो थोडासा शांत झाला. त्यानं घड्याळात पाहिलं. सकाळचे जवळजवळ आठ वाजले होते. त्यानं खोलीत इतरत्र नजर टाकली. त्याच्या बॅगा अजूनही उघड्या पडल्या होत्या आणि कपडे खोलीत विखुरलेले होते. तितक्यात घड्याळाचा गजर वाजला. त्या आवाजानं तो दचकला. रेडिओवर एक जुने हिंदी गाणं वाजू लागलं.

एक शहनशाह ने बनवा के हसीं ताजमहल,
सारी दुनिया को मोहब्बत की निशानी दी है

या गाण्यानं वैतागून विजय कुमार कुशीवर वळत पुटपुटला, "मी आगऱ्यामध्ये आल्यापासून इथे जणू फक्त हेच गाणं वाजतंय." त्यानं गजर बंद करून टाकला आणि पुन्हा झोपण्याचा प्रयत्न केला. तितक्यात त्याचा फोन खणखणला. नाइलाजानं त्यानं त्याच्या मुलीचा कॉल घेतला.

"हॅलो नंदिनी."

"हॅलो बाबा."

“उन्हाळी सत्रातले अभ्यासक्रम कसे सुरू आहेत?”

“ठीक, पण बाबा तुम्ही विद्यापीठाला धनादेश पाठवायला पुन्हा विसरलात. मला आत्ताच नोटीस मिळालीय.”

“अर्र, सॉरी गं. आगऱ्याला जाण्याच्या गडबडीत मी पूर्णपणे विसरून गेलो बघ. येत्या काही दिवसांत मी तुला पैसे पाठवीन. माझं कर्जाचं काम व्हायला हवं.”

“चालेल. तुमच्या कामाचा आज तिसरा दिवस आहे ना?”

“हो. बरं झालं मला आठवण केलीस ते. तुझ्याशिवाय माझं कसं होणार?”

“बरं, बाबा, आता तुमच्या नव्या कार्यालयात जायची वेळ झालेली आहे. तुम्हाला उशीर नाही का झालाय?” जरा थांबून नंदिनीनं विचारलं, “तुम्ही पुन्हा मद्यपान तर सुरू केलेलं नाही ना?”

“मी प्रयत्न करतोय,” व्हिस्कीच्या बाटलीकडे बघत विजय कुमार म्हणाला. “आणि तसंही, विश्रामगृहामध्ये मद्यपान करायला मनाई आहे.”

“बरं, मला आता इतिहासाच्या तासासाठी निघायला हवं. प्रसिद्ध इतिहासकार प्राध्यापक प्रोतिमा माथुर आज अतिथी व्याख्यात्या म्हणून येणार आहेत. मी तुमच्याशी नंतर बोलते.”

विजय म्हणाला, “थांब जरा, मी या आठवड्याच्या शेवटी तुला भेटायला दिल्लीला यायचा विचार करत होतो.”

नंदिनीनं इतक्या पट्कन फोन ठेवला, की तिनं शेवटची वाक्य ऐकली की नाहीत, हे विजयला नेमकं कळलं नाही. तो अंथरूणातून बाहेर आला आणि त्यानं व्हिस्कीची बाटली टेबलाच्या खालच्या खणात ठेवून दिली. त्यानंतर, अधीक्षक चोप्रा यांना आपल्यासाठी आज तरी वेळ असेल, या अपेक्षेनं तो तिसऱ्या दिवशी कामाला जाण्यास तयार झाला.

प्रकरण ११

बुधवार, मे ३१
सकाळी, काही वेळानंतर

विजय कुमार सकाळी साडेनऊ वाजता, मॉल रोडवरील पुरातत्त्व विभागाच्या आग्रा सर्किटच्या कार्यालयात पोहोचला. तो कार्यालयाच्या इमारतीत पोहोचताच, कार्यालय साहाय्यक सुभाष त्याच्याशी बोलण्यासाठी पुढे आला.

"कुमार सर, अधीक्षक चोप्रा तुमची वाट बघत आहेत.''

"सुभाष, का बरं?'' विजयनं त्याला विचारलं. "गेले दोन दिवस त्यांना माझ्याशी बोलायलाही वेळ नव्हता, आणि आता ते माझी वाट बघतायत?'' तो चोप्रांच्या कार्यालयाच्या दिशेनं वळला, पण सुभाषनं त्याला अन्य ठिकाणाच्या दिशेनं खूण केली.

"तिकडे नाही, कॉन्फरन्स रूममध्ये.''

विजयची उत्सुकता वाढली. "सुभाष, नेमकं काय चाललंय? मला इथे येऊन फक्त दोनच दिवस झालेत. त्यांनी आधीच माझ्यासाठी काम ठरवून ठेवलंय का?'' काहीच न बोलता सुभाष नुसताच हसला.

कॉन्फरन्स रूममध्ये, एका गोलाकार मेजाभोवती बसलेले चोप्रा आणि आणखी तिघे जण विजयची वाट पाहत होते. विजयनं त्या सगळ्यांवर एक नजर फिरवली. त्यांना त्यानं गेल्या दोन दिवसांत कार्यालयात पाहिलं होतं, पण त्यांच्याशी त्याचं बोलणं झालं नव्हतं. चोप्रांनी जराही न हसता विजयचं स्वागत केलं आणि बाकीच्या मंडळींशी ओळख करून दिली.

"विजय कुमार, या सोनिया फरजानी आहेत. त्या युनेस्कोच्या शिकाऊ उमेदवार म्हणून काम करतात."

विशी उलटत आलेली सोनिया दिसायला आकर्षक होती. *युनेस्कोवाले शिकाऊंना बीओएमध्ये पाठवतात?* विजयला नवल वाटलं.

"हे समीर सेठ." साधारण पंचविशीतला आणि पोरगेलासा दिसणारा समीर विश्लेषक होता. "हे आमचे कागदपत्र सांभाळणारे तज्ज्ञ आहेत," चोप्रांनी त्याचं कौतुक करत म्हटलं.

"आणि हे चांद मलिक, आमचे क्षेत्रीय अधिकारी." मलिक यांचे डोळे खोलवर गेलेले होते. ते वयस्कर असावेत, पण विजयला त्यांच्या वयाचा अंदाज बांधता आला नाही.

चोप्रा म्हणाले, "मलिकजी सर्वाधिक काळ सेवेत असलेले ताजमहालाबाबतचे तज्ज्ञ आहेत." यावर विजयनं केवळ मान हलवली.

त्यानंतर चोप्रा विजयकडे वळले. "हे विजय कुमार, नवे साहाय्यक पुरातत्त्वशास्त्रज्ञ. आपणापैकी अनेकांना पद्मपुरम मंदिराच्या गाजलेल्या प्रकरणासंदर्भात यांचं नाव कदाचित आठवेल."

"तुम्हा सगळ्यांना भेटून फार आनंद वाटला, आणि मला विजयच म्हणा," असं म्हणून विजय चोप्रांकडे वळला. "माफ करा, चोप्राजी, आजच्या बैठकीचं प्रयोजन काय आहे?"

"सांगतो." चोप्रा खाकरले आणि त्यांनी बोलायला सुरुवात केली, "आपल्याकडे माहिती अधिकारांतर्गत एक नवीन याचिका आली आहे. ही याचिका ताजमहालासंबंधी आहे." चोप्रांनी प्रत्येकाला याचिकेची एक-एक प्रत दिली. त्यांनी याचिकेबद्दल सर्वांना आणि प्रामुख्यानं विजयला माहिती द्यायला सुरुवात केली. "आरटीआय याचिकेमध्ये असं म्हटलंय," चोप्रा मोठ्यानं वाचू लागले.

"(१) कृपया पुढीलबाबत देशाच्या नागरिकांना संपूर्ण, विश्वासार्ह, पडताळून पाहण्याजोगे आणि अधिकृत कागदोपत्री पुरावे द्यावेत– अ) ताजमहाल असे नाव देण्यात आलेल्या वास्तूचे बांधकाम करण्याचा आदेश शहजहाननं दिला आणि वास्तूचे बांधकाम पूर्ण केले, ब) मुमताझ आणि शहाजहान यांना ताजमहालामध्ये दफन करण्यात आले, आणि क) बांधकामासाठी लागलेला कालावधी.

(२) कृपया देशाच्या नागरिकांना अलीकडच्या काळात आणि व्यावसायिक पद्धतीने केलेल्या पुरातत्त्वीय सर्वेक्षणाचा संपूर्ण तपशील द्यावा, आणि सर्वेक्षण केलेले नसल्यास त्यामागची कारणे नमूद करावीत.

(३) कृपया देशाच्या नागरिकांना ताजमहालाच्या बाबतीत कार्बन डेटिंग किंवा वय निर्धारित करणारी अन्य कोणतीही प्रक्रिया केली असल्यास त्यातील निकालांची माहिती द्यावी.

(४) ताजमहाल अगोदर मंदिर होते का, हे जाणून घेण्याचा या याचिकेचा उद्देश नाही.''

चोप्रा बोलायचे थांबले. त्यांनी विजय येण्यापूर्वी बाकीच्या मंडळींना आरटीआय याचिकेबद्दल माहिती दिलेली असल्याचं दिसत होतं.

''सर,'' विजयनं बोलायचा प्रयत्न केला, पण चोप्रा पुढे बोलत राहिले. ''तर, पुढचे काही दिवस विजय कुमार तुम्हा सर्वांचे प्रमुख असतील. आणि विजय कुमार, ही तुमची टीम आहे. तुम्हा सर्वांवर ही कामगिरी सोपवण्यात आली आहे. मला लवकरात लवकर या आरटीआय याचिकेचं उत्तर तयार हवं आहे. वरिष्ठ अधिकारी या प्रकरणाकडे लक्ष देत आहेत, हे कृपया लक्षात ठेवा.'' चोप्रा बोलायचे थांबले आणि विजयकडे बघू लागले.

बोलण्यापूर्वी विजयनं उपस्थित असलेल्या सर्वांवर एक नजर फिरवली. ''सर, हे सगळं संभ्रमात टाकणारं आहे. तुम्हाला माहीतच आहे, की माझी नुकतीच बदली झालीय. माझ्यासाठी आग्रा नवीन आहे. मला ताजमहालाविषयी काहीही माहिती नाही. ही कामगिरी माझ्यावर का सोपवण्यात आलीय, हे मला नीटसं कळलं नाही.''

चोप्रांनी यावर काहीच उत्तर दिलं नाही.

विजय पुढे बोलत राहिला. ''या याचिकेचं उत्तर तयार करणं इथल्या अनुभवी कर्मचाऱ्यांसाठी तसं सोपंच ठरेल, नाही का?'' त्यानं उपस्थितांवर एक नजर टाकली. ''मला असं म्हणायचंय, ताजमहालाचा इतिहास सर्वश्रुत आहे आणि कागदपत्रांमध्ये संपूर्णपणे नमूद करून ठेवलेला आहे. नाही का?''

चोप्रा मान हलवून म्हणाले, ''असायला तर पाहिजे.'' त्यांनी पुन्हा एकदा प्रत्येकाकडे पाहिलं. ''पण, ताजमहालाबाबत अशी माहिती पुरवण्याची मागणी आपल्याकडे यापूर्वी कधीही करण्यात आलेली नाही. आता, नागरिकांच्या याचिकेला योग्य उत्तर देणं, ही आपली जबाबदारी आहे.'' त्यांनी नजर पुन्हा विजयकडे रोखली. ''विजय, आम्ही तुमच्या कौशल्यांबाबत खूप ऐकलंय. आता, हे काम ही तुमची जबाबदारी आहे. मला या प्रकरणाबाबत वेळोवेळी माहिती मिळत राहायला हवी.'' इतकं बोलून चोप्रा उठून निघून गेले.

निदान सध्यातरी, चोप्रा कोणत्याही प्रश्नांची दखल घेणार नाहीत, हे विजयच्या स्पष्ट लक्षात आलं. अधिकारी मंडळी त्रासदायक प्रकरणं कशी अन्य व्यक्तींकडे सोपवतात, हे विजयनं आजवरच्या कारकिर्दीमध्ये अनुभवलेलं होतं.

जाताना चोप्रांनी मलिकना त्यांच्यासोबत बाहेर येण्यास सांगितलं. काचेच्या दारातून विजयनं दोघांना आपसात बोलताना पाहिलं. चोप्रा मलिकना कशाबद्दल तरी सूचना देत असावेत, असं त्यांच्या हावभावांवरून वाटत होतं.

मलिक परत रूममध्ये आले. विजयनं स्वतःला सावरून परिस्थितीचा आढावा घ्यायला सुरुवात केली. त्यानं सगळ्या टीमकडे पाहिलं. "ठीक आहे. आपण कुठून सुरुवात करू या? तुमच्यापैकी प्रत्येकानं स्वतःविषयी माहिती द्यावी."

एकेक करून सगळ्यांनी स्वतःची ओळख करून दिली.

युनेस्कोची शिकाऊ उमेदवार म्हणून आलेली सोनिया फरजानी इंग्लंडची होती. तिनं कला शाखेत इतिहास आणि पर्शिअन या विषयांमध्ये पदव्युत्तर शिक्षण घेतलं होतं. ती अस्खलित हिंदी बोलत होती. साधारण महिन्यापूर्वी कामाला सुरुवात केल्यापासून, ती आगऱ्याच्या इतिहासाबद्दल केवळ छोटे लेख लिहिण्याचं काम करत होती. ती ताजमहालाला नियमित भेट देत असे. विजयबद्दल आणि त्यानं पद्मपुरम मंदिराचं गूढ कसं उकललं याबद्दल ऐकलंय, असं सोनियानं सांगताच विजय प्रभावित झाला. त्याच्या संशोधन पद्धतीचीही तिला माहिती होती. सोनिया बुद्धिमान आणि आत्मविश्वासपूर्ण वाटत होती. विजयला नेहमीच हुशार स्त्रियांचा आदर वाटायचा.

समीर सेठ गेली काही वर्षं बीओए आग्रा सर्किटमध्ये काम करत होता. त्याला ताजमहालाबद्दल आणि संबंधित कागदपत्रांबद्दल बरीच माहिती होती. बीओएमध्ये तो सहसा निरनिराळ्या सरकारी प्रकाशनांसाठी मदत करत असे. त्याच्या चेहऱ्यावर नीरसता आणि कंटाळवाणेपणा दाखवणारे हावभाव होते. तो सतत फोनवर टेक्स्ट करत होता. सोनिया आग्रा रेड फोर्टवर बराच वेळ घालवते आणि तिला मार्शल आर्ट्सही येतं, हेही त्यानं पट्कन सांगून टाकलं.

हा समीर त्रासदायक ठरणार आहे की काय? विजयच्या मनात आलं.

सगळ्यात शेवटी, वयस्कर मलिकांनी स्वतःची ओळख करून दिली. पुरातत्त्व विभागामध्ये ते अनेक वर्षं कार्यरत होते. बीओएमध्ये त्यांची कारकीर्द नेमकी कशी राहिली, हे विजयला नीटसं कळू शकलं नाही. मलिक यांनी बीओएमध्ये क्लार्क म्हणून सुरुवात केली आणि नंतर वेगवेगळी पदं भूषवली होती. त्यांनी ताजमहालावर संशोधन करणाऱ्यांना मदत केली होती, तसंच युनेस्कोच्या सध्याच्या कामातही सहकार्य केलं होतं.

मलिक यांनी त्यांची ओळख अचानक आवरती घेतली आणि विजयकडे वळून म्हणाले "विजय कुमारजी, आता तुमच्याबद्दल सांगा." मलिकच्या आवाजात कार्यालयीन पदापेक्षा अनेक वर्षांच्या अनुभवातून मिळालेली अधिकारवाणी जाणवत होती.

"चोप्रांनी माझ्याबद्दल जे सांगितलं त्यापेक्षा वेगळं सांगण्यासारखं फार काही नाहीये." विजयनं त्याची ओळख थोडक्यात आटोपली. "मी मूळचा सिव्हिल इंजिनिअर आहे, पण पुरातत्त्वशास्त्रज्ञ आणि इतिहासकार बनलो आणि पुन्हा एकदा सांगावसं वाटतं, मी आगऱ्यामध्ये नवीन आहे. या प्रकरणाबद्दल किंवा ताजमहालाबद्दल मला काहीही माहिती नाही."

"सर, तुम्ही हार्वर्ड विद्यापीठातले प्राध्यापक डॉक्टर डेव्हिस यांच्या अंतर्गत केलेल्या फेलोशिपबद्दल मी ऐकलंय," सोनिया म्हणाली.

"तुला डॉक्टर डेव्हिस माहीत आहेत?" विजयनं विचारलं. म्हणाला, "ती खरंतर फेलोशिप नव्हती. मी सरकारी शिष्यवृत्तीच्या मदतीने छोटासा अभ्यासक्रम पूर्ण केला. त्यामध्ये मला डॉक्टर डेव्हिस यांच्याकडून पुरातत्त्वीय अभ्यासाबद्दलच्या त्यांच्या तर्कशुद्ध, विचारपूर्ण, व काउंटर इंट्युइटिव्ह म्हणजे अंतर्ज्ञान-विरोधी दृष्टिकोनाविषयी खूप शिकता आलं."

"हावर्ड विद्यापीठातले डॉक्टर हर्बर्ट डेव्हिस? वा!" समीर म्हणाला. "त्यांनीच इजिप्त पिरॅमिडचं प्रकरण सोडवलं होतं ना?" विजयनं होकारार्थी मान डोलावली.

विजयच्या ओळखीवर मलिक यांनी काहीही प्रतिक्रिया व्यक्त केली नाही.

"काहीच महिन्यांपूर्वी तुम्ही लंडन परिषदेत केलेल्या पद्मपुरम मंदिराबाबतच्या प्रेझेंटेशनबद्दलही आम्हाला माहिती आहे," सोनिया म्हणाली, "सादरीकरण छान झालं होतं."

"अरे वा, सोनिया, तुला माझ्याबद्दल बरीच माहिती आहे." विजय हसला आणि सगळ्यांकडे बघत म्हणाला, "ठीक आहे, टीम. कामाला सुरुवात करू या. सर्वप्रथम, मला माझा दृष्टिकोन स्पष्टपणे सांगायचाय. ऐतिहासिक विषयाचं संशोधन करत असताना मला केवळ वास्तववादी बाबीच विचारात घेणं, तार्किक विचार करणं आणि पुराव्यांचा मेळ घालणं आवडतं. पण, मला तुम्हा सर्वांचे विचारही जाणून घ्यायचे आहेत. तुम्हाला या आरटीआय प्रकरणाबद्दल काय वाटतं?"

प्रत्येकानं आपापली मतं मांडली. विजय त्यांचं बोलणं काळजीपूर्वक ऐकत होता आणि टिपण काढून घेत होता. "बरं, हे सगळं ठीक आहे, पण मला एक गोष्ट कळत नाहीये." विजय बोलताना थांबला. त्यानं विचारलं, "शहाजहाननं ताजमहाल कसा बांधला, याचा तपशील आपण कसा गोळा करणार?"

"आपल्याकडे आवश्यक ते सगळं साहित्य आहे. मला नाही वाटत काही अडचण येईल," समीरनं तुटकपणे म्हटलं.

"खरंच? ताजमहालाबद्दल अगोदरच इतकं साहित्य उपलब्ध आहे, तर कोणत्या वेड्या माणसानं ही आरटीआय याचिका दाखल केली असेल आणि

का?'' विजयनं विचारलं.

''कोण जाणे?'' समीर म्हणाला. ''ही देशातली कोणीही व्यक्ती असू शकते. आपल्याला ते कळणारदेखील नाही. काहीही असलं तरी, हे काम तसं साधंसरळ दिसतंय.''

होकारार्थी मान हलवत विजय म्हणाला, ''तुम्ही म्हणताय तसंच असावं, ही आशा आहे. मला खरंच वाटतं, हे काम साधंसरळ असायला हवं.''

त्यानंतर त्यानं सर्वांना ताजमहालावरच्या सर्वाधिक महत्त्वाच्या सरकारी फायली व कागदपत्रं एकत्र गोळा करण्याची सूचना दिली. ''मला एक छोटंसं काम आटोपायचं आहे. आपण जेवणानंतर पुन्हा भेटूया.''

दुपारच्या जेवणानंतर विजय आणि त्याची टीम पुन्हा कॉन्फरन्स रूममध्ये एकत्र जमले. त्यांनी बाइंडर, फाइल फोल्डर आणि पुस्तकं सोबत आणली होती. सगळ्यांनी हे साहित्य टेबलावर एकत्र गठ्ठा करून ठेवलं. विजयनं ते साहित्य चाळायला सुरुवात केली. चाळताना सतत त्याची मान नकारार्थी हलत होती, क्वचित होकारार्थी. तो काय करतोय, हे मलिक आणि सोनिया बघत होते, पण समीरला त्यात फारसा रस नव्हता.

विजय वैतागून म्हणाला, ''टीम, काय आहे हे? यामध्ये फक्त ताजमहालाची सर्वांना ठाऊक असलेलीच माहिती आहे – शहाजहाननं त्याची प्रिय पत्नी मुमताझ महलच्या स्मरणार्थ ताजमहाल बांधला. तो बांधण्यासाठी बावीस वर्षं आणि वीस हजार मजूर लागले, अमुक ठिकाणाहून संगमरवर मागवण्यात आले, शहाजहान आणि मुमताझ या दोघांना ताजमहालात दफन करण्यात आलं, इत्यादी. आरटीआय याचिकेमध्ये जी माहिती विचारण्यात आलीय, ती यामध्ये नाहीये. मला अधिकृत तपशील, नोंदी हव्यात, सर्वांना माहीत असलेल्या गोष्टी नकोत... माफ करा, मी जरा वैतागानं बोललो पण...''

मलिक विजयला थांबवत म्हणाले, ''विजयजी, ताजमहालाच्या जगप्रसिद्ध गोष्टीवर तुम्ही प्रश्नचिन्ह का निर्माण करताय?''

''मलिकजी, मी नाही करत आहे. आपल्याला आरटीआय याचिकेवर उत्तर तयार करायचं असेल तर आपण अधिकृत कागदोपत्री पुरावे एकत्र करायला आणि तपासायला नकोत का? हे इतकं अवघड आहे का? मला कळत नाहीये.'' तो काही क्षण थांबला आणि पुन्हा बोलू लागला. ''शिवाय, विषयाच्या तळाशी जाण्यासाठी मला सॉक्रेटिस पद्धत वापरायला आवडते.''

''म्हणजे काय?'' मलिक यांनी विचारलं.

"ग्रीक तत्त्ववेत्ता सॉक्रेटिसनं विषयाच्या मुळापर्यंत जाण्यासाठी एक खास पद्धत अवलंबली होती. त्यामध्ये कोणतीही गोष्ट गृहीत धरण्याऐवजी प्रश्न विचारणं आणि मग त्यासाठी पुरावे शोधणं, यांचा समावेश असतो." सोनियानं स्पष्ट केलं.

"बरं, मला ताजमहालाचा पुरातत्त्वीय सर्वेक्षणाचा अधिकृत अहवाल मिळेल का?" मेजावरची आणखी काही कागदपत्र तपासत विजयनं विचारलं. खोलीमध्ये शांतता पसरली.

आतापर्यंत शांत बसलेला समीर म्हणाला, "आपल्याकडे ताजमहालाच्या पुरातत्त्वीय सर्वेक्षणाचा कोणताही अधिकृत अहवाल नाहीये."

हे ऐकून विजय आणखीच त्रासला. "याचा अर्थ काय?"

"माझ्या माहितीप्रमाणं, सरकारनं कधीही ताजमहालाचं अधिकृत पुरातत्त्वीय सर्वेक्षण केलेलं नाही," समीर म्हणाला आणि मलिक यांच्याकडे वळला. "मलिकजी, बरोबर ना?"

मलिक यांनी काहीही उत्तर दिलं नाही.

"अधिकृत पुरातत्त्वीय सर्वेक्षण कधीही झालेलं नाही?" विजयनं विचारलं.

सगळ्यांनी मान हलवून नकारार्थी उत्तर दिलं.

"बरं, ब्रिटिश वसाहतीच्या काळात एखादं सर्वेक्षण झालंय का?"

सोनिया काहीतरी बोलणार होती तितक्यात मलिक म्हणाले, "वसाहतीच्या काळात कदाचित लॉर्ड कनिंगहॅमनं या बाबतीत काही काम केलेलं असावं, पण कोणालाही खात्रीनं माहीत नाही. मला माहीत नाही... मला नाही वाटत. त्याचा कितपत उपयोग आहे?" थोडं थांबून मलिक म्हणाले, "इतरही बरीच विश्वासार्ह माहिती उपलब्ध आहे."

"ही समाधानाची बाब आहे." विजयला जरा हलकं वाटलं. "तसं असेल तर शहाजहानच्या दरबारातून जारी केलेले अधिकृत आदेश, ताजमहाल बांधण्याच्या या भव्य प्रकल्पासाठी केलेली निधीची तरतूद, वास्तूचा आराखडा, डिझाइन, बाकी माहिती याबद्दल काही?"

मलिक शांतपणे म्हणाले, "मला नाही वाटत. काही फर्मान उपलब्ध आहेत."

"कोणतेही आराखडे, कोणतीही डिझाइन नाहीयेत?"

मलिक विजयकडे टक लावून बघत होते. "सर, तुम्ही नेमका काय विचार करताय? तुम्हाला असं वाटतंय की...?" मलिकनी वाक्य अर्धवट सोडून दिलं.

विजयनं मलिककडे पाहिलं आणि क्षणभर विचार केला. मग अंग सैलसर करत म्हणाला, "नक्कीच मलिकजी, ताजमहल नेमका कोणी बांधला, याबद्दल काही शंका नाहीये. फक्त सगळे पुरावे योग्यपणे गोळा केले जातील, ही दक्षता

आपण घ्यायला हवी. नाही का? आपण निश्चितपणे सर्व पुरावे एकत्र करू आणि आरटीआय याचिकेचं उत्तर देऊ याची मला खात्री आहे.'' काही क्षण थांबून तो म्हणाला, ''ठीक आहे, टीम? आपण उद्या भेटू. कृपया, गैरसमज करून घेऊ नका. आज दुपारी तुम्ही जी माहिती गोळा केलीत, त्यासाठी मी नक्कीच तुमचा आभारी आहे. धन्यवाद.''

विषय बदलत विजय म्हणला, ''बरं, आज संध्याकाळी आगऱ्यातलं एखादं छानसं रेस्टॉरंट मला कोण दाखवू शकेल? मला इथे येऊन दोनच दिवस झालेत, पण मला अधिकारी विश्रामगृहातल्या जेवणाचा आताच कंटाळा आलाय.''

त्या संध्याकाळी मलिक आणि समीर यांचं आधीच काहीतरी ठरलेलं होतं, पण सोनियाला वेळ होता. ''मनजित्स कॅफे आग्रा डिलाइट. ताजच्या समोरच आहे. तिथून ताजमहाल, यमुना नदीचं सुंदर दृश्य दिसतं आणि काही अंतरावरचा लाल किल्ला दिसतो. तिथे कबाब खूप छान मिळतात.''

''हा पर्याय चांगला दिसतोय. उद्या जरा लवकर कामाला सुरुवात करू या.'' विजयनं जाहीर केलं.

मलिक निघून गेले, पण त्यांच्या चेहऱ्यावर नाराजी स्पष्ट दिसत होती.

प्रकरण १२

बुधवार, मे ३१
संध्याकाळी

आगऱ्यातलं हवामान अजूनही अनपेक्षितपणे सुखद होतं. सोनिया फरजानी मनजित्स कॅफे डिलाइटमध्ये पोहोचली तेव्हा विजय आधीच आलेला होता आणि जीन्स आणि पोलो टी-शर्ट अशा कॅज्युअल कपड्यांमध्ये तो निवांत बसला होता. ताजमहालाचा आणि आजूबाजूच्या परिसराचा मनोरम देखावा अनुभवत आणि प्रसिद्ध ताजमहाल बिअरचे घोट घेत त्यानं मेन्यूकार्ड चाळलं. मॅनेजर सोनियाला तिथे घेऊन आला तसं विजयनं मागे वळून पाहिलं. विशेषतः संध्याकाळी घालायच्या कपड्यांमध्ये ती छान दिसत होती.

खुर्चीवर बसताना, विजयला मेन्यूकार्ड चाळताना पाहून सोनिया म्हणाली, "इथले झटका कबाब खाऊन बघा."

'सर, आगऱ्यातले सगळ्यात उत्तम झटका कबाब इथे मिळतात,' मॅनेजरनं सोनियाला खुर्ची ओढण्यासाठी मदत करत म्हटलं. 'किंवा आपण लार्ज छोला भटुरा प्लॅटर आणि त्याबरोबर आम्ही बनवलेल्या योगर्टची मँगो लस्सी घेऊन बघा.'

"हा पर्याय चांगला वाटतो. माझ्यासाठी एक छोला भटुरा," विजयनं म्हटलं.

"मला काय हवंय ते मी ठरवलंय," सोनिया म्हणाली. "मी झटका कबाब आणि मँगो लस्सी घेईन."

"तू झटका मांस खातेस? मला वाटलं..." मॅनेजर ऑर्डर घेऊन निघून

गेल्यावर विजयनं विचारलं.

"हो! मी स्वतःला पर्शिअन समजते. आम्ही हलाल मांसच खायला हवं, असं नाही." सोनिया हसली.

"हं! हे जरा रंजक आहे. मला आणखी सांग."

"कुमार सर,"

"कृपया मला विजय म्हण."

"विजयजी, अनेक जण पर्शिअन किंवा फारसी आणि अरबी किंवा मुस्लीम यामध्ये गोंधळ करतात." सोनिया माहिती देऊ लागली, "अरबांनी पर्शिया आणि इराण जिंकून घेतलं त्यापूर्वीपासूनच पर्शिअन संस्कृती आणि भाषा अस्तित्वात आहे. खरंतर, पर्शिअन ही भाषांच्या इंडो-युरोपियन परिवाराचा एक भाग समजली जाते. नंतर, या भाषेवर अरबी प्रभाव वाढला आणि अरबी लिपीही स्वीकारण्यात आली."

"मला यातली थोडी माहिती आहे, पण तुला हे सगळं कसं माहीत?" विजयनं विचारलं. "आणि तुला इतकं छान हिंदी कसं बोलता येतं? आपण सकाळी भेटल्यापासून मला हाच प्रश्न पडलाय."

"माझे आईवडील इराणी आहेत आणि ते बरीच वर्षं भारतात राहिले आहेत. मी दिल्ली विद्यापीठात इतिहास आणि पर्शिअन शिकले." सोनिया बोलताना थांबली.

"बरं, आता लक्षात आलं."

"नंतर माझे आईवडील लंडनला स्थलांतरित झाले. माझं लग्न झालं, पण काहीच दिवसांत आमचा घटस्फोट झाला... नंतर मला लंडनच्या युनेस्कोच्या कार्यालयात काम मिळालं. या वर्षी, भारत सरकार आणि युनेस्को यांच्यातल्या विशेष कार्यक्रमांतर्गत मला समर इन्टर्नशिपची संधी मिळाली. आणि ही मी इथे," तिनं हसून सांगितलं.

"फारच रोचक आहे हे सगळं," विजय म्हणाला "पण, तुला तुझं नाव कसं मिळालं?"

"माझं खरं नाव यासमान आहे. अरबी भाषेत या नावाचा अर्थ आहे जास्मिन. माझ्या आईवडिलांनी सोनिया हे टोपणनाव ठेवलं आणि तेच कायम राहिलं." ती जरा थांबली आणि विजयला म्हणाली, "विजयजी, तुमच्याबद्दल सांगा ना."

विजयनं तिच्याकडे पाहिलं आणि म्हणाला, "मी विधुर आहे."

"ओह."

"मी ओडिशा राज्यात लहानाचा मोठा झालो, पण माझं शिक्षण केंद्रीय

शाळांमध्ये झाल्यानं मला हिंदी उत्तम येतं. तुला माहीतेय का, राज्यघटनेच्या कलम ३४३ नुसार, हिंदी ही देशाची अधिकृत भाषा आहे, आणि कलम ३५१ हिंदी भाषेचा विकास करण्याची सूचना देतं.'' विजय हसला.

''अरे वा! मला वाटलं होतं, तुम्ही तज्ज्ञ पुरातत्त्वशास्त्रज्ञ आहात, पण तुमचा राज्यघटनेचाही चांगला अभ्यास दिसतोय.''

''फार नाही, जुजबी,'' विजयनं खांदे उडवत म्हटलं. ''मला एक मुलगी आहे, नंदिनी. ती दिल्ली विद्यापीठात शिकते आणि विद्यापीठाच्या होस्टेलमध्ये राहते. आगऱ्यामध्ये बदली स्वीकारण्यामागचं हेही एक कारण होतं. मला वाटलं या निमित्तानं तिच्यापासून जवळ राहता येईल.''

''काय योगायोग आहे! मी तीन वर्षांपूर्वी दिल्ली विद्यापीठात होते. कमाल आहे!''

वेटर त्यांचे पदार्थ घेऊन आला. ''सर, चव बघण्यासाठी तुमच्यासाठी हे थोडे झटका कबाब आणलेत. तुम्हाला आवडतील.''

जेवणाचा आस्वाद घेत असताना विजय आणि सोनिया यांनी एकमेकांशी खूप गप्पा मारल्या आणि एकमेकांबद्दल जाणून घेतलं. बीओए आग्रा सर्किटमध्ये रुजू झाल्यापासून पहिल्यांदाच विजयला जरा हलकं वाटलं होतं.

''रात्रीच्या वेळी प्रकाशमान ताजमहाल अधिकच सुंदर दिसतो,'' विजयनं मत नोंदवलं.

तिथून थोड्याच अंतरावर, ताजमहालाच्या मागे काही होड्या नदीमध्ये तरंगत असल्याचं त्यांनी पाहिलं.

''या होड्या पर्यटकांसाठी आहेत. ताजमहालाची नदीकडची बाजू बघण्यासाठी घेऊन जातात,'' सोनियानं माहिती दिली. ''मी काही दिवसांपूर्वी एका होडीतून सफर केली. पाण्यातून ताजमहाल फार सुंदर दिसत होता.''

जेवण आणि गप्पा सुरू असताना, ताजमहालातून दर थोड्या वेळानं प्रकाशझोत येत असल्याचं विजय पाहत होता. सोनियानं हे हेरलं आणि म्हणाली, ''हे सुरक्षेसाठीचे दिवे आहेत. नदीच्या बाजूनं कोणीही ताजमहालामध्ये शिरकाव करू नये, असं सरकारला वाटतं. विशेषत:, काही दिवसांपूर्वी काही लोकांना पकडल्यापासून सरकार अधिक सावध झालंय. ती माणसं होडीतून आली होती आणि ताजमहालाच्या मागे घिरट्या घालत होती.''

''इथे आजूबाजूला काय काय सुरू आहे, याची तुला बित्तंबातमी दिसतेय,'' विजयनं निरीक्षण नोंदवलं. त्यावर सोनिया हसली.

''सोनिया, मी खरंच प्रभावित झालोय. तू ताजमहालाबद्दल बरीच माहिती गोळा केली आहेस. आरटीआयचं उत्तर तयार करण्यासाठी या माहितीचा चांगला

उपयोग होईल,'' विजय म्हणाला.

"मलाही अशी आशा आहे. गेल्या महिन्याभरात मला मलिकजींकडून खूप शिकायला मिळालं.'' सोनिया बोलताना थांबली आणि तिनं विजयकडे पाहिलं. "मला तुम्हाला एक सांगावसं वाटतं, तुम्ही तपशिलाकडे खूप बारकाईनं लक्ष देता.''

"झटका कबाब मस्त आहेत,'' विजय हसून म्हणाला. "समीर सेठबद्दल काय वाटतं?''

"तो एक उत्तम संशोधक आहे आणि कागदपत्रांच्या बाबतीत तज्ज्ञ आहे, पण काही वेळा तो फारच कटकट करतो. अर्थात, ही टीका नाहीये माझी.''

विजय यावर काहीच बोलला नाही.

"विजयजी, मला आरटीआयच्या कामाबद्दल कमालीचा उत्साह वाटतोय.'' सोनियानं त्यांचं संभाषण पुन्हा आरटीआय याचिकेकडे वळवलं. "मी लंडनला परत गेल्यावर, या कामाचा माझा रेझ्युमेसाठी किती फायदा होईल ना?''

विजयनं क्षणभर विचार केला. "होईल कदाचित. आरटीआय याचिकेमध्ये इतका उत्साह वाटण्यासारखं काय आहे?... पण, मला वाटतं, हे काम तुझ्यासाठी फायदेशीर ठरेल. खरं सांगू, मला याचिकेला उत्तर देण्याचं काम लवकरात लवकर संपवून टाकायचंय, आणि त्यानंतर काहीतरी अधिक रंजक काम हाती घ्यायचंय.''

मँगो लस्सीचा एक घोट घेत सोनिया म्हणाली, "ताजमहालावर यापूर्वी गंभीरपणे कोणी संशोधन केलं असेल तर ते डॉक्टर रॉय यांनी. खरंतर, आग्रा सर्किटमध्ये त्यांचं कार्यालय होतं. तुम्हाला याबद्दल काही माहीत आहे का?''

विजय हसून म्हणाला, "गंभीर संशोधन? विभागातल्या लोकांना गंभीरपणे कोणतंही संशोधन करायची... किंवा योग्य पद्धती व तंत्र वापरण्याची संधी मिळत असेल, असं मला वाटत नाही. हे निराशादायक आहे. पण, मला जे आवडतं ते करायचा प्रयत्न मी करतो. गेल्या काही काळात, आशादायक बदल झाल्याचं मी पाहिलंय.''

सोनिया लक्षपूर्वक ऐकत होती. तिनं लस्सीचा घोट घेतला आणि होकारार्थी मान हलवली.

"तू नाव काय म्हणालीस, डॉक्टर रॉय? मला नाही माहीत कोण होते ते,'' विजय या विषयावर बोलत राहिला. "आणि स्पष्ट बोलायचं, तर ताजमहालावर आणखी संशोधन करायची गरज आहे, असं मला वाटत नाही. त्यामध्ये फक्त वेळ वाया जाईल. त्यापेक्षा, मला संधी मिळाली तर मी दक्षिण भारतातल्या महान विजयनगर साम्राज्याच्या अवशेषांवर अजून संशोधन करीन.''

वेटर त्यांच्या जेवणाचं बिल घेऊन आला. "बिल मी देणार." विजयनं बिल दिलं. "आपण निघायचं का?"

विजयच्या गाडीतून दोघं जात असताना पश्चिमेकडच्या आकाशात रंगबिरंगी दिवे दिसत होते.

"हे दिवे लाल किल्ल्यावरच्या लाइट ॲन्ड साउंड शोचे आहेत," सोनियानं सांगितलं. "मी एकदा हा कार्यक्रम पाहिलाय. तुम्ही... आपण एकदा बघायला हवा तो," असं बोलून सोनियानं विजयकडे पाहिलं.

"हरकत नाही. त्या आधी आरटीआयला उत्तर देण्याचा विषय आपल्या मार्गातून एकदाचा संपवून टाकू या."

रस्त्यावर वाहनांची गर्दी फारशी नव्हती. सोनिया ज्या हॉटेलमध्ये राहत होती, ते हॉटेल केवळ दोन मिनिटांवर होतं. आगऱ्यातलं ते एक महागडं आलिशान हॉटेल होतं.

"हॉटेल छान आहे. तुला ते परवडतं कसं?"

"हा खर्च युनेस्को करतं."

विजय हसत म्हणाला, "मला हेवा वाटतोय. मला वाटतं, मीही युनेस्कोमध्ये काम करावं. शुभरात्री! माझ्यासोबत आल्याबद्दल धन्यवाद. आणि कृपया, उद्याची तयारी कर. आपल्याला बरंच काम आहे."

"विजयजी, तुम्हालाही शुभरात्री," सोनिया म्हणाली आणि हॉटेल लॉबीच्या दिशेनं चालू लागली.

विजयनं गाडी सुरू करताच चौकडीचा शर्ट आणि जीन्स घातलेला एक माणूस त्याच्या गाडीसमोर आला. विजयनं कचकचून ब्रेक दाबला आणि त्याच्यावर खेकसला, पण तरीही तो माणूस चालत राहिला. तो बहुधा हॉटेलमध्येच जात असावा, लॉबीमध्ये सोनियाच्या मागोमाग.

विजय ताज रोडवरच्या सरकारी विश्रामगृहाकडे परत जात असताना, वाटेत त्याचा फोन वाजला. त्याच्या मुलीचा, नंदिनीचा फोन होता. एकमेकांचा दिवस कसा गेला, याची चौकशी त्यांनी केली.

"ठीक होता, खरंतर खूपच गडबडीत गेला. आमच्याकडे एका नव्या आरटीआयचं काम आलंय. ही याचिका तापदायक ठरणार आहे बहुधा. मला आत्ता तुला त्याबद्दल फार सांगता येणार नाही." विजयनं सर्वसाधारण वृत्तान्त

सांगितला. ''बरं, माझी एक सहकारी आहे, सोनिया फरजानी नावाची. हे नाव तुला ओळखीचं वाटतंय का? ती दिल्ली विद्यापीठात शिकत होती.''

''सोनिया फरजानी...'' नंदिनी आठवायचा प्रयत्न करत होती. ''नाव माहितीचं असल्यासारखं वाटतंय. मला वाटतंय मी तिला ओळखते. ती कदाचित मला ओळखत नसेल. ती माझ्यापेक्षा बऱ्याच वरच्या वर्गांमध्ये होती.'' नंदिनी बोलायची थांबली, मग म्हणाली, ''विद्यापीठामध्ये नियमभंग केल्याच्या प्रकरणामध्ये सोनिया अडकली होती. परवानगी न घेताच, विद्यापीठातल्या अर्काइव्ह्जमध्ये काहीतरी शोधत असताना ती पकडली गेली. ती कोणा डॉक्टर रॉय यांचे संशोधनाचे दस्तऐवज शोधत होती, असं मी ऐकलंय.''

''डॉक्टर रॉय यांच्या संशोधनाचे दस्तऐवज? तुला हे सगळं कसं माहीत?'' विजयनं विचारलं.

''हे विद्यापीठात सगळीकडे पसरलं होतं. सोनियानं स्वतःचा बचाव करत, केवळ शैक्षणिक उत्सुकता म्हणून दस्तऐवज शोधत असल्याचं सांगितलं होतं, असंही माझ्या कानावर आलं होतं. तिच्या विरोधात कोणतीही कारवाई करण्यात आली नाही आणि हे प्रकरण बंद करण्यात आलं. उच्च पदावरच्या कोणाशी तरी तिची चांगली ओळख होती वाटतं. पण, या सगळ्या ऐकीव गोष्टी. ती आता तुमच्यासोबत काम करते का? गंमतच आहे!''

''हो. काय योगायोग आहे बघ! ठीक आहे, जाऊ दे. मी पोहचत आलोय,'' विश्रामगृहाजवळ पोहोचल्यानं विजय म्हणाला. ''आता, शांतपणे झोप. मला उद्याचं थोडं नियोजन करायचंय. बाय!''

त्यानं फोन बंद केला. अजूनही तो गाडीतच बसून राहिला होता. त्यानं लहानशी वही उघडली आणि त्यात लिहिलं – डॉ. रॉय यांचा अहवाल.

प्रकरण १३

दुसऱ्या दिवशी
गुरुवार, जून १

सकाळचे नऊ वाजून वीस मीनिटं झाली होती. विजयची टीम कॉन्फरन्स रूममध्ये पोहोचायच्या आधीच त्यानं कामाला सुरुवात केली होती. त्याच्या समोर प्रिंटआउटचा ढीग होता, शिवाय काही पुस्तकंही होती. भिंतीवर लावलेल्या व्हाइटबोर्डवर तो काही आराखडे काढत होता.

"सुप्रभात, टीम." प्रत्येक जण स्थिरस्थावर होईपर्यंत आणि त्यांचे लॅपटॉप सुरू करेपर्यंत विजय थांबला. मग म्हणाला, "मी आज लवकर आलो. आपल्या कार्यालयाच्या ग्रंथालयातून मी काही पुस्तकं आणली आहेत." त्यानं पुस्तकांच्या गठ्ठ्याकडे निर्देश केला.

"काल रात्री तुमचं जेवणं कसं झालं?" समीरनं विचारलं.

"छान झालं. ठिकाण उत्तम होतं, जेवणही उत्कृष्ट होतं. यासाठी सोनियाचे आभार मानायला हवेत," विजयनं सगळ्यांकडे बघून म्हटलं.

"बरं, टीम, आज आपल्याला ताजमहालाबाबतचे पुरावे पटापट एकत्र करायचे आहेत, आणि मला आज दुपारीच चोप्रांना कामाच्या प्रगतीविषयी माहिती द्यायची आहे." क्षणभर थांबून तो म्हणाला, "मी हे टीका करण्याच्या हेतूनं म्हणत नाहीये, पण दुर्दैवानं काल आपलं काम फारसं पुढे गेलेलं नाही. हा प्रकल्प सोपा आहे, असं म्हटलं जात असूनही, बरोबर ना?"

"हा प्रकल्प सोपाच आहे, जोपर्यंत तुम्ही, म्हणजे आपण सगळे तो गुंतागुंतीचा

बनवत नाही,'' मलिक म्हणाले.

मलिकांच्या विधानावर विजयनं मान डोलावली, पण त्यातल्या उपरोधाकडे दुर्लक्ष केलं. ''नक्कीच, मलिकजी.''

व्हाइटबोर्डवर काढलेल्या आकृत्यांकडे निर्देश करत विजय म्हणाला, ''बरं, विश्लेषण करण्यासाठी आपण हा आराखडा वापरणार आहोत. त्यामुळे प्रत्येकानं कृपया याकडे लक्ष द्या.''

''हे काय आहे?'' सोनियाला उत्सुकता होती, पण मलिक आणि समीर यांनी मात्र निर्विकार चेहऱ्यानं व्हाइटबोर्डकडे पाहिलं.

''या आराखड्याचे तीन भाग आहेत. पहिल्या भागामध्ये, या प्रकारे पुरावे एकत्र करायचे आहेत,'' विजयनं व्हाइटबोर्डवरच्या एका आकृतीकडे बोट दाखवून म्हटलं.

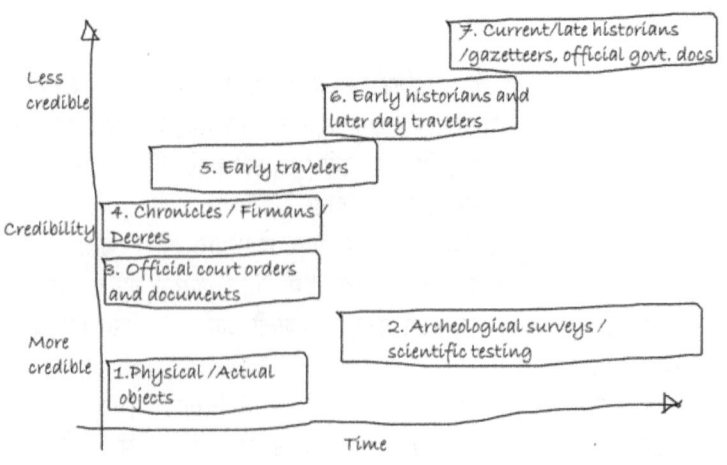

''ही आकृती बघा. यामध्ये सात स्तर आहेत. आपण जसजसे वरच्या स्तराकडे जाऊ, तसतशी पुराव्यांची विश्वासार्हता कमी होत जाते, आणि म्हणूनच ते काटेकोरपणे तपासण्याची व त्यांच्या स्रोतांचा शोध घेण्याची जास्त गरज भासते.

''पहिला स्तर म्हणजे, आपण ज्यांना स्पर्श करू शकतो अशा भौतिक पुरातत्त्वीय संरचना आहेत. त्या आकृतीच्या तळाशी आहेत आणि सत्याच्या

सर्वांत जवळ आहेत. त्यामध्ये कोरीवकाम, शिलालेख, नक्षीकाम, वस्तू, इमारत आणि संपूर्ण संरचना यांचा समावेश आहे. पण, हे सगळे निर्जीव पुरावे आहेत. आपल्याला त्यांना बोलतं करावं लागतं.

"त्यानंतर दुसऱ्या स्तरामध्ये शास्त्रीय चाचण्यांचे निकाल समाविष्ट आहेत, जसे की, कार्बन डेटिंग, अधिकृत व्यावसायिक पुरातत्त्वीय सर्वेक्षणं आणि मापनं." विजय बोलताना थांबला. "बरं, तुम्हा सर्वांना मला एक प्रश्न विचारायचाय. वय निश्चित करण्याची अन्य कुठलीही पद्धत तुमच्यापैकी कुणाला ठाऊक आहे का?"

"सर, थर्मो-ल्युमिनिसेन्स," समीरनं उत्तर दिलं.

"शाब्बास, समीर. विटा व सिरॅमिक्स अशा वस्तूंचं वय ठरवण्यासाठी आपण थर्मो-ल्युमिनिसेन्स ही पद्धत वापरतो. आणखी एक पद्धत आहे, डेन्ड्रोक्रोनोलॉजी."

"म्हणजे काय?" सोनियानं विचारलं.

"लाकडाच्या नमुन्यांचं वय जाणून घेण्यासाठी ही पद्धत वापरली जाते," विजयनं सांगितलं. "ठीक आहे. आपण पुढे जाऊ या... तिसऱ्या स्तरामध्ये, त्या त्या काळातील अधिकारिक आणि दरबारी दस्तऐवज आहेत."

"चौथ्या स्तरामध्ये संबंधित काळातली अन्य कागदपत्रं समाविष्ट होतात, उदाहरणार्थ, पत्रं, राजाज्ञा किंवा फर्मान, राजांच्या बखरी, इत्यादी. फर्मान आपल्याला संबंधित घटनेची माहिती देतात, आणि ते विशिष्ट संदर्भांशी निगडित असतात. बखरी मात्र संमिश्र असतात. लक्षात घ्या, बखरकार हे इतिहासकार नव्हते. त्यांनी राजांना खूश करण्यासाठी लेखन केलं आणि घटना जसजशा घडल्या तसतशा किंवा घडून गेल्यानंतर नोंदवल्या. असं असलं तरी, अनेकदा या बखरींमधून महत्त्वाची माहिती हाती लागते.

"आता पाचव्या स्तराकडे वळू या. हा स्तर म्हणजे, संबंधित ठिकाणाला आणि आजूबाजूच्या परिसराला भेट दिलेल्या प्रवाशांची आणि इतर लोकांची टिपणं, प्रवासवर्णनं व निरीक्षणं आहेत. मी शक्यतो मूळ आणि शक्य तितक्या प्राचीन नोंदींना प्राधान्य देतो. अनेकदा, नंतरच्या काळातले इतिहासकार या नोंदींचं पुनःसंपादन करतात आणि त्यामुळे त्यामध्ये फेरफार होऊ शकतात."

"त्यानंतर सहाव्या स्तरामध्ये, अर्वाचीनकालीन इतिहासकारांचा आणि त्यानंतरच्या काळातल्या प्रवाशांचा समावेश होतो.

"शेवटचा, सातवा स्तर हा आधुनिक किंवा अलीकडील इतिहासकारांचं काम, संशोधनं आणि सरकारकडचा सध्याचा व अधिकृत तपशील समाविष्ट करणारा आहे. हा सगळा भाग एक आहे." सगळ्यांच्या प्रतिक्रिया पाहण्यासाठी

विजय बोलायचा थांबला.

"हे फारच रंजक आहे!" समीर म्हणाला.

"किती तर्कशुद्ध आणि प्रभावी आहे!" सोनिया बोलत असताना तिच्या डोळ्यांतली चमक स्पष्ट दिसत होती.

"विद्वान इतिहासकारांनी केलेल्या कामाकडे आपल्याला दुर्लक्ष करून चालणार नाही, हे मला आवर्जून सांगायचंय," मलिकांनी मत मांडलं.

"अर्थातच, मलिकजी," विजयनं मलिकांच्या दिशेनं बघत मान हलवली.

"आराखड्याच्या दुसऱ्या भागामध्ये, घटनांचा क्रम लावायचा आहे आणि त्या घटनांचे पुरावे नोंदवायचे आहेत. त्यानंतर आपण पुरावे तपासणार आहोत. पुराव्याची खातरजमा करता आली नाही तर तो विश्वासार्ह नसेल किंवा त्याची पुन्हा तपासणी करणं गरजेचं असेल. हे अत्यंत महत्त्वाचं आहे.

"आणि आता, तिसरा भाग आहे, पुराव्यांतून आवश्यक ते मर्म समजून घेण्याच्या अतिशय महत्त्वाच्या प्रक्रियेचा," विजयनं व्हाइटबोर्डवरच्या आकृतीकडे बोट करत सांगितलं.

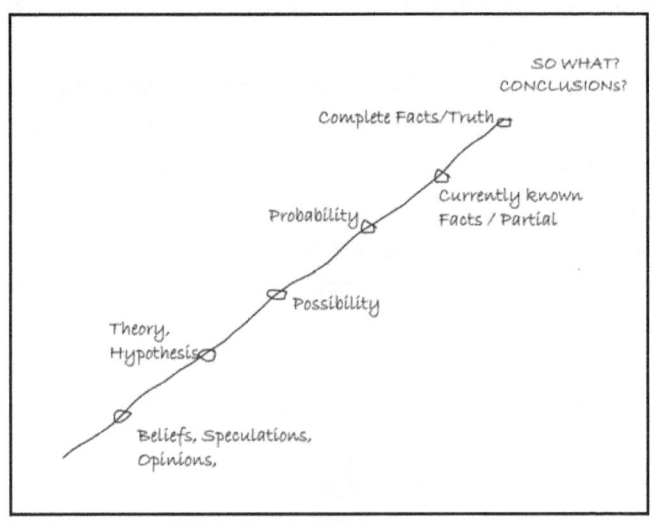

"तिसऱ्या भागामध्ये, आपल्याला गृहीतकं, तर्कवितर्क, आडाखे व विश्वास; सिद्धान्त व प्रमेय; शक्यता; संभाव्यता; आणि अपुरी व संपूर्ण वस्तुस्थिती यांचं पृथक्करण करायचं आहे. एकाच वस्तूचं विविध जणांच्या दृष्टिकोनातलं निरनिराळं निरीक्षण आपल्याला तपासायचं आहे. केवळ कोणीतरी तसं म्हटलंय किंवा लिहून ठेवलंय म्हणून एखादी बाब वस्तुस्थिती ठरत नाही. आपण प्रश्न विचारायला

हवेत – काय, कोण, का, केव्हा, कसं, कशावरून किंवा असं का?'' विजय बोलताना थांबला, मग पुन्हा बोलू लागला.

''लक्षात ठेवा, आपण तर्कवितर्क करायचे नाहीत. एखाद्या पुराव्याची खातरजमा होत नसेल तर काय घडलं असावं किंवा काय घडलं नसावं, याबद्दल तर्क लढवायचे नाहीत. आपण गोष्टी गृहीत धरायच्या नाहीत आणि त्या कशा घडलेल्या असू शकतात, हे सिद्ध करण्याचा प्रयत्नही करायचा नाही.

''त्यानंतर आपण निष्कर्ष काढणार आहोत. काही वेळा आपल्याला वस्तुस्थिती अंशतः समजते आणि त्यापुढे जाता येत नाही. पण, निर्विवाद अशा अंतिम सत्याच्या दिशेनं आपल्याला जात राहायचं आहे.

''पण, तुम्ही वस्तुस्थितीपर्यंत पोहोचला आहात, असं तुम्हाला वाटलं तर थांबा. अजूनही तुम्हाला एक प्रश्न विचारायचा आहे – बरं मग? आपल्याला ही वस्तुस्थिती काय सांगते? आपण काय निष्कर्ष काढू शकतो?'' विजय थांबला आणि त्याच्या खुर्चीत जाऊन बसला. त्यानं आधी व्हाइटबोर्डवर नजर टाकली, नंतर संपूर्ण टीमवर, आणि मग त्यांच्या प्रतिक्रियांची वाट पाहू लागला.

''विजयजी, हे फारच थरारक आहे. मी तुमच्या कार्यपद्धतीविषयी ऐकलं होतं, पण आता ती प्रत्यक्ष अनुभवताना माझा उत्साह दुणावलाय.'' सोनिया हसत होती आणि कमालीची उत्सुक दिसत होती.

''धन्यवाद,'' असं म्हणून विजय समीर व मलिक यांच्याकडे वळला. ''तुम्हाला काय वाटतं समीर आणि मलिकजी? तुमचं काही म्हणणं आहे का?''

समीरनं काही क्षण व्हाइटबोर्ड न्याहाळला. ''हे सगळं छान आहे, विजयजी. पण, मला अजूनही पूर्णपणे पटलेलं नाहीये,'' समीर हळूच मान हलवत म्हणाला. ''आधीच बरंच संशोधन उपलब्ध आहे. या सगळ्याची खरंच गरज आहे का? आणि, मलिकजींना ताजमहालाचा संपूर्ण इतिहास तोंडपाठ आहे.''

''विजयजी,'' मलिक म्हणाले, ''मला तुमचा दृष्टिकोन समजतो, पण समीर म्हणाल्याप्रमाणे ताजमहालाची आपल्याला माहीत असलेली कहाणी आपण आधी विचारात घ्यायला हवी, असं मला वाटतं. माझी खात्री आहे की तुम्हाला ती नक्कीच उपयोगी वाटेल, आणि आपल्याला कदाचित तुमचा आराखडा वापरावाही लागणार नाही.''

विजयनं मलिक यांच्याकडे पाहिलं. ''कदाचित,'' असं म्हणून त्यानं तडजोडीची तयारी दाखवत होकारार्थी मान हलवली. ''हरकत नाही. माझ्यापेक्षा तुम्हा सर्वांना ताजमहालाबद्दल निश्चितच जास्त माहिती आहे. त्यामुळे ताजमहालाच्या सर्वश्रुत असलेल्या गोष्टीचा आता बिंदुवार आढावा घेऊ या.'' मलिकना हायसं वाटल्याचं जाणवत होतं. विजय म्हणाला, ''केवळ सावधगिरी म्हणून मला सांगावंसं वाटतंय,

की आपलं काम पुरावे गोळा करण्याचं आहे, गोष्ट नाही. आरटीआय याचिकेमध्ये हेच विचारलेलं आहे.''

मलिकांनी दोन पानांचं एक कागदपत्र बाहेर काढलं. ''आपल्या विभागानं ताजमहालाच्या इतिहासाचं हे वर्णन तयार केलेलं आहे. आरटीआय याचिकेला उत्तर देताना आपण ते प्रामुख्यानं वापरावं, असं मला सुचवावसं वाटतं.''

''उत्तम,'' कागदपत्र वाचत विजय म्हणाला, ''पण आपण याचा आढावा घेऊ या. मलिकजी, कृपया सुरुवात करा.''

मलिक यांनी गोष्ट सांगायला सुरुवात केली. ''मुघल सम्राट शहाजहानची पत्नी मुमताझ महल हिचं चौदाव्या बाळंतपणामध्ये निधन झाल्यावर तिच्या स्मरणार्थ शहाजहाननं ताजमहाल बांधला. तिची आठवण म्हणून भव्य स्मारक बांधण्याचं वचन शहाजहाननं दिलं होतं, त्यानुसार त्यानं पुढच्या अनेक वर्षांमध्ये ताजमहाल बांधून पूर्ण केला. त्याचं बांधकाम बावीस वर्षं सुरू होतं. परंतु, या बाबतीत असा मतभेद आहे की, बांधकाम चौदा वर्षांमध्ये पूर्ण झालं, पण अतिरिक्त काम पुढची काही वर्षं सुरू होतं. राजस्थानातल्या मकराणा खाणीतून संगमरवर मागवण्यात आला. कबरींच्या दालनामध्ये मुमताझ आणि शहाजहान यांच्या कबरी आहेत. वरच्या दालनात सेनोटॅफ म्हणजे खोट्या कबरी आहेत. त्यानंतर दालनाच्या भोवती, पहिल्या व दुसऱ्या मजल्यावर विविध खोल्या बांधण्यात आल्या.'' बोलता बोलता मलिक थांबले. ''अर्थात, अजूनही बरंच काही आहे,'' असं म्हणून त्यांनी हातातल्या कागदपत्राकडे बोट दाखवलं. म्हणाले, ''या दस्तऐवजामध्ये सगळं लिहिलंय.''

मलिक बोलायचे थांबले. गोष्ट पुढे सुरू ठेवण्यासाठी सोनिया सरसावली. ''आणि मुमताझला सर्वप्रथम बुऱ्हाणपूरमध्ये दफन केलं गेलं. नंतर तिचा मृतदेह आगऱ्याला आणण्यात आला आणि तात्पुरता दफन करण्यात आला. अखेरीस तिच्या मृतदेहाला चिरशांतीसाठी ताजमहालात नेण्यात आलं.''

समीर म्हणाला, ''ही गोष्ट सरकारच्या आणि आंतरराष्ट्रीय संस्थांच्या सगळ्या साइट्सवर उपलब्ध आहे.''

''गोष्ट सुरस आहे. त्यातला बुऱ्हाणपूरचा संदर्भ मला माहीत नव्हता. मुमताझचा मृत्यू आगऱ्यात नाही, तर तिथे झाला का?'' विजयनं विचारलं आणि क्षणभर विचार केला. ''ही माहिती नक्कीच चांगली आहे. त्यातल्या प्रत्येक बाबीसाठी पुरावे आहेत, असं मी समजतो. मग आता, माझ्या आराखड्याप्रमाणे आपण सगळे पुरावे गोळा करावेत, असं मला वाटतं,'' व्हाइटबोर्डकडे हात दाखवून विजय म्हणाला. मलिक आणि समीर अस्वस्थपणे खुर्चीतच हलले.

दुपारच्या जेवणाची वेळ होत आली होती. चोप्रांनी कॉन्फरन्स रूमच्या

दाराच्या काचेवर टकटक केलं आणि विजयला बाहेर बोलावलं.

"बरं टीम, मला आता आपल्या बॉसना कामाच्या प्रगतीची माहिती द्यायची आहे. तुम्हाला चालणार असेल तर मी आपल्या सर्वांसाठी जेवण मागवतो. काय वाटतं?" समीर आणि सोनियानं होकारार्थी मान हलवली, तर मलिक एक कागदपत्र चाळत बसले.

"कृपया, काम सुरू ठेवा आणि प्रत्येक स्तरावर पुरावा लिहून ठेवा. ठीक आहे?" विजय कॉन्फरन्स रूमबाहेर निघून गेला.

चोप्रांच्या मागोमाग त्यांच्या कार्यालयात जात असताना विजयनं सुभाषला पाहिलं आणि टीमकरिता जेवण मागवण्यासाठी त्याला पैसे दिले. "आणल्यावर कॉन्फरन्स रूममध्ये ठेवशील का, आणि तुझ्यासाठीपण काहीतरी घेऊन ये."

"कुमार सर, धन्यवाद. इथे अशा चांगल्या गोष्टी कोणीही करत नाही. तुम्ही इतरांपेक्षा वेगळे आहात," सुभाष म्हणाला.

"जेवणाचा आनंद घे, सुभाष," विजय म्हणाला. "आपण सगळे एकाच टीमचा भाग आहोत. पदानुक्रमावर माझा बिलकूल विश्वास नाही. अजूनही आपण वसाहतकाळातल्या नोकरशाहीला चिकटून आहोत, हे दुर्दैव आहे."

"काम कसं सुरू आहे?" विजय कार्यालयात येताच चोप्रांनी विचारलं. पण विजय उत्तर देण्यापूर्वीच ते पुढे बोलत राहिले, "हे बघा विजय, या आरटीआय याचिकेवर उच्च पातळीवरून देखरेख होतेय. सगळे वरिष्ठ अधिकारी कामाच्या प्रगतीचा अहवाल मागत आहेत."

विजयनं आपला त्रागा नियंत्रित ठेवण्याचा प्रयत्न केला. "चोप्राजी, आम्ही नुकतीच विश्लेषणाला सुरुवात केली आहे. आतापर्यंत आम्ही केवळ सर्वश्रुत गोष्टच टिपू शकलोय. म्हणूनच, मी अन्य प्रकल्पांमध्ये जो आराखडा वापरतो त्यानुसार पुरावे गोळा करण्याचं काम टीमला दिलंय. हे पुरावे पाहिल्यावरच मी काही सांगू शकेन."

"मी समजू शकतो, पण मला टीमनं कामाचा वेग वाढायला हवा आहे."

"सर, हा प्रकल्प मला माझ्या पद्धतीप्रमाणं पूर्ण करण्याची मुभा तुम्ही द्यावी, आणि मला आर्थिक तरतूद आणि संसाधनं या बाबतीतही मोकळीक हवी आहे," विजयनं आग्रह धरला.

चोप्रांनी विषय ताणला नाही. उलट, ते हसले. "आर्थिक तरतुदीची काळजी

करू नका. मी हे काम विशेष प्रकल्पांच्या श्रेणीमध्ये समाविष्ट करीन. त्यात काही बदल झालाच तरी मी अन्य प्रकल्पांसाठी या तरतुदीचा वापर करू शकतो.''

चोप्रांचा फोन वाजला. ''इन्स्पेक्टर हरपाल सिंग?... खरंच? कृपया, क्षणभर थांबा.'' ते विजयकडे वळले आणि त्याला निरोप दिला. ''बरं विजय, मला हा फोनकॉल घ्यावा लागेल. टीमला भेटण्यासाठी मी कदाचित दुपारी डोकावेन.''

प्रकरण १४

गुरुवार, जून १
दुपारी

चोप्रांच्या कार्यालयातून कॉन्फरन्स रूममध्ये परतत असताना विजयच्या मनात एकच विचार घोळत होता, एखाद्या इन्स्पेक्टरनं चोप्रांना का बरं फोन केला असेल. कॉन्फरन्स रूममध्ये सुभाष टीममधल्या सर्वांसाठी जेवणाची मांडामांड करत होता.

"धन्यवाद, सुभाष. तुलाही वाढून घे,'' विजय म्हणाला.

"झकास! टीमसाठी दुपारच्या जेवणाचा बेत इथे यापूर्वी कधी आखला होता हे मला आठवतही नाही,'' वाढून घेताना समीर म्हणाला.

"आपण वरचे वर असे कार्यक्रम आयोजित केले पाहिजेत,'' सोनियानं मत नोंदवलं.

"मलिकजी, तुम्हीही घ्या ना,'' विजयनं आग्रह केला.

"मी डबा आणलाय,'' जेवणाचा डबा उघडत मलिक यांनी तटस्थपणे सांगितलं.

"हा वर्किंग लंच आहे. चला सुरू करू या. बघू, तुम्ही सर्वांनी काय काय काम केलंय,'' असं म्हणून विजयनं थाळीत थोडं जेवण वाढून घेतलं आणि तो व्हाइटबोर्डजवळ गेला.

विजयच्या आराखड्यातल्या पुराव्यांच्या विविध स्तरांसमोर टीमनं टिपणं असलेले कागद चिकटवले होते. विजयनं काही क्षण त्यावर नजर फिरवली.

“हे उत्तम दिसतंय,” त्यानं बोलायला सुरुवात केली. “आता याचा सविस्तर आढावा घेऊ या. स्तर एक – भौतिक पुरावे. आपल्याकडे काय आहे?”

“भिंतींवर कोरलेला कुराणातला मजकूर, बांधकाम कारागिरांच्या नावांचे उल्लेख, कबरींवरचं कोरीवकाम,” सोनिया म्हणाली.

“छान. अजून काय आहे? शहाजहान किंवा मुमताझ महल यांची नावं किंवा तारखा कुठे लिहिलेल्या आहेत का?”

“हो, कबरींवर त्यांची नावं आणि मृत्यूचं वर्ष कोरलेलं आहे,” मलिकनी सांगितलं. “शहाजहानच्या कबरीवर मृत्यूची तारीख नोंदवलेली आहे.”

“शहाजहाननं बांधकामाचा आदेश दिल्याचा कसलाही उल्लेख कोणत्याही कोरीवकामामध्ये आढळला का?”

मलिकनी क्षणभर विचार केला. “मला नाही वाटत.”

“हं... मलिकजी, हे जरा विचित्र नाहीये का?” विजयनं मलिककडे पाहिलं. “आणखी काय आहे?”

मलिकनी भिंतीवर चिकटवलेल्या ताजमहाल परिसराच्या नकाशाकडे निर्देश केला. “मुख्य स्तरावर दोन रिकामी थडगी आणि खालच्या दालनामध्ये दोन खरोखरची थडगी.”

“वा, छान,” विजय म्हणाला. “स्तर दोन. तुम्ही सर्वांनी मला काल सांगितलंत की आपण आजवर कोणतंही पुरातत्त्वीय सर्वेक्षण, कार्बन डेटिंग किंवा वय निश्चित करणारी अन्य कोणतीही प्रक्रिया केलेली नाही, बरोबर?” समोशाचा घास घेत विजयनं म्हटलं.

“अं... जरा थांबा,” समीर आधी त्याचं टिपण बघत आणि मग लॅपटॉपवर नजर टाकत म्हणाला. “१९८०च्या दशकात इंग्लंड किंवा अमेरिकेतल्या एका प्राध्यापकानं ताजमहालाचं कार्बन डेटिंग करण्याची तयारी दाखवली होती, पण त्याची आवश्यकता नाही, असं उत्तर बीओएनं दिलं होतं.”

“ताजमहालावर कार्बन डेटिंग प्रक्रिया करण्याचा असा काय बरं उपयोग होईल?” समीरकडे नजर रोखत मलिकनी विचारलं.

विजयनं क्षणभर मलिककडे पाहत विचारलं, “ठीक आहे. पुढे – परिमाण, मोजमापं?”

मलिक यांनी एक फाइल फोल्डर बाहेर काढला. “हा बीओए आग्रा सर्किटचा वार्षिक अहवाल आहे. त्यामध्ये ताजमहालाची सर्व मापं, आराखडा, एलेव्हेशन व क्रॉस-सेक्शन्स आहेत.”

विजयनं अहवाल हातात घेऊन काही क्षण चाळला. “अरे वा! खोल फाउंडेशन वेल्सचा वापर केलाय.” तो दस्तऐवज वाचत असताना विजय हसला.

"तुम्हाला माहीतेय, मी सिव्हिल इंजिनिअरिंग शिकलोय. ताजमहालाचं बाकी कोणतंही बांधकाम सुरू करण्यापूर्वी केवळ पाया बांधण्यासाठीच बराच कालावधी लागणार असणार, खरं ना?" जरा थांबून त्यानं विचारलं, "आपल्या कार्यालयात निवासी सिव्हिल इंजिनिअर आहे ना? आपल्याला त्याची गरज भासू शकते."

"इंजिनिअर मोहंती आहेत," मलिक म्हणाले.

"पुढचा, स्तर तीन – अधिकृत दस्तऐवज," विजयनं व्हाइटबोर्ड तपासला. व्हाइटबोर्डवर या स्तराच्या समोर टिपणाचे कागद चिकटवलेले नव्हते. "तुम्ही सर्वांनी मला काल सांगितल्याप्रमाणं, ताजमहालाच्या बांधकामाबद्दल शहाजहानच्या काळातले इमारतीचे कोणतेही अधिकृत आराखडे, रचना, आर्थिक तजवीज, इत्यादी माहिती उपलब्ध नाही, बरोबर? हं! विचित्रच आहे हे. आपल्याला याची खात्री आहे का?"

"हो, मला खात्री आहे," समीर म्हणाला आणि मलिककडे वळला.

मलिकनी नाराजीदर्शक खांदे उडवले. "तीनशे वर्षांपूर्वीचा हा तपशील उपलब्ध असेल, अशी आपण अपेक्षा तरी कशी करू शकतो? कदाचित त्या वेळी आराखडे तयार केलेले असतील, पण ते गहाळ झाले असतील."

विजयनं याकडे लक्ष दिलं नाही आणि वहीमध्ये काहीतरी लिहिलं.

"बरं, चौथा स्तर – बखर, आदेश किंवा फर्मान. मला वाटतं, या श्रेणीमध्ये आपल्याकडे काहीतरी दिसतंय."

"हो. शहाजहानने राजा जय सिंगला पाठवलेले संगमरवर आणि बांधकाम मजूर यांची मागणी करणारे दोन फर्मान आपल्याकडे आहेत," मलिक म्हणाले.

"अरे वा! आहेत तर गोष्टी. फार छान! हा अतिशय महत्त्वाचा पुरावा आहे. बरं, आणखी काही?"

"बादशहानामा," मलिक म्हणाले.

"वा! बादशहानामा, म्हणजे कोणा लाहोरी नावाच्या व्यक्तीनं लिहिलेली शहाजहानची बखर, बरोबर?" विजयनं विचारलं.

'मुल्ला अब्दुल हमिद लाहोरी,' मलिक म्हणाले.

"आपल्याकडे बादशहानाम्याची प्रत आहे का?"

"मूळ पर्शिअन हस्तलिखित इंग्लंडमध्ये ठेवलं आहे, आणि १८६६ मधली प्रत दिल्लीतल्या नॅशनल अर्काइव्ह्जमध्ये आहे," सोनिया या संभाषणामध्ये सहभागी झाली.

"त्याचं इंग्रजी किंवा हिंदीमध्ये भाषांतर केलेलं आहे का?" विजयनं विचारलं.

बराच वेळ कोणीच काही बोललं नाही.

"लाहोरींचा बादशहानामा कधीच पूर्णपणे भाषांतरित करण्यात आला नाही,"

सोनिया म्हणाली.

"पण, मला वाटतं, काही इतिहासकारांनी हस्तलिखिताच्या थोड्या भागाचा व्यक्तिशः अभ्यास केला आहे किंवा त्यातल्या पानांचा संदर्भ दिला आहे," मलिकनी त्रासिक चेहरा करत पुस्ती जोडली.

"मला एक गोष्ट कळत नाही," विजय म्हणाला, "अत्यंत महत्त्वाची बखर..."

विजय बोलत असताना मलिक मध्येच बोलू लागले, "हे बघा, विजयजी, मी मघाशी म्हटल्याप्रमाणं, पर्शिअन भाषेचं ज्ञान असलेल्या तज्ज्ञ इतिहासकारांनी बादशहानाम्यातल्या काही पानांचा उल्लेख केलेला आहे. त्यांनी एकतर मूळ हस्तलिखित किंवा प्रत व्यक्तिशः पाहिली आहे. त्यांनी आपल्याला मोलाची माहिती उपलब्ध केलीय, यासाठी आपण त्यांचे आभार मानायले हवेत." मलिक बचावात्मक पवित्रा घेत बोलले. आणखी काही नोंद करून विजय पुढच्या मुद्द्याकडे वळला.

"तर, पाचवा स्तर आहे – जुन्या काळातले प्रवासी आणि आख्यायिका." व्हाइटबोर्डवर या स्तरामध्ये चिकटवलेल्या कागदांची संख्या मोठी होती. विजय बोर्डाजवळ गेला. "या स्तरामध्ये तुम्ही बरेच पुरावे नोंदवले आहेत. मला यातली काही नावं उच्चारताही येत नाहीयेत. हे सगळं कुणी संकलित केलं?"

समीरनं हात उंचावला. "फ्रेंच व्यापारी टॅव्हर्निए, इंग्लिश व्यक्ती पीटर मंडी, पोर्तुगीज मनरिके, आणखी एक फ्रेंच व्यक्ती व डॉक्टर बर्निए, जर्मन व्यक्ती मँडेलस्लो."

विजयनं हसत मान डोलावली. "हे सगळं प्रभावी आहे, पण प्रवाशांच्या बाबतीत तुम्हाला फार काळजी बाळगावी लागेल. प्रवासी अनेकदा ऐकीव लोककथा सांगतात. योग्य लोकांपर्यंत पोहोचण्याची सुविधाही त्यांच्याकडे नसते. आणि, मी आधी सांगितल्याप्रमाणे, प्रवासवर्णनं काही वर्षांनी भाषांतरित आणि संपादित होण्याची शक्यता खूप असते. असो, ही माहिती नक्कीच चांगली आहे. छान काम केलंत!"

"पुढचा, स्तर सहा – इतिहासकार, माझे आवडते. या स्तरामध्ये आपल्याला काय काय मिळालंय? भारताचा इतिहास लिहिणाऱ्या काही मोठ्या लोकांची नावं दिसतायत. एच. जी. कीन, व्हिन्सेंट स्मिथ. छान! पण, इलियट आणि डॉसन यांची नावं कुठेत?"

"माझ्या माहितीनुसार त्यांचं या बाबतीत काही योगदान नाहीये," समीर म्हणाला.

"आश्चर्याची बाब आहे. मला असं म्हणायचंय, हे दोन तज्ज्ञ भारताचे

प्रमुख इतिहासकर होते. बरोबर ना?''

सोनिया लॅपटॉपमध्ये काहीतरी वाचत होती. ''वास्तविक, इलियट आणि डॉसन यांनी १८७७ मध्ये लिहिलेल्या *हिस्टरी ऑफ इंडिया ॲज टोल्ड बाय इट्स ओन हिस्टोरियन्स* यामध्ये बादशहानाम्याचे संदर्भ आहेत, पण ताजमहालाचा काहीही उल्लेख नाहीये.''

''छान, हे कुठेतरी नोंदवून ठेवू या. आपल्याला त्याची नंतर गरज भासेल,'' विजय म्हणाला.

''पुढचा, सातवा स्तर – सरकारकडचे किंवा इतरांकडचे सद्यकालीन अहवाल. आपल्याकडे काय काय आहे?''

''१९९७ साली पुनर्मुद्रित झालेलं डॉक्टर देसाई व कौल यांचं १९८२ चं *ताज म्यूझिअम गाइडबुक,*'' समीरनं सांगितलं.

विजयनं उत्सुकतेनं टिपणं तपासली. ''हे काय आहे?''

''हे एच. आर. नेविल यांचं १९०५ सालचं *आग्रा गॅझेटियर* आहे,'' सोनियानं माहिती दिली.

''हे उपयोगी पडू शकतं,'' विजयनं म्हटलं.

''त्यानंतर, काही सरकारी प्रसिद्धी-साहित्य आणि वेबसाइट्स आहेत,'' समीर म्हणाला.

''आपण युनेस्को व विकिपीडिया या वेबसाइटही विचारात घ्यायला हव्यात,'' सोनियाचं म्हणणं पडलं.

कपाळावर आठ्या चढवीत समीर म्हणाला, ''या साइट्स विसंबण्याजोग्या किंवा अचूक नाहीत.''

''का नाहीत?'' मलिकनी विचारलं.

टीममधल्या दोन सदस्यांमध्ये थोडा तणाव निर्माण झाल्याचं विजयनं ओळखलं. तो म्हणाला, ''कृपया लक्षात घ्या, आपण विश्वासार्ह पुरावे गोळा करण्याचा प्रयत्न करतोय. या वेबसाइट नेहमीच मूळ व खरी माहिती उपलब्ध करतातच असं नाही.''

विजयनं त्याच्या टिपणांवर नजर टाकली आणि काहीतरी विचार करत बोर्डाकडे पाहिलं. त्यानं दीर्घ श्वास घेतला. ''टीम, उत्तम काम केलंय सगळ्यांनी... पण... एखाद्या शैक्षणिक, अधिकृत किंवा शास्त्रीय संशोधनाचा कुठेही उल्लेख नाहीये. ताजमहालावर कोणी अधिकृत संशोधन केलं नाहीये का?''

''मी तरी आजवर केवळ डॉक्टर रॉय यांच्या संशोधनाबद्दलच ऐकलंय. पण, माझ्या माहितीप्रमाणं, संशोधन जाहीर करण्याआधीच त्यांचा मृत्यू झाला,'' सोनिया म्हणाली.

"डॉक्टर रॉय?" समीरनं त्याच्या लॅपटॉपमध्ये शोधायला सुरुवात केली. "डॉक्टर रॉय..." तो स्वतःशीच पुटपुटला.

विजयला आदल्या दिवशी सोनियाबरोबर आणि त्याची मुलगी नंदिनीबरोबर झालेलं बोलणं आठवलं. त्यानं विचारलं, "डॉक्टर रॉय यांनी त्यांचं संशोधन जाहीर का नाही केलं? त्यांच्या संशोधनाचं पुढे काय झालं, हे कुणाला ठाऊक आहे का?"

"कुणालाच तसं खरं माहीत नाही."

समीर अजूनही लॅपटॉपमध्ये काहीतरी शोधत होता. "टीम, मला एक जुना वृत्तान्त सापडलाय. त्यामध्ये म्हटलंय की डॉक्टर रॉय यांचा मृत्यू एका अपघातात झाला. रॉय आपल्याला भेटायला येणार होते असं जनाब मनोहर लाल यांनी सांगितलं आणि रॉयच्या संशोधनामुळे ताजमहालाबाबतच्या सगळ्या प्रश्नांना पूर्णविराम मिळाला असता, असं या वृत्तान्तात म्हटलंय... हा वृत्तान्त १९६०च्या दशकातला आहे," समीरनं मलिककडे पाहिलं. "मलिकजींना याबद्दल जास्त माहिती असू शकते."

"मलिकजी, तुम्हाला डॉक्टर रॉय व त्यांच्या संशोधनाविषयी काहीही ठाऊक आहे का?"

मलिक यांच्यासाठी हा प्रश्न अनपेक्षित होता. "अं, ही घटना मी रुजू होण्याच्या आधीची आहे... इथे बीओए आग्रा सर्किटमध्ये त्यांचं कार्यालय होतं, इतकंच मला सांगितलं गेलं. रॉय यांचे काही दस्तऐवज अजूनही इथे ठेवलेले आहेत. त्यांच्या निधनानंतर दिल्ली विद्यापीठानंही त्यांचे काही दस्तऐवज आणि पत्रव्यवहार पाठवला होता." मलिक यांच्या बाजूला कागदपत्रांचा धुळीनं माखलेला खोका होता. "ते सगळं या खोक्यात आहे. आपल्याला लागू शकतं म्हणून मी घेऊन आलो."

"मला याबद्दल माहीतच नव्हतं. आतापर्यंत हे सर्व कुठे ठेवलेलं होतं?" सोनियानं विचारलं. "काय म्हटलंय त्यामध्ये?"

मलिक यांनी क्षणभर विचार केला. "मी मागे हे सर्व सविस्तर तपासलं आहे. बरचसे दस्तऐवज व पत्रव्यवहार प्रशासकीय स्वरूपाचा आहे. त्यामध्ये कोणतीही जास्तीची माहिती दिलेली नाही. हवं असेल तर तुम्ही तपासून पाहू शकता."

"धन्यवाद, मलिकजी. आणि, सोनिया, काळजी करू नकोस," विजय म्हणाला. "टीम, सगळ्यांनी चांगलं काम केलंय. आपण चहाचा ब्रेक घेऊ या आणि मग घटनाक्रम या दुसऱ्या भागाला सुरुवात करू या. मला चोप्रांशी काही बोलायचं आहे." विजय तिथून बाहेर पडला आणि चोप्रांच्या केबिनच्या दिशेनं गेला.

विजय तिथून बाहेर पडताच, सोनिया मलिक यांनी सांगितलेल्या डॉ.

रॉयच्या दस्तऐवजांच्या खोक्याजवळ गेली. "मलिकजी, समीर, याबद्दल मला कोणीही यापूर्वी कधीच का नाही सांगितलं?" सोनियानं वैतागून विचारलं.

"सोनिया, एवढं काय त्यात? त्यातल्या कागदपत्रांमध्ये उपयोगी असं काहीही नाहीये, हे मलिकजींनी आपल्याला आधीच सांगितलंय," समीरनं उत्तर दिलं. "यामध्ये नाराज होण्यासारखं काय आहे?"

सोनियानं सगळा खोका धुंडाळला, त्यातलं साहित्य काही क्षण तपासलं, आणि नाद सोडून दिला. ती तिच्या खुर्चीजवळ गेली.

"काय सापडलं तुला?" समीरनं विचारलं.

"फारसं काही नाही," सोनियानं सांगितलं.

"मी तर आधीच सांगितलं होतं," मलिक म्हणाले.

"चहा घ्या!" सुभाष चहाच्या कपांचा ट्रे घेऊन आत आला. "तुम्ही सगळेजण खूप नशीबवान आहात. दर थोड्या वेळानं तुमच्यासाठी चहा, पाणी, शीतपेय, इत्यादी घेऊन यायला आणि तुम्हाला काय हवं-नको ते बघायला मला चोप्रा सरांनी सांगितलंय. हे घ्या."

त्यानं प्रत्येकाला चहा दिला. "हा कप कुमार सरांसाठी आहे... एक विचारू, तुम्ही सगळे कशावर काम करताय? एखादा मोठा, खास प्रकल्प आहे का? तुम्हाला काही लागलं तर कृपया मला सांगा."

विजय कॉन्फरन्स रूममध्ये परतला. "अरे वा, गरमागरम चहा!" त्यानं लगबगीनं कप उचलला. "आता आपल्याला घटनाक्रम हवा आहे. पण, आपण कामाला सुरुवात करण्यापूर्वी मला एक सोपा प्रश्न विचारायचा आहे. ताजमहालाचा अधिकृत घटनाक्रम यापूर्वी कोणी जुळवून ठेवलेला नाही का?" खोलीत अस्वस्थ शांतता पसरली.

"असायला तर हवा, बरोबर समीर? मलिकजी?" सोनियानं विचारलं.

"दुर्दैवानं नाही," समीर व मलिक यांनी जवळजवळ एकाच वेळी उत्तर दिलं.

"किती लाजिरवाणं आहे!" सोनियानं खोलीत नजर फिरवत म्हटलं.

विजयनं चहाचा घोट घेतला. "टीम, शांत व्हा. ताजमहालाबद्दल आपल्याकडे सुस्पष्ट घटनाक्रम नाहीये, ही दुर्दैवाची बाब आहे, पण आपण तो आता तयार करू, ठीक आहे? चला, सुरुवात करू या. मी प्रश्न विचारीन, मलिकजी किंवा बाकीचे उत्तर देऊ शकतात, आणि सोनिया तू ते नोंदवून घे. हे सगळ्यांना योग्य वाटतंय नं?"

सोनिया तिथल्या दुसऱ्या व्हाइटबोर्डजवळ गेली व मार्कर हातात घेऊन नोंदी करायला सज्ज झाली.

"मुमताझचा मृत्यू केव्हा झाला?" विजयनं सुरुवात केली.

"जून ७, १६३१," मलिक यांनी तत्पर उत्तर दिलं.

"ही ज्युलिअन तारीख आहे. ग्रेगोरिअन तारीख जून १७, आहे," समीरनं स्पष्ट केलं. "आणि काही ठिकाणी तिच्या मृत्यूचं वर्ष १६२९ ते १६३२ या दरम्यानचं असल्याचं म्हटलंय."

"त्यानं काय फरक पडतो?" मलिकनी वाद घालायला सुरुवात केली. "मी असं ऐकलंय की बुऱ्हाणपूरमध्ये ७ जूनला मुमताझचा उरूसही साजरा केला जातो."

"बरं, बरं," विजयनं हातानं खूण करत म्हटलं. "या तारखेला आधार काय आहे?"

"बादशहानामा," मलिक म्हणाले.

"सर्वप्रथम बादशहानामाचा हवाला कोणी दिला आणि केव्हा?"

"मी आधी म्हटल्याप्रमाणे, इलियट व डॉसन यांनी ताजमहालाबाबत काहीही उल्लेख केलेला नाही." सोनियानं आधीचंच विधान पुन्हा केलं.

"मला वाटतं, नेविल यांच्या १९०५ च्या *आग्रा गॅझेटियर* मध्येही संदर्भ आहेत," मलिक म्हणाले.

विजय हसला. "१९०५? अरे वा! तब्बल २५० वर्षांनंतर? गंमतच आहे! बादशहानामा हे इतकं महत्त्वाचं दस्तऐवज असेल तर १९०५ पर्यंत कोणीही त्याचा संदर्भ का नाही दिला?" क्षणभर थांबून विजयनं विचारलं, "ताजमहालाचं बांधकाम केव्हा सुरू झालं?"

यावर लगेचच कोणीही उत्तर दिलं नाही. "१६३२ मध्ये असण्याची शक्यता आहे," मलिकनं हळूच उत्तर दिलं.

"याचा पुरावा काय आहे?"

"फ्रेंच व्यापारी टॅव्हर्निएचं प्रवासवर्णन," समीर म्हणाला. तो त्याची टिपणं चाळत होता. त्याच्याकडे काही प्रिंटआउट होते. "या फ्रेंच व्यापाऱ्यानं १६३२ ते १६६५ या कालावधीमध्ये सहा वेळा भारतदौरा केल्याचं म्हटलंय. त्यानं हे लिहून ठेवलंय."

आय सॉ कमेन्समेंट ॲन्ड कम्प्लिशन ऑफ धिस मॅजेस्टिक स्ट्रक्चर

अर्थात

मी या भव्य वास्तूचं बांधकाम सुरू झाल्याचं आणि पूर्ण झाल्याचं पाहिलं.

"बरं," विजयनं याची नोंद करून घेतली. "याव्यतिरिक्त अन्य काही पुरावा आहे का?"

समीरनं त्याच्या टिपणांमधून वाचून दाखवलं. "हो, इंग्लिशमन पीटर मंडी. १६३१-३३ या कालावधीदरम्यान तो आगऱ्यात होता. त्यानं हे नमूद केलंय."

द बिल्डिंग हॅज बिगन ॲन्ड गोज ऑन विथ एक्सेसिव्ह लेबर
अर्थात
इमारतीचं बांधकाम सुरू झालंय आणि परिश्रमपूर्वक सुरू आहे

"ठीक आहे. आता, बांधकाम केव्हा पूर्ण झालं?"

"अंदाजे १६५३," मलिक म्हणाले. "पण, काही भागांचं बांधकाम त्याआधी पूर्ण झालं होतं."

"याला पुरावा काय आहे?" विजयनं विचारलं.

"बांधकामाला बावीस वर्षं लागली, असं टॅव्हर्निएनं म्हटलंय," मलिक यांनी स्पष्ट केलं.

"बरं. यासाठी काही पुरावा आहे का?" विजयनं पुढचा प्रश्न विचारला.

समीर विचार करत होता. "बादशहानामामध्ये आणखी माहिती असायला हवी. हो ना, मलिकजी?"

"निश्चितच," मलिक यांनी उत्तर दिलं.

"इतकंच?" विजयनं विचारलं.

त्यांनी एकमेकांकडे बघितलं.

कोणीच उत्तर देत नसल्यानं विजय म्हणाला, "आपण थोडंसं मागे जाऊ या. मुमताझचा मृत्यू झाल्यावर काय घडलं?"

मलिकांचं उत्तर तयारच होतं. "सहा महिन्यांनी, जानेवारी १६३२ मध्ये तिचा मृतदेह बुऱ्हाणपूरहून आगऱ्याला आणण्यात आला. ताजमहालाच्या आवारात तो तात्पुरता पुरण्यात आला, आणि वर्षभरानंतर तिचा मृतदेह सध्याच्या ठिकाणी कायमस्वरूपी दफन करण्यात आला."

"पुरावा काय आहे याला?"

"एच. आर. नेविल यांचं १९०५ चं *आग्रा गॅझेटियर* आणि एस. एम. लतिफ यांचं १८९६ सालचं *आग्रा हिस्टोरिकल ॲन्ड डिस्क्रिप्टिव्ह* हे पुस्तक. लतिफ यांनी मुल्ला अब्दुल हमिद लाहोरी यांच्या लेखनाचा संदर्भ दिलाय आणि तो उल्लेख बादशहानामाचा असावा. तसंच, देसाई व कौल यांच्या १९९७ मध्ये

पुनर्मुद्रित करण्यात आलेल्या १९८२ च्या ताज म्यूझिअम गाइडबुकमध्येही हेच म्हटलंय,'' मलिक यांनी पुरावा पुन्हा एकदा सांगितला.

''बरं, म्हणजे, पुन्हा एकदा बादशहानामाच ना?'' आणि तो अद्यापही भाषांतरित करण्यात आलेला नाही, बरोबर?'' खोलीत शांतता पसरली.

''केवळ दोन प्रवाशांचं लेखन, शहाजहानचे काही फर्मान आणि भाषांतरित न केलेला, पण वारंवार उल्लेखला जाणारा बादशहानामा यांच्या आधारे आपण आरटीआय अहवाल लिहिणार आहोत का?''

विजयनं उसासा सोडला आणि आपल्या केसातून हात फिरवला.

''कोणत्या मूर्खानं ही आरटीआय याचिका दाखल केलीय?'' विजयनं कोसलं आणि तो खुर्चीतून उठला. ''माफ करा... मला चोप्रांना याविषयी बोलायला हवं आणि आपण आतापर्यंत काय काम केलंय हे त्यांना सांगायला हवं.'' तो खोलीबाहेर निघून गेला.

मलिक यांनी विजयला जाताना पाहिलं आणि नाराजीनं तोंड वाकडं केलं. ''हे स्वतःला समजतात कोण? इतका काथ्याकूट करून केलेल्या विश्लेषणाचा काय उपयोग होणार आहे?''

''मला माहीत नाही,'' समीर म्हणाला. ''ते वैतागलेत बहुतेक.''

क्षणभर विचार करून सोनिया म्हणाली, ''मलिकजी, मला त्यांची विचार करण्याची पद्धत आवडते. ते योग्य प्रश्न विचारताहेत.''

मलिक यांनी मान झटकली.

थोड्याच वेळात विजय चोप्रांसोबत परत आला. व्हाइटबोर्डवरचे आराखडे आणि काही कागद दाखवून त्यानं टीमनं आतापर्यंत केलेलं काम चोप्रांना सांगितलं. चोप्रांनी व्हाइटबोर्डचा नीट अभ्यास केला आणि विजयचं बोलणं लक्षपूर्वक ऐकलं.

विजयनं थोडक्यात माहिती दिली. ''चोप्राजी, आम्ही दोन दिवस यावर काम करतोय. प्रवाशांचं लेखन आणि बादशहानामाचे काही संदर्भ इतकेच ताजमहालावरचे उपयुक्त पुरावे टीमनं आतापर्यंत शोधले आहेत... इतक्या त्रोटक माहितीच्या आधारे आम्हाला कसा काय अहवाल तयार करता येईल?'' त्यानं संपूर्ण टीमवर नजर फिरवली. सोनियानं सहमतीदर्शक मान हलवली.

चोप्रांनी काहीही प्रतिसाद दिला नाही. त्यांनी व्हाइटबोर्ड तपासला आणि काही दस्तऐवज पुन्हा एकदा चाळले. त्यानंतर ते सावकाश बोलले.

''हे ठीक आहे, पण मला आश्चर्य वाटतंय,'' त्यांनी मलिक यांच्याकडे नजर रोखली. ''एक म्हणजे, मलिकजी, मला माहीत नाही आपण आणखी पुरावे

का शोधू शकलो नाही. पण, टीम, तुम्ही कोणत्या दिशेनं काम करताय, ते मी समजू शकतो. तुम्हाला बादशहानामाचा अभ्यास करणं गरजेचं वाटत असेल, तर नक्की करा. दिल्लीतल्या नॅशनल अर्काइव्ह्जमध्ये हस्तलिखित उपलब्ध आहे.''

चोप्रांकडे न बघताच मलिक म्हणाले, ''प्रामाणिकपणे सांगायचं, तर त्याची गरज नाही, असं मला वाटतं, आणि यामध्ये टीमचा वेळ वाया जाईल.''

''याचबरोबर, चोप्रा सर, आम्हाला एखादं सविस्तर व विश्वासार्ह संशोधन दस्तऐवज मिळणं फार आवश्यक आहे. डॉक्टर रॉय यांच्या संशोधनाबद्दल मी ऐकतोय,'' विजय म्हणाला.

''मी डॉक्टर रॉय यांचं नाव ऐकलं आहे,'' चोप्रांनी प्रतिसाद दिला. ''ते आगऱ्यामध्ये बराच वेळ व्यतीत करत असत, पण त्यांचं संशोधन कधीही प्रसिद्ध करण्यात आलं नाही. आपण याबद्दल फार काही करू शकतो, असं मला वाटत नाही, नाही का?'' चोप्रांनी हा प्रश्न पुन्हा टीमकडेच टोलवला.

टीमनं काहीच प्रतिसाद दिला नाही. चोप्रांनी त्यांच्याकडे कटाक्ष टाकला आणि विषय बदलला.

''मला दुसऱ्या कशावर तरी चर्चा करायची आहे. कृपया, काळजीपूर्वक ऐका,'' त्यांनी प्रत्येकावर नजर फिरवली. ''मी दिल्लीतले संचालक नायक यांच्याशी बोललो. इंटरपोलने भारत सरकार व युनेस्को यांना सावधगिरीची सूचना दिली असल्याचं त्यांनी सांगितलं. ते मुघलकालीन दुर्मिळ सोन्याच्या व रत्नांच्या काळ्या बाजारात होणाऱ्या खरेदी-विक्रीवर नजर ठेवून आहेत. हे सोनं व रत्ने ताजमहालातल्या कबरींमधली असल्याचा संशय आहे. त्यांना अद्याप पूर्णतः खात्री नाहीये, परंतु आपण सावध राहावं, असं त्यांना वाटतं.'' टीमची प्रतिक्रिया पाहण्यासाठी चोप्रा काही क्षण थांबले. सगळेजण अविश्वासानं बघत होते. चोप्रा सोनियाकडे वळले. ''सोनिया, मला वाटतं युनेस्कोनं तुला आधीच सूचित केलंय.''

''हो, मी याबद्दल ऐकलंय,'' सोनिया म्हणाली. ''पण, मला वाटतं युनेस्कोनं अद्याप याची पूर्णतः खातरजमा केलेली नाही. व्यक्तिशः मला नाही वाटत असं घडणं शक्य आहे. मलिकजीपण माझ्याशी सहमत होतील.''

मलिक चकित झाले होते. ''ही सावधगिरीची सूचना चुकीची वाटते. ताजमहालात काहीही सोनं किंवा रत्नं उरलेली असतील, असं मला वाटत नाही.''

''मला तर हे काल्पनिक वाटतं,'' समीर म्हणाला.

''पण सोनिया, थोड्या दिवसांपूर्वी ताजमहालाच्या मागच्या बाजूला काही लोकांना पकडण्यात आलं, असं तू म्हणाली नव्हतीस का?'' विजयनं विचारलं.

यावर चोप्रांनी उत्तर दिलं. ''ते स्थानिक रहिवासी होते. अधिकाऱ्यांनी त्यांची

चौकशी केली आणि त्यांना सोडून दिलं. त्याबद्दल चिंतेचं काहीही नाही... पण या विषयाबद्दल अधिक माहितीकडे लक्ष राहू द्या.''

मग चोप्रा विजयकडे वळले. ''विजय, आरटीआय याचिकेच्या उत्तराबाबत आपलं पुढचं पाऊल काय असेल?''

विजयनं त्याच्या टिपणांवर नजर फिरवली. ''माझ्या मते, आपल्याला काही गोष्टी करायच्या आहेत. आपण दिल्लीतल्या नॅशनल अर्काइव्ह्जमध्ये जायला हवं आणि बादशहानामाचा आढावा घ्यायला हवा. एखादं जुनं संशोधन उपलब्ध आहे का, हे आपण यापुढेही शोधत राहू. त्यानंतर आपल्याला ताजमहालाचा घटनाक्रम निश्चित करायला हवा. त्याचबरोबर, आपण आरटीआय अहवालाची रूपरेषा आखण्यासही सुरुवात करू शकतो. आणि हा, सर्वांत महत्त्वाचं म्हणजे, मला स्वतःला ताजमहाल बघायचा आहे. मी ताजमहाल एकदाच पाहिलाय, तोही लहानपणी. हा मी इथे ताजमहालावरच्या अहवालाबाबत काम करतोय आणि तो अजून नीट पाहिलेला देखील नाही, हे विचित्र वाटतं ना?'' विजय बोलताना थांबला. ''यावर तुमचं काय मत आहे?''

समीर म्हणाला, ''पण, बादशहानामा पर्शिअन भाषेत लिहिलाय. आपण तो कसा वाचू शकू? म्हणजे, आपल्यापैकी कोणाला पर्शिअन येतं?''

''आपल्याकडे पर्शिअन भाषातज्ज्ञ नाहीये का?'' सोनियाकडे वळत विजयनं विचारलं.

सुरुवातीला सोनियाची तयारी दिसली नाही, पण नंतर तिचे हावभाव बदलले. ''ही कल्पना चांगलीय. मला फार छान वाटतंय. ते ऐतिहासिक हस्तलिखित वाचणं, ही नक्कीच एक सुवर्णसंधी असेल.''

''पुढे काय करायचंय ते सर्वांना चांगलं ठाऊक आहे असं दिसतंय. छान.'' तिथून बाहेर पडण्यासाठी चोप्रा उठले.

चोप्रा खोलीतून बाहेर जाईपर्यंत विजय थांबला आणि मग टीमकडे वळला.

''टीम, छान. पण, आपल्यासमोर जरा विचित्र परिस्थिती निर्माण झालीय. आरटीआय याचिकेला उत्तर देताना आपण नेमके कोणत्या दिशेनं चाललो आहोत, हे मला ठाऊक नाही, पण आज इथेच थांबू या. सगळ्यांनी घरी जावं. मी आणखी थोडा वेळ कार्यालयातच थांबणार आहे आणि संशोधन करणार आहे,'' विजयनं सर्वांना सांगितलं.

''आणखी संशोधन? विजयजी, तुम्ही कसला विचार करताय?'' मलिक यांनी विचारलं.

''मला इथेच थांबायला आणि तुमच्या कामात मदत करायला आवडेल,'' सोनियानं म्हटलं.

"धन्यवाद, पण त्याची गरज नाही. कृपया घरी जा आणि आराम करा. आजचा दिवस फार गडबडीत गेला. सर्वांना शुभ संध्या," असं बोलून विजय समीरकडे वळला.

"समीर, तुला जवळपासचं एखादं इलेक्ट्रॉनिक्स वस्तूंचं दुकान माहीत आहे का? माझ्या फोनसाठी नवा चार्जर घ्यावा लागेल असं दिसतंय. गेले काही दिवस मी जरा ते टाळतोय."

"ताजगंज परिसरामध्ये काही दुकानं आहेत. तुम्ही सध्या राहता त्या विश्रामगृहापासून फार लांब नाहीत. पुरानी मंडी ट्रॅफिक सर्कलला उजवीकडे वळा."

"धन्यवाद, शुभ रात्री."

टीम घरी निघून गेली आणि विजय पुन्हा कामात गुंतला.

दस्तऐवज, पुस्तकं व इंटरनेट यांच्या मदतीनं संशोधन करण्यात विजयचा अर्धा तास गेला. मधूनच तो व्हाइटबोर्डवरच्या आकृत्यांकडे बघायचा. तितक्यात त्याचा फोन वाजला. तो फोन त्याच्या मुलीचा, नंदिनीचा होता.

"कशी आहेस?" पुढ्यातली कागदपत्रं चाळत तो बोलत होता. "मी बरा आहे. आरटीआयला उत्तर देण्याच्या कामामुळे जरा व्यग्र आहे."

"मी तुम्हाला एक सांगायला विसरलेच," असं म्हणून नंदिनीनं थेट विषयाला हात घातला. "विद्यापीठातल्या लेक्चरमध्ये प्राध्यापक माथुर डॉक्टर रॉयच्या ताजमहालावरच्या संशोधनाबद्दल बोलत होत्या. त्यांचं संशोधन कधीही प्रसिद्ध करण्यात आलं नाही, असं त्या म्हणाल्या."

नंदिनीनं हे सांगताच, विजय मलिकनी आणलेल्या कागदपत्रांच्या खोक्याकडे वळला. त्यामध्ये डॉ. रॉय यांचा पत्रव्यवहार होता.

"तू आत्ता मला कशाची तरी आठवण करून दिलीस. पुन्हा विसरण्यापूर्वी मला काहीतरी बघायचंय. कृपया मला जाऊ दे." त्यानं नंदिनीचा कॉल अचानक बंद केला आणि खोक्यातली डॉ. रॉय यांची कागदपत्र तपासायला सुरुवात केली.

इथे काय बरं दिसतंय? यामध्ये काहीही महत्त्वाचं नाहीये, असं मलिक म्हणाले. या केवळ विविध प्रकाशनांच्या व दस्तऐवजांच्या प्रती आहेत, असं दिसतंय... द स्कूल ऑफ आर्किटेक्चर... इंग्लंड... ब्रिटिश लायब्ररी.

विजयनं दस्तावेजांचा गठ्ठा एकदा तपासला, मग दुसऱ्यांदा. पाणी लागून एका गठ्ठ्यातली काही पानं एकमेकांना चिकटली होती. त्यानं हळुवारपणे अनेक पानं सोडवली. दोन पानांमध्ये अडकलेला एक लिफाफा निसटून जमिनीवर

पडला. त्यानं तो उत्सुकतेनं उचलला. पत्र उघडलेलं नव्हतं, शिवाय बरंच जुनं असल्याचं दिसत होतं. त्यावर लंडनमधल्या ब्रिटिश लायब्ररीचा पत्ता आणि जी. एस. व्ही. ही अद्याक्षरं लिहिलेली होती. विजयनं श्वास रोखून धरला आणि ते पत्र उघडलं. शाई काहीशी फिकट झाली होती, पण तरीही पत्र वाचता येत होतं. त्यानं ते मोठ्यानं वाचलं.

प्रिय बाबुमोशाय,
तू नोव्हेंबरमध्ये पाठवलेलं पॅकेज मला मिळालं आहे. तुझ्याकडून पुढची सूचना येईपर्यंत ते माझ्याकडे सुरक्षित राहील, याची खात्री बाळग. हा कोणालाही ठाऊक नसलेला आणि कल्पनेपलीकडचा खजिना आहे, याची मला कल्पना आहे. मी बहुतेकसे संदर्भ ब्रिटिश लायब्ररीमध्ये तपासले आहेत. मी एका सिव्हिल इंजिनिअरिंग प्राध्यापकालाही ओळखतो आणि त्याच्याबरोबर कार्बन डेटिंगचा पाठपुरावा करीन. तुझ्या कामाला योग्य तो लौकिक मिळेल, अशी मला मनापासून आशा आहे. कृपया, स्वतःच्या सुरक्षेची काळजी घे. मी तुझ्या पुढच्या सूचनेची आतुरतेनं वाट पाहत आहे. पामेलानं नमस्कार सांगितलाय.
तुझा मित्र,
विशु

विजय खाली बसला आणि त्यातल्या मजकुराचा अर्थ लावण्यासाठी त्यानं ते पत्र पुन्हा पुन्हा वाचलं. त्याच्या डोक्यात अनेक प्रश्न येऊ लागले, डॉक्टर रॉय यांनी लंडनमधल्या त्यांच्या मित्राला काय पाठवलं असेल? आणि पामेला कोण होती? ती डॉक्टर रॉय व जी. एस. व्ही. या दोघांनाही कशी ओळखत होती? आणि, कार्बन डेटिंगचा उल्लेख. डॉक्टर रॉय यांचा मृत्यू झालाय, हे त्यांच्या मित्राला ठाऊक होतं का? यानंतर दोघांत आणखी काही पत्रव्यवहार झाला का?

विजयनं काही क्षण विचार केला आणि ते पत्र शर्टाच्या खिशात ठेवलं. त्यानं घड्याळात पाहिलं. जवळजवळ सात वाजले होते. तो खुर्चीतून उठला, त्याचं सामान घेतलं आणि तिथून बाहेर पडला. बाहेर जात असताना त्याला सुभाष भेटला.

"कुमार सर, तुम्ही इतक्या उशिरापर्यंत काम करताय?"

"हो, सुभाष, निघायच्याच तयारीत होतो," विजयनं उत्तर दिलं. "बरं, माझ्या सरकारी घराबद्दल काही कळलं का? तू कृपया एचआरमधल्या संबंधित व्यक्तीला विचारशील का?"

"कुमार सर, मी ते विचारून घेतो."

प्रकरण १५

गुरुवार, जून १
त्या संध्याकाळी

विजय बीओए कार्यालयातून बाहेर पडून सरकारी विश्रामगृहाच्या दिशेनं निघाला. नंदिनीला कॉल करावा, असा विचार त्याच्या मनात आला. मॉल रोडवरून ताज रोडसाठी तो डावीकडे वळला. त्यानं फोन बाहेर काढला. फोन सुरूच होईना. अर्र! मी वेळेतच चार्जर बदलायला हवा होता. ताजगंज परिसरात जायला हवं. तिथे इलेक्ट्रॉनिक्स वस्तूंची दुकानं आहेत, असं समीर म्हणाला होता.

विश्रामगृहाकडे जाण्यासाठी डावीकडे वळण्याऐवजी विजय ताज रोडवर जात राहिला आणि पुरानी मंडी ट्रॅफिक सर्कलजवळ उजवीकडे वळला. थोड्याच वेळात, रस्त्याच्या कडेला निरनिराळी दुकानं असलेल्या ताजगंज परिसरात तो पोहोचला. त्या दुकानांसमोर त्यानं गाडी उभी केली.

एका दुकानात जाऊन त्यानं विचारलं, ''तुमच्याकडे मोबाइल फोन चार्जर आहे का?''

''मोबाइल फोन चार्जर? इथे अशा वस्तू मिळत नाहीत. तुम्ही पुढच्या बाजूला लावलेली पाटी पाहिली नाही का?'' दुकानमालकानं विचारलं.

''त्रागा करायची गरज नाही. बॅटरी कुठे मिळतील, इतकंच सांगा.''

दुकानमालकानं विजयचा बॅज पाहिला आणि त्याच्याकडे रोखून पाहिलं. ''पुरातत्त्व विभाग? तुम्ही बीओएमध्ये काम करता? नक्की काय हवं आहे तुम्हाला?''

"का? तुम्हाला बीओएमधल्या व्यक्तींबद्दल काही तक्रार आहे का? तुमची समस्या काय आहे?" विजयचा पारा चढत होता. तो तिथे कशासाठी गेला होता, हेच विसरून गेला.

"तुम्ही मला धमकावताय का? बीओएमध्ये माझी ओळख आहे. तुमच्यासारख्या लोकांशी कसं वागायचं, ते चांगलं माहीतेय मला." दुकानमालक आता भांडण्याच्या पवित्र्यात आला होता.

"जाऊ दे. मी तुमच्याकडे नंतर बघतो," विजयनं दुकानमालकाकडे बोट दाखवत चढ्या आवाजात म्हटलं. तो चिडला होता. तो रागानं दुकानाबाहेर पडला. काही ग्राहक व आजूबाजूचे दुकानदार काय घडलंय, याकडे कुतूहलाने बघत होते.

प्रकरण १६

दुसऱ्या दिवशी
शुक्रवार, जून २

दुसऱ्या दिवशी, विजय सकाळी बीओए कार्यालयाच्या आवारात पोहोचला तेव्हा कार्यालयासमोर पोलिसांची गाडी उभी होती. तो कार्यालयात आला आणि खिशात बॅज शोधू लागला, पण त्याला तो सापडला नाही.

"माझा बॅज कुठे आहे?" तो मोठ्यानं बोलला. सुरक्षारक्षक त्याच्याकडे बघत होता. विजयला जरा लाजल्यासारखं झालं. "माफ करा, बहुधा विश्रामगृहामध्ये राहिला असावा."

सुरक्षारक्षकानं विजयला एक फॉर्म भरून द्यायला सांगितलं आणि तात्पुरता बॅज दिला. त्याच वेळी कार्यालय साहाय्यक सुभाष तिथे आला. "कुमार सर, आज तुम्हाला यायला उशीर झाला. मला वाटतं काहीतरी गडबड आहे. पोलीस आलेत इथे."

विजय कॉन्फरन्स रूमच्या दिशेनं गेला. जाताना तो चोप्रांच्या केबिनसमोरून गेला. काचेतून त्याला चोप्रा एका उंचापुऱ्या, पगडी घातलेल्या, अधिकारी दिसणाऱ्या माणसाशी बोलत असल्याचं दिसलं.

विजय कॉन्फरन्स रूममध्ये गेला. सोनिया, समीर व मलिक आधीच पोहोचले होते आणि लॅपटॉपमध्ये बघून काही वाचत तरी होते किंवा त्यांची टिपणं चाळत होते.

"टीम, काय सुरू आहे? मी बाहेर पोलिसांची गाडी पाहिली. कुणाला काही

माहीत आहे का?'' स्थिरस्थावर होत विजयनं विचारलं.

''काही कल्पना नाही,'' सोनियानं उत्तर दिलं.

समीरचं लक्ष विजयच्या तात्पुरत्या बॅजकडे गेलं. ''तुमचा बॅज कुठे आहे?''

उत्तर देण्यापूर्वीच विजयनं पाठीमागनं येणारे आवाज ऐकले. त्यानं मागे वळून पाहिलं. चोप्रा आणि तो पगडी घातलेला उंचापुरा माणूस कॉन्फरन्स रूममध्ये गेले.

चोप्रांनी थोडक्यात ओळख करून दिली. ''सिंग साहेब, मी तुम्हाला म्हणालो ती ही संशोधन करणारी टीम, आणि हे विजय कुमार, या कामाचे प्रमुख,'' टीमवर नजर टाकत चोप्रा म्हणाले. तो उंच माणूस विजयकडेच पाहत होता.

''आणि टीम, हे सेंट्रल ब्यूरोचे इन्स्पेक्टर हरपाल सिंग. त्यांना तुम्हाला काही प्रश्न विचारायचे आहेत,'' असं म्हणून चोप्रा त्या माणसाकडे वळले.

''टीम, निवांत व्हा.'' इन्स्पेक्टर हरपाल सिंग यांनी बोलायला सुरुवात केली. त्यांचा आवाज खर्जातला होता व नजर भेदक होती. ते विजयकडे वळले आणि त्याच्या तात्पुरत्या बॅजकडे बघू लागले. ''श्री. विजय कुमार... तुमचा अधिकृत बॅज कुठे आहे?''

''मी बहुधा विश्रामगृहामध्ये विसरलो, म्हणून हा तात्पुरता बॅज घेतला... इन्स्पेक्टर, तुम्ही असं का विचारता आहात?''

सिंग यांनी खिशात हात घातला, त्यातून एक वस्तू बाहेर काढली आणि विजयच्या डोळ्यांसमोर धरली. ''श्री. कुमार, हा बॅज तुमचा आहे का?'' बीओए टीमनं एकमेकाकडे पाहिलं.

''हो... पण... तुम्हाला कसा सापडला? मी तो कुठे विसरलो होतो?'' विजयनं चोप्रांकडे पाहिलं. त्यांना जणू हे आधीच ठाऊक होतं. ते त्याला काही सांगणार इतक्यात सिंग यांनी त्यांना थांबवलं.

सिंग येरझाऱ्या घालू लागले. ''तुमचा हा बॅज काल रात्री उशिरा ताजगंजमधल्या एका दुकानात सापडला. तुम्ही तिथे गेला होतात का?''

''हो, माझ्या फोनसाठी चार्जर घेण्यासाठी तिथे गेलो होतो. मी तो त्या इलेक्ट्रॉनिक्स वस्तूंच्या दुकानात विसरलो की काय?''

''त्यापूर्वी किंवा त्यानंतर तुम्ही अन्य कोणत्याही दुकानात गेला होतात का?'' सिंग यांनी विचारलं.

विजयला जरा हायसं वाटलं. ''आता माझ्या लक्षात आलं. मी आधी चुकीच्या दुकानात गेलो. तिथे मी चुकून बॅज टाकला असावा किंवा तो माझ्या खिशातून पडला असावा.''

सिंग काही क्षण थांबले.

“तुम्ही दुकानमालक सुनील प्रसादला ओळखत होतात का?”

“कोण? अजिबात नाही. मी आधी म्हटल्याप्रमाणं, मी तिथं अपघातानंच गेलो.”

“बरं,” सिंग जरा थांबले. “एक वाईट बातमी आहे. काल रात्री प्रसादचा खून झाला,” सिंग यांनी आधी विजयकडे व नंतर सर्व टीमकडे पाहिलं. विजय काहीही बोलला नाही.

“आणि काही प्रत्यक्षदर्शींनी विजय कुमारना दुकानात पाहिलं,” कॉन्फरन्स रूममधल्या अन्य व्यक्तींवर नजर टाकत सिंग म्हणाले. ते विजयकडे वळले. “तुमच्या दोघांमध्ये वादावादी झाली. बरोबर आहे, विजय कुमार?” सिंग यांनी विजयच्या नजरेस नजर मिळवत विचारलं.

“हो, पण ती किरकोळ वादावादी होती,” विजयनं अस्वस्थपणे सांगितलं.

“तुम्ही बीओएमध्ये काम करता का, हेही प्रसादनं तुम्हाला विचारलं.”

“त्याचं लक्ष माझ्या बॅजकडे गेलं आणि त्यानं मला विचारलं.”

सिंगनी चोप्रांकडे पाहिलं व नंतर टीमकडे.

“हे बघा, आम्ही तुमच्या कामात सहसा लक्ष घालत नाही. पण, अधीक्षक चोप्रांनी मला या माहिती अधिकारांतर्गतच्या याचिकेबद्दल सांगितलं. ही याचिका सुनील प्रसाद यांनी दाखल केली होती.”

“बाप रे!” सोनियाचे डोळे विस्फारले.

“अरेरे! माझा विश्वासच बसत नाहीये,” समीर म्हणाला.

“त्यांनी इतकी निरर्थक याचिका दाखलच का केली?” मलिक यांनी शांतपणे विचारलं.

“मला खात्री आहे की प्रसादनी केवळ औपचारिकता केली असणार. याचिका दाखल करणारी खरी व्यक्ती दुसरीच असणार आणि हे पूर्णतः कायदेशीर आहे,” चोप्रांनी स्पष्ट केलं.

सिंग यांनी आधी चोप्रांकडे पाहिलं, मग विजयकडे आणि म्हणाले, “नाही. विजय कुमार, तुम्ही संशयित नाहीत. पण, तुम्हाला जे जे आठवतंय ते आम्हाला कळणं गरजेचं आहे. प्रसादचा मृत्यू या याचिकेशी संबंधित आहे की नाही, हेही आम्हाला माहीत नाही. ही आरटीआय याचिका नेहमीच्या याचिकांपेक्षा वेगळी आहे, असं मला समजलंय. पण, त्याच्याशी माझं काही देणं-घेणं नाही.”

सिंग यांनी समीर, सोनिया व मलिक यांच्याकडे पाहिलं. “तुमच्यापैकी कोणीही या याचिकेबद्दल कोणा बाहेरच्या व्यक्तीला काहीही बोललात का? आणि कोणी सुनील प्रसादना ओळखता का?”

“नाही,” एकेकानं उत्तर दिलं.

"हं... मला कदाचित तुम्हा सगळ्यांशी नंतर पुन्हा बोलावं लागेल."

नंतर सिंग चोप्रांकडे वळून म्हणाले, "मला आत्ता जावं लागेल, पण मी संपर्कात राहीन." सिंग यांनी पुन्हा एकदा सर्वांकडे पाहिलं आणि ते निघून गेले.

प्रत्येक जण आपापल्या जागेवर बसला. काही क्षण असेच गेले.

"टीम, आपण यावर चर्चा करू या," चोप्रांनी शांततेचा भंग करत म्हटलं. टीम हादरली असल्याचं त्यांना जाणवत होतं.

"आरटीआय याचिकेचं आता काय होणार?" समीरनं विचारलं.

"आरटीआय नियमांनुसार आता याचिका बंद केली जाईल, असं मला वाटतं... असा माझा अंदाज आहे," सोनिया म्हणाली.

"असं झालं तर बरं होईल. ही याचिका निरर्थक आहे," मान हलवत विजयनं अन्यत्र नजर वळवली.

"अं, असंच होईल असं नाही," चोप्रा म्हणाले. "आपल्याला विभागाच्या औपचारिकता पूर्ण कराव्या लागतील आणि हे प्रकरण योग्य प्रकारे बंद करावं लागेल. मी पुढच्या सूचना देईपर्यंत टीम आरटीआय याचिकेचं उत्तर तयार करण्याचं काम सुरू ठेवेल. ठीक आहे? मी याबद्दल वरिष्ठ अधिकाऱ्यांशी चर्चा करीन. तोपर्यंत सध्याचं काम सुरू ठेवा."

"पण, सर, नियम असं सांगतात," सोनियानं स्पष्टीकरण देण्याचा प्रयत्न केला.

"सोनिया, मला नियम ठाऊक आहेत," चोप्रांनी म्हटलं. "प्रत्येकानं सध्यातरी नेहमीसारखं काम करत राहावं." ते उठून जायला निघाले.

सोनिया व समीर थक्क झाले होते, तर मलिकचा चेहरा निर्विकार होता. तिघंही विजयकडे पाहत तो पुढे काय म्हणतोय, याची वाट बघत होते. विजय काही क्षण शांत बसला व नंतर बोलू लागला.

"टीम, मला नियम माहीत नाहीत. आरटीआय याचिका कदाचित बंद केली जाईल. खरं सांगू, मला दुसरं काहीतरी काम करायला आवडेल, पण ताजमहालावर पुरेसे पुरावे नसल्याचं मात्र मला नवल वाटतंय, असो. तूर्तास, आपण सरांनी सांगितल्याप्रमाणं काम करत राहू या." विजयनं उसासा सोडला आणि वही बाहेर काढली.

"आपण आजसाठी जे नियोजन केलं होतं, त्याचा आढावा घेऊ या," विजयनं त्याची टिपणं चाळायला सुरुवात केली. "बादशहानाम्याचा अभ्यास करणं, घटनाक्रम तयार करणं, संशोधन दस्तऐवज शोधणं, आरटीआय याचिकेच्या उत्तराचा प्राथमिक आराखडा आखणं आणि ताजमहाल बघण्यासाठी माझा दौरा ठरवणं, असं आपण नियोजित केलं होतं."

“नवी दिल्ली नॅशनल अर्काइव्ह्जशी मी संपर्क करीन आणि आपल्यासाठी बादशहानामा पाहण्याची व्यवस्था करीन,” समीर त्याची टिपणं पाहत म्हणाला. “तसंच, आज दुपारी तुम्ही ताजमहाल बघायला गेल्यावर मी पुरावे व दस्तऐवज रीतसर एकत्र करण्याचं काम करत राहीन.”

“धन्यवाद, समीर,” असं म्हणून विजय सोनिया व मलिक यांच्याकडे वळला. “तुम्ही काय ठरवलंय?... एक मिनिट, तुम्ही दोघं माझ्यासोबत ताजमहाल बघायला, किंबहुना मला ताजमहाल दाखवायला याल का? तुमच्यासारख्या माहीतगार व्यक्तींबरोबर जाणं सगळ्यात उत्तम.”

हे सगळं सुरू असताना, विजयला काल वाचलेल्या डॉक्टर रॉयना आलेल्या पत्राची आठवण झाली. बॅजच्या गडबडीत तो पत्राबद्दल पूर्णपणे विसरून गेला होता. तो त्याच्या बॅगेजवळ गेला, पण थांबला. *चोप्रा आजूबाजूला असतानाच मी डॉक्टर रॉय यांच्या पत्राविषयी चर्चा करायला हवी. कदाचित दुपारच्या वेळी.*

“तुम्ही तयार आहात? सोनिया व मलिकजी, आपण निघू या.”

“कृपया, सनग्लासेस व टोप्या सोबत ठेवायला विसरू नका. बाहेर अजूनही ऊन आहे,” समीरनं सर्वांना आठवण करून दिली.

प्रकरण १७

शुक्रवार, जून २
सकाळी उशिरा

विजयच्या गाडीतून सोनिया, मलिक व विजय ताजमहालाकडे निघाले. ही ऐतिहासिक वास्तू बीओए कार्यालयापासून दोन किलोमीटर अंतरावर होती. प्रथम, मॉल रोडवर पूर्वेकडे जाऊन ते ताज रोडवर डावीकडे वळले. हा रस्ता थेट ताजमहाल संकुलाच्या पश्चिम प्रवेशद्वाराकडे जातो. वाटेमध्ये, मलिक यांनी ताजमहालामध्ये कार्यरत असलेल्या बीओए कर्मचाऱ्यांना फोन केला आणि कार्यालयातून टीम तिकडे येत असल्याचं कळवलं. थोड्याच वेळात ते पश्चिम प्रवेशद्वाराच्या पार्किंग व्यवस्थेजवळ पोहोचले.

राखीव क्षेत्रात गाडी उभी करून ते पश्चिम प्रवेशद्वाराकडे चालू लागले. गेले काही दिवस आगऱ्यामध्ये अवकाळी ढग जमा होत होते. बाहेर अजूनही उन्हाची झळ बसत होती, पण वाऱ्याची झुळूकही येत होती. ढगांमुळे सूर्याच्या प्रखरतेपासून काहीसा दिलासा मिळत होता.

"आपण बीओएच्या गोल्फ कार्टमधून मुख्य प्रवेशद्वाराकडे जाऊ शकतो," मलिक म्हणाले.

"मला चालत जायला आवडेल," आजूबाजूचा परिसर न्याहाळत विजय म्हणाला.

"चला, सोनिया आणि मलिकजी, मी ऐकायला उत्सुक आहे. तुम्हाला म्हटल्याप्रमाणं, मला ताजमहालाबद्दल जवळजवळ काहीच माहीत नाही."

ते सगळे जण पश्चिम प्रवेशद्वाराजवळ आल्यावर विजयनं उजवीकडच्या एका संरचनेकडे बोट दाखवत विचारलं, "तिथे ते काय आहे?"

"फतेहपुरी बेगमची कबर आहे," मलिकनी उत्तर दिलं.

"शहाजहानच्या अनेक पत्नींपैकी ती एक होती," सोनियानं आणखी माहिती दिली.

सर्वजण पश्चिम प्रवेशद्वारातून ताजमहालाच्या आवारात आले. बीओएच्या बॅजमुळे त्यांना सुरक्षाव्यवस्था चट्कन पार करत गेटवेच्या दिशेनं जाता आलं.

या वेळी, सोनियानं उजवीकडच्या संरचनेकडे निर्देश केला. "तिथे सतुन्निसाचं थडगं आहे. ती शहाजहानच्या जनानखान्याची प्रमुख होती."

"शहाजहाननं त्याच्या जनानखान्याच्या प्रमुखाचं थडगं बनवलं?" विजयनं विचारलं. "तेही त्याच्या आवडत्या राणीच्या कबरीजवळ?" सोनिया हसली, पण मलिक मात्र शांत होते.

काही पावलं चालल्यावर सोनिया डावीकडे वळली. "हा गेटवे आहे. चला आतमध्ये जाऊ."

विजय थांबला. "थांबा. आपण आधी संपूर्ण आवाराला बाहेरून फेरी मारू या का?"

"ही फेरी बरीच मोठी होईल," मलिकनी सावध केलं.

"याला संस्कृत किंवा हिंदीमध्ये प्रदक्षिणा असं म्हणतात. याचा अर्थ, कोणत्याही समस्येचा ३६० अंशांतून अभ्यास करणं, असं डॉक्टर यदू म्हणतात," विजय हसला.

"घड्याळ्याच्या उलट दिशेनं सुरुवात करू या." कोणाची वाट न बघता, विजयनं पूर्व प्रवेशद्वाराच्या दिशेनं चालणं सुरू केलं. सोनिया व मलिकही त्याच्यामागून गेले. थोड्याच वेळात, पूर्व प्रवेशद्वारातून बाहेर पडून ते डाव्या हाताला पूर्व परिघालगत दशेहरा घाट मार्गावर गेले.

"मोठ्या लाल दगडांतलं बांधकाम बघा. स्मारकापेक्षा अगदी एखाद्या किल्ल्यासारखं बांधलंय," विजयनं खिशात मावेल अशा छोट्या वहीत नोंद करत मत व्यक्त केलं.

दशेहरा घाट मार्ग थोडासा उजवीकडे वळत होता. "आपण सरळ जाऊ या," सोनिया म्हणाली.

विजयनं तिच्याकडे पाहिलं. "तुला या परिसराची बऱ्यापैकी माहिती दिसते."

पूर्व परीघ अर्धा गेल्यावर, विजयनं उद्यानाकडे किंवा मुख्य दर्शनी भागातल्या मैदानात जाणाऱ्या पायऱ्या पाहिल्या. ते तिघेही चालत राहिले आणि ईशान्येकडच्या कोपऱ्यापर्यंत पोहोचले.

“तिथे काय आहे?” विजयनं ईशान्येकडे असलेल्या नदीकिनारच्या एका संरचनेकडे निर्देश करत विचारलं.

“यमुना व्ह्यू पॉइंट,” सोनियानं सांगितलं. “तिथून ताजमहालाच्या नैर्ऋत्य बाजूचं अप्रतिम दृश्य दिसतं. जोडप्यांची ती आवडती जागा आहे.”

पूर्वेकडच्या भिंतीच्या टोकाशी डावं वळण घेत, सर्वजण तळघराच्या भिंतीलगत यमुनाकिनाऱ्याने चालत राहिले. विजयनं तळघराच्या भिंतीवर लांबवर नजर फिरवली. सोनिया व मलिक काही तपशील सांगत होते, पण विजयचं त्याकडे फारसं लक्ष नव्हतं. अधूनमधून तो तळघराच्या भव्य भिंतीला स्पर्श करायचा. त्यानं लाल दगडातल्या कमानी निरखल्या. ताजमहालाला दुमजली तळघर असल्याचं त्यानं पाहिलं.

“मकबऱ्यात तळघर व खोल्या बांधण्यामागे काय हेतू असेल?” त्यानं विचारलं.

“नेमकं सांगता येणार नाही,” सोनिया म्हणाली. “मौलवी अहमद यांच्या *हिस्टरी ऑफ ताज* या पुस्तकात यासंबंधी वाचल्याचं मला अंधूकसं आठवतंय. या खोल्या बांधण्यामागच्या खऱ्या कारणाचं गूढ कायम असल्याचं त्यांनीही म्हटलंय.”

तळघराच्या भिंतीच्या विशिष्ट भागानं विजयचं लक्ष वेधून घेतलं. त्यानं विटांवरून हात फिरवला, मग तो थोडा मागे आला आणि त्यानं भिंतीचं काळजीपूर्वक सर्वेक्षण केलं. “लगतच्या अन्य विटांच्या तुलनेत या विटा कमी फिक्कट का आहेत? हा संपूर्ण भाग एखाद्या दाराच्या आकाराएवढा आहे. मलिकजी, तळघरात जाण्यासाठी इथे दार किंवा प्रवेशाची जागा होती का?”

“मला नाही तसं वाटत. काही विटा नव्यानं बसवल्या असण्याची शक्यता आहे, पण त्याला बराच काळ लोटला असणार आहे,” मलिकनी खांदे उडवत म्हटलं. “मला कल्पना नाही.”

“हं... माझ्या मते, या विटा अलीकडच्या काळातल्या आहेत. कमाल आहे!”

सर्व जण उत्तर परिघाच्या जवळजवळ टोकाशी पोहोचल्यावर, पाण्यामध्ये जाणाऱ्या पायऱ्या आणि दगडांमध्ये घडवलेल्या गोलाकार संरचना विजयच्या दृष्टीस पडल्या. “ते काय आहे? होड्या बांधून ठेवण्यासाठी आकडे दिसताहेत!”

“मुघल राजांचा हा आवडता विरंगुळा होता,” मलिकनी सांगितलं.

“मनोरंजन? मकबऱ्यामध्ये?” विजयनं मान हलवून म्हटलं. “आश्चर्य आहे!”

त्यानंतर ते पुन्हा डावीकडे वळले. या वेळी ते पश्चिम परिघाच्या दिशेनं

निघाले. उजवीकडे, पश्चिम दिशेला दूरवर विजयला आग्रा रेड फोर्ट दिसला.

"लाल किल्ला इथून किती अंतरावर आहे?"

"दोनेक किलोमीटर," मलिकनी सांगितलं.

थोड्याच वेळात, सोनिया, मलिक व विजय पश्चिम प्रवेशद्वाराशी परतले आणि त्यांनी पुन्हा ताजमहालाच्या आवारात प्रवेश केला. बीओए कर्मचाऱ्यांनी त्यांच्याकडे उत्सुकतेनं पाहिलं आणि हळूच म्हटलं, "बीओएची टीम, पुन्हा इथे?"

अखेरीस, ते सर्वजण उत्तुंग गेटवेमधून ताजच्या आवारात आले. ताजमहालाचं संगमरवरी भव्य रूप डोळे भरून पाहण्यासाठी विजय थांबला. नंतर त्यानं आजूबाजूला सर्वत्र नजर फिरवली. कशाची तरी कमतरता भासत होती. "व्हिजिटर्स कुठे आहेत?"

"आज शुक्रवार आहे. व्हिजिटर्ससाठी ताजमहाल आज बंद असतो," सोनियानं माहिती दिली.

"हं! मला याचं नवल वाटतं," विजय म्हणाला. तो मलिककडे वळला. "मलिकजी, सरकारला ताजमहालामधून किती महसूल मिळतो?"

"गेल्या तीन वर्षांत, दरवर्षी सरासरी साठ कोटी किंवा सहाशे दशलक्ष रुपये."

विजयनं मनातल्या मनात आकडेमोड केली. "याचा अर्थ, दर शुक्रवारी ताजमहाल बंद ठेवून आपण वर्षाकाठी दहा कोटी रुपयांचं नुकसान करून घेत आहोत, बरोबर ना?"

मलिकनी या प्रश्नाकडे दुर्लक्ष केलं.

"नक्कीच," सोनियानं सहमती दाखवली. "पण, न्यायालयानंच २०१७ मधल्या खटल्यात हा निकाल दिला."

त्या दिवशी, ताजमहाल सर्वसामान्य पर्यटकांसाठी बंद असला तरी बीओए गाइडनी आणलेले पर्यटकांचे काही समूह तिथे फिरत होते. बीओए बॅजमुळे विजय, सोनिया व मलिक यांना ताजमहालाच्या कोणत्याही भागात जायची मुभा होती. गेटवेपासून त्यांनी प्रांगणाच्या मध्यभागी जाण्यास सुरुवात केली.

आतापर्यंतच्या फेरफटक्यामुळे विजयची उत्सुकता चांगलीच वाढली होती. मलिक व सोनिया आळीपाळीनं त्याच्या प्रश्नांची उत्तरं देत होते.

"या जमिनीचे मूळ मालक राजा जय सिंग होते," मलिक म्हणाले.

"खरंच? आपल्याला ही माहिती कुठून मिळाली?"

"एच. आर. नेविल यांच्या आग्रा गॅझेटीयरमधून," सोनियानं उत्तर दिलं.

केंद्रभागी असलेल्या कारंज्याच्या एका बाजूला दोन मोठ्या इमारती दिसत होत्या. "ती इमारत कसली आहे?" विजयनं विचारलं.

"नगारखाना," मलिक म्हणाले.

"मकबऱ्यामध्ये नगारखाना? मृतांना जागं करण्यासाठी की काय?" विजयनं विचारताच सोनिया हसली, मलिक मात्र शांत होते.

उद्यानातून जाणाऱ्या मध्यवर्ती मार्गावरून ते चालत राहिले आणि थोड्याच वेळात मुख्य टेरेसच्या पायथ्याशी पोहोचले. विजयनं डावीकडच्या इमारतीवर कटाक्ष टाकला. वायव्य कोपऱ्यातील त्या संरचनेसमोर काही जण नमाझ पढत होते.

"ती कौ बन मशीद आहे," मलिक यांनी सांगितलं.

"मकबऱ्यामध्ये सहसा मशीद बांधली जाते का?" विजयनं विचारलं.

"हा छान प्रश्न आहे," सोनियानं उत्तर दिलं, आणि मलिक यांनी खांदे उडवले.

ते संरचना पाहत असताना एक बारीक, दाढीवाला माणूस त्यांच्या दिशेनं येऊ लागला. त्यानं हात केला आणि ओरडून विचारलं, "मलिक साहेब!"

तो माणूस त्यांच्याकडेच येत असल्याचं पाहून मलिक थांबले आणि त्यांनी विचारलं, "मौलाना साहेब, कसे आहात?"

"उपरवाल्याच्या कृपेनं उत्तम आहे. बीओए टीम आज इकडे काय करतेय?" सगळ्यांच्या बॅजकडे बघत त्या माणसानं विचारलं.

मलिकनी सगळ्यांना त्या माणसाची ओळख करून दिली. "हे मौलाना मन्सूर, मुस्लीम वक्फ बोर्डाचे प्रमुख, आणि मौलाना साहेब, या सोनिया. या इथे यापूर्वी अनेकदा येऊन गेल्यात, तुम्हाला कदाचित ठाऊक असेल. आणि, हे श्री. विजय कुमार, आमचे नवे तज्ज्ञ पुरातत्त्वशास्त्रज्ञ."

मन्सूरनी विजयकडे पाहिलं. "तज्ज्ञ पुरातत्त्वशास्त्रज्ञ आता काय शोधत आहेत? ताजमहालाविषयी सगळंच आता सर्वज्ञात आहे, नाही का?" मन्सूर हसले.

"एक आरटीआय..." मलिक माहिती देणार इतक्यातच विजयनं त्यांच्याकडे बघत नजरेनंच त्यांचं बोलणं रोखलं. काही क्षण तिथे अस्वस्थ करणारी शांतता होती. मलिक म्हणाले, "फार काही नाही, नव्या अधिकाऱ्यांना ताजमहालाची सफर घडवतोय."

"होय, मला कोणाच्या तरी मार्गदर्शनाखाली, मस्त दौरा करायचा होता, म्हणून मी आलो," विजय म्हणाला, त्याची नजर मशिदीचं तोंड ज्या दिशेला होतं, तिथे फिरत होती.

“बघू जरा. मशिदीकडे तोंड करून प्रार्थना करत असताना, तुमचं तोंड पश्चिमेकडे असेल. बरोबर, नव्हे?”

“अर्थातच, पवित्र मक्केच्या दिशेनं. का?”

“हं! इथून मक्का साधारणतः नैऋत्येकडे आहे, असं मला वाटतं... सोनिया, आग्रा व मक्का यांचे अक्षांश-रेखांश काय आहेत?”

सोनियानं फोन हातात घेतला आणि त्याच्या स्क्रीनवरून बोट फिरवलं. “आगऱ्याचं स्थान २७.१७६७एन, ७८.००८१ई आणि मक्का... मक्का आहे २१.३८९१एन, ३९.८५७९ई या स्थानावर.”

“हे बघा, अक्षांशामध्ये सहा अंशांचा फरक आहे. आता, एक अंश म्हणजे एकशे अकरा किलोमीटर, बरोबर? म्हणजेच, मक्केला जायचं असेल तर तुम्हाला दक्षिणेकडे सहाशेपेक्षा अधिक किलोमीटर जायला हवं आणि मग उजवीकडे वळायला हवं,” विजय मौलानाकडे वळला. “मौलाना, इथून मक्का निश्चितच पश्चिम दिशेला नाहीये. वास्तविक, नैऋत्येकडे आहे.”

विजयच्या या मुद्द्यावर मन्सूरकडे तेव्हा काही उत्तर नव्हतं. “आं! पूर्वीच्या काळी, दिशांच्या बाबतीत किरकोळ चुका झालेल्या असू शकतात.”

अरब तर उत्तम दिशादर्शक समजले जायचे ना? विजयच्या मनात आलं, पण त्यानं मन्सूरबरोबर हा विषय आणखी वाढवला नाही. त्याच्याकडे अन्य प्रश्न होता.

“मला एक विचारायचंय, वक्फ बोर्डाचा ताजमहालाशी काय संबंध आहे?”

“असं आहे, श्री... श्री. विजय कुमार, भारतात मुस्लीम धार्मिक स्थळं वक्फ बोर्डाच्या मालकीची आहेत, आणि ताजमहालाच्या बाबतीत बोलायचं तर, मशीद ताजच्या आवारात येत असल्यानं बोर्डाचा या संरचनेवर काही प्रमाणात मालकी-हक्क आहे,” मन्सूर यांनी स्पष्ट केलं.

विजयनं यावर वाद घातला नाही. “रंजक आहे!” नंतर तो टीमकडे वळला. “आपण पुढे व्हायचं का? नमस्ते, मौलाना साहेब.”

ते जरासे उजवीकडे वळले आणि मग मकबऱ्याच्या मुख्य टेरेसकडे जाणाऱ्या पायऱ्या चढू लागले. तिथून पुढेच भव्य संगमरवरी चबुतरा होता. मन्सूरना आवाज ऐकू जाणार नाही, अशा अंतरावर आल्यावर विजय म्हणाला, “अरबांना दिशांचं उत्तम ज्ञान होतं, असंच म्हटलं जायचं ना?”

सोनिया हसली. मलिक काहीही बोलले नाहीत.

त्यांना दूर गेलेलं पाहिल्यावर मन्सूर यांनी लगेचच आपला फोन बाहेर काढला

आणि एक कॉल केला. "मी हे काय ऐकतोय?... ताजमहालावर एखादी नवी याचिका आली आहे का?... ती कशाबद्दल आहे?... हे बघा, आमच्या समाजाची निराशा होणार आहे... हं... मला पुन्हा एकदा चोप्रा साहेबांशी किंवा नवी दिल्लीतले संचालक नायक यांच्याशी बोलावं लागणार आहे. मी अगदी मंत्र्यांपर्यंतही जाईन... आणि, का नाही जायचं? आपणच त्यांना निवडून देतो ना?... कृपया मला लवकरात लवकर कॉल करा." त्यांनी फोन ठेवला आणि टेरेसवर चढणाऱ्या विजय व इतरांवर नजर टाकली. त्यांचा चेहरा गंभीर झाला होता.

विजय व टीम संगमरवरी चबुतऱ्याकडे चालत गेले. आजूबाजूला दृष्टिक्षेप टाकत विजयनं विचारलं, "ताजमहालाच्या आवारात या बाकीच्या इमारती का बांधल्यात, आणि मकबऱ्याचा भाग म्हणून कोणी त्या का बांधतील?"

त्याचा हा प्रश्न मलिक किंवा सोनिया यांनी ऐकला असला तरी त्यांनी काहीही उत्तर दिलं नाही. मलिक थांबले आणि त्यांनी उजवीकडे दिसणाऱ्या उद्यानातल्या एका जागेकडे निर्देश केला. "मुमताझला अगोदर तिथे दफन केलं होतं."

"याला पुरावा काय आहे?" विजयनं परिसराची पाहणी करत विचारलं.

"ही कहाणी सर्वांना ठाऊक आहे," मलिक म्हणाले.

"बरं. मी मकबऱ्याभोवती पट्कन एक फेरी मारून येतो," विजय म्हणाला आणि त्वरेने टेरेसभोवती फिरण्यासाठी निघाला. आधीप्रमाणे त्याचं टिपणं काढून घेणं सुरूच होतं. तो थोड्याच वेळात परत आला. तोपर्यंत सोनिया व मलिक त्याची वाट पाहत थांबले होते.

"मलिकजी, पूर्व व पश्चिम अशा दोन्ही बाजूंकडून खाली जाणाऱ्या पायऱ्यांची प्रवेशद्वारं बंद केलेली असल्याचं मला दिसलं. या पायऱ्या कुठे जातात?" विजयनं विचारलं.

"मला नेमकं माहीत नाही, पण कदाचित तळघराच्या वरच्या भागात जात असाव्यात," मलिकनी सांगितलं. "पण, तिथे काहीही नाहीये... चला आत जाऊ या."

पायऱ्या चढून ते आलिशान अशा मुख्य दालनात आले व संगमरवरी रेलिंगकडे गेले. संगमरवरी रेलिंगच्या पलीकडच्या प्रतिबंधित क्षेत्रात प्रवेश करून ते दोन भव्य संगमरवरी कबरींपर्यंत पोहोचले. एक कबर दालनाच्या मध्यभागी होती, तर दुसरी त्या कबरीच्या बाजूला.

"ही सेनोटॅफ किंवा रिकामी थडगी आहेत," मलिक म्हणाले.

"यातलं मुमताझचं कोणतं आणि शहाजहानचं कोणतं?"

"मध्यभागी आहे ते मुमताझचं थडगं आहे," सोनिया म्हणाली.

"हे आपल्याला कसं ओळखता येतं?" विजयनं विचारलं.

"त्यावर कोरलेल्या तपशिलात त्यांची नावं आहेत," मलिकनी माहिती दिली.

"त्यामध्ये नेमकं काय म्हटलेलं आहे?" विजयनं उत्सुकतेनं विचारलं.

सोनियानं कबरीच्या एका बाजूला लिहिलेला स्मृतीलेख वाचून दाखवला. "यामध्ये स्तुती केली आहे. त्यात म्हटलंय – आलमगीर म्हणतात अल्ला हाच सर्वेसर्वा आहे." त्यानंतर सोनियानं तळाशी कोरलेल्या मजकुरावरून हळूहळू बोटं फिरवली, तो मजकूर वाचला आणि काही पर्शिअन शब्द भाषांतरित केले.

मरगदे मुनव्वरे आरजुमंद बानू... आरजुमंद बानू यांची प्रतिदिप्त कबर...
मख्ताबे मोमताझ महल... त्यास मोमताझ महल असं म्हटलं आहे...
हिज्र १०४० मध्ये मरण पावली."

"अच्छा. म्हणजे, आरजुमंद बानूची कबर ही पहिली जागा आहे जिथे आपल्याला मुमताझ महल हे शब्द आढळतात," विजयनं मत नोंदवलं. "दुसरं म्हणजे शहाजहानचं थडगं जसं आहे ते जरा विचित्रच दिसत नाही का? त्यामुळे संपूर्ण खोलीची रचना अनियमित झाली आहे. त्यांनी अशी रचना का केली असावी? कदाचित ही पश्चातबुद्धी असावी."

"मुस्लीम दफन पद्धतीत सेनोटॅफ बहुधा नसतातंच," सोनिया म्हणाली.

ताजमहालाचं अलौकिक सौंदर्य आणि शिल्पकार व कामगारांची कारागिरी कौतुकाने न्याहाळत विजयनं विचारलं, "मलिकजी, ताजमहाल बांधून झाल्यावर शहाजहाननं कामगारांचे हात कापले, या आख्यायिकेबद्दल आपल्याकडे काय माहिती आहे?"

"मला वाटतं त्या केवळ दंतकथा आहेत. त्यांचे कोणतेही पुरावे नाहीत."

"हो, पुरावे महत्त्वाचे असतात. ठीक आहे, आपण खालचं दालन बघायला जायचं का?"

खालचं दालन पर्यटकांसाठी कायमस्वरूपी बंद करण्यात आलं होतं, पण बीओए कर्मचाऱ्यांसाठी नाही. सगळेजण त्या दालनात जाणाऱ्या दाराकडे गेले. बीओए कर्मचाऱ्यांपैकी एकानं मलिककडे पाहिलं आणि त्यांनी मान हलवून संमती दिली. मुमताझ व शहाजहान यांच्या खऱ्या कबरी असलेल्या दालनाकडे जाणाऱ्या पायऱ्यांचं दार त्या माणसानं उघडलं. त्यानंतर त्यानं दिवेही सुरू केले.

ते संगमरवरी पायऱ्यांवरून सावकाश व सांभाळून खाली उतरले तशा दोन भव्य संगमरवरी कबरी दृष्टिक्षेपात आल्या. विजय तिथे उभा राहून काही क्षण निरखत होता, मग तो कबरींभोवती काळजीपूर्वक फिरला. त्यानं मलिक व सोनिया यांच्याकडे पाहिलं, त्या दोघांनाही कबरींच्या दालनाची माहिती असावी.

कबरींच्या जवळ जाऊन विजयनं त्यांना स्पर्श केला. तोच त्याला दालनामध्ये काहीतरी गूढ, विचित्र असल्याचा भास झाला. हलक्या आवाजातलं संगीत आणि कोणाचं तरी गाणं ऐकू आलं.

जो वादा किया वो निभाना पडेगा
जब भी पुकारा तुमको आना पडेगा

"विजयजी? तुम्ही ठीक तर आहात?" असं म्हणून सोनियानं त्याच्या खांद्यावर हळूच थाप दिली आणि त्याची तंद्री मोडली.

"आं, हो... सॉरी. या सगळ्या कोरीव मजकुरामध्ये काय म्हटलंय?"

"मुमताझच्या कबरीच्या एका बाजूला कोरलेला मजकूर हा वरच्या दालनात असलेल्या सेनोटॅफच्या तळाशी कोरलेल्या मजकुराशी तंतोतंत जुळणारा आहे. बाकी आयता आहेत."

मुमताझच्या कबरीखालच्या चबुतऱ्याच्या संगमरवरी पृष्ठभागाकडे विजयनं टक लावून पाहिलं. "मला हे जरा विचित्र वाटतंय. शहाजहानच्या कबरीच्या तुलनेत मुमताझची कबर अगदीच साधी वाटते. चबुतऱ्याचं मोल्डिंगही फार साधं दिसतंय आणि त्याच्या कडाही आत गेलेल्या वाटतात. असं का बरं असेल? शेवटी हा तिचा मकबरा आहे, बरोबर ना? मलिकजी, शहाजनहानला खालच्या दालनात पुरण्यात आलं, याचा आपल्याकडे काय कागदोपत्री पुरावा आहे?" विजयनं विचारलं. त्याची नजर संपूर्ण दालनात फिरत होती.

"माझ्या महितीप्रमाणं, आपल्याकडे काहीही पुरावा नाहीये, पण हे सर्वश्रुत आहे. इटालियन प्रवासी मनुचीनं शहाजहानचा मृत्यू व दफनविधीबद्दल लिहिलंय," मलिकनी उत्तर दिलं आणि विषय बदलला. "आता या खालच्या दालनाचं मजबूत बांधकाम बघा. इथे कोणी प्रवेश करू शकतं का, आणि कोणालाही इथे खजिना कसा बरं सापडेल? चोप्रा साहेबांनी इंटरपोलनं दिलेल्या सावधगिरीच्या इशाऱ्याबद्दल जे सांगितलं, त्यामध्ये काही तथ्य आहे असं मला वाटत नाही. तुमचं काय मत आहे?"

"हो, इथे शिरकाव करणं अशक्यच दिसतंय," सोनिया म्हणाली.

"या गोलाकार भिंतींच्या पलीकडे काय आहे? टेरेसमधून येणारे दोन्ही जिने

या दालनाच्या उत्तरेला कुठेतरी उतरत नसतील का?'' विजयनं विचारलं.

"काहीही नाहीये. इस्लामी परंपरेला अनुसरून, या कबरी जमिनीच्या पातळीच्या खाली आहेत.''

विजयनं मलिककडे पाहिलं. या प्रश्नामुळे ते थोडे वैतागलेले दिसत होते. विजय सोनियाकडे वळला.

"विजयजी, हे सगळे प्रश्न चांगले आहेत... मी त्यांचा विचार कधीच केला नव्हता,'' सोनियानं म्हटलं.

"पुन्हा जिन्यानं वर जाऊ या,'' दालनावर शेवटची नजर फिरवत विजय म्हणाला.

मुख्य इमारतीतून बाहेर आल्यावर विजयनं गगनाला गवसणी घालणाऱ्या त्या भव्य घुमटाकडे पाहिलं. "आपल्याकडे ताजमहालाची तपशीलवार छायाचित्रं आहेत का? इमारतीच्या सर्वांत वरच्या टोकाशी काय आहे ते मला जाणून घ्यायचंय.''

"नक्कीच आपल्याकडे आहेत,'' मलिकनी खात्री दिली.

उद्यानातून गेटवेकडे परतताना विजयनं आजूबाजूला नजर फिरवली आणि काही गोष्टी टिपून घेतल्या. ते ताजच्या आवारातून बाहेर पडले आणि बीओए कार्यालयाकडे परत निघाले.

"पुन्हा एकदा पाहण्यासाठी मला कदाचित इथे परत यावं लागेल,'' विजय म्हणाला.

प्रकरण १८

शुक्रवार, जून २
दुपारी

दुपारच्या वेळी, विजय व त्याची टीम कामाचा आढावा घेण्यासाठी बीओए कार्यालयात पुन्हा एकत्र आले. चोप्राही त्यांच्यामध्ये सहभागी झाले. ''विजय, ताजमहालाचा दौरा कसा झाला?'' त्यांनी विचारलं.

''एकदम छान! मलिक व सोनिया या दोघांनीही गाइड बनून मला उत्तम माहिती दिली. ताजमहालाविषयी नवनव्या रंजक गोष्टी मला समजत आहेत. आरटीआय याचिकेचं उत्तर लिहिताना त्यातल्या काही आपल्याला उपयोगी पडणार आहेत... पण, मला एकट्याला ताजमध्ये आणखी वेळ व्यतीत करायचा आहे. मी आज संध्याकाळी कदाचित तिथे परत जाईन.''

''पुन्हा?'' मलिकनी विचारलं.

त्यांच्याकडे दुर्लक्ष करून विजय समीरकडे वळला. ''दरम्यानच्या काळात काय काय काम झालंय, याचा आढावा घेऊ या. समीर?''

समीरनं त्याचं टिपण बाहेर काढलं. ''मी थोडा पुढे जाऊ शकलोय. प्रवाशांनी केलेल्या लेखनाचा मेळ घालणं जरा आव्हानात्मक होतं, पण माझ्याकडे लवकरच अधिक तपशील असेल, असं मला वाटतं. याशिवाय, मी ताजमहालाचा सविस्तर घटनाक्रम तयार करायला आणि आरटीआयला उत्तर देण्याच्या अहवालाची रूपरेषा आखायलाही सुरुवात केली आहे.''

''बादशहानामाचं काय झालं?'' विजयनं विचारलं.

"हो, मी दिल्लीतल्या नॅशनल अर्काइव्ह्जमध्ये आज कॉल केला होता. अर्काइव्ह्जचा काही भाग दुरुस्तीसाठी किंवा नूतनीकरणासाठी बंद असल्याचं त्यांनी सांगितलं. त्यामुळे तिथल्या ऑपरेटरनं माझा कॉल एका अन्य व्यक्तीकडे पाठवला. त्या व्यक्तीनं सांगितलं की बादशहानामाचं हस्तलिखित तूर्तास काही काळ उपलब्ध होणार नाही. ते दुसऱ्या ठिकाणी सुरक्षित ठेवण्यात आलंय."

"हे अडचणीचं होणार."

"विशेष म्हणजे, मी ज्या माणसाशी बोललो तो माणूस बादशहानाम्याचा अभ्यास करण्यासाठी आजही कुणी उत्सुक असू शकतं, हे ऐकून चकित झाला. त्यानं सांगितलं, व्हिजिटर्सच्या नोंदी पाहिल्या तर साठच्या दशकात आलेले एक डॉक्टर रॉय आणि आणखी एक व्यक्ती यांना वगळता हस्तलिखित क्वचितच कोणी पाहिलं असेल," समीरनं सांगितलं. "त्या व्यक्तीनं मला त्यांच्या येण्याची तारीखही सांगितली. तुम्हाला खरं वाटतंय का? म्हणजे, गेल्या काही दशकांमध्ये बादशहानाम्याचा अभ्यास कोणीही केलेला नाही?"

विजयनं मलिक व चोप्रा यांच्याकडे पाहिलं. ते दोघंही काही बोलले नाहीत.

"माझ्याशी फोनवर बोलणाऱ्या अर्काइव्ह्जमधल्या त्या माणसानं मला वरून उपरोधानं असंही म्हटलं की आपल्याला खूपच घाई असेल तर आपण लंडनला जावं. बादशहानाम्याची मूळ प्रत लंडनमधल्या ब्रिटिश लायब्ररीमध्ये ठेवली आहे," समीरनं म्हटलं.

या संभाषणामध्ये चोप्रांनी व्यत्यय आणला. "आपण पुढे जाण्याआधी, मला एक घडामोड थोडक्यात सांगायची आहे." त्यांनी घसा खाकरला. "मी उच्च अधिकाऱ्यांशी बोललो. आरटीआय याचिकेला उत्तर देण्याचं काम आपण पुढे सुरू ठेवावं, असं त्यांनी सांगितलं. आणि हो, पुढच्या शुक्रवारी एक समिती आपल्या उत्तराचा आढावा घेईल. आरटीआय याचिका बंद करायची व जनतेसमोर काही जाहीर करायचं का, याचा निर्णय वरिष्ठ अधिकारी घेतील. आपल्याला सध्यातरी ठरल्याप्रमाणे काम सुरू ठेवण्यास सांगण्यात आलंय," काही क्षण थांबून चोप्रा टीममधल्या सर्वांची प्रतिक्रिया पाहत होते.

"पुढच्या शुक्रवारी? मला खात्रीनं नाही सांगता येणार," विजयनं म्हटलं. "एक म्हणजे, मी आधी सांगितल्याप्रमाणं, आरटीआय याचिकेचं उत्तर तयार करण्यासाठी आम्हा सर्वांना मोकळेपणे काम करण्याची मुभा हवी आहे."

"हो, तुम्हाला ती मिळेल," चोप्रा म्हणाले.

"आता, सगळ्यात मोठी समस्या. इतक्या अल्प कालावधीमध्ये विश्वासार्ह अहवाल तयार करण्यासाठी आमच्यासाठी एकमेव आशेचा किरण बादशहानामा हा आहे आणि कदाचित डॉक्टर रॉय यांचा अहवाल – हो, डॉक्टर रॉय यांचा

अहवाल. आणि, या दोन्ही गोष्टी सध्या लंडनमध्ये आहेत.''

''म्हणजे? डॉक्टर रॉयचा अहवाल? लंडनमध्ये आहे?'' सोनियानं विचारलं.

डॉ. रॉयसाठी लिहिलेलं आणि विजयला आदल्या दिवशी सापडलेलं पत्र त्यानं खिशातून बाहेर काढलं. 'हे पत्र लंडनमधल्या कुणीतरी डॉ. रॉयना लिहिलंय. वाचून बघा.' सर्वांच्या भुवया उंचावल्या गेल्या.

''हे काय आहे? हे कुठे सापडलं?'' चोप्रांनी विचारलं. ''मलिकजी, आपल्याला हे पत्र यापूर्वी कसं नाही दिसलं?'' चोप्रांच्या आवाजात नाराजी होती.

''त्याच खोक्यातल्या कागदांच्या गठ्ठ्यात असलेल्या दोन पानांच्या मध्ये हे पत्र दडलं होतं आणि कदाचित ते नजरेतून सुटलं असेल,'' असं म्हणून विजयनं ते पत्र सगळ्यांना दाखवलं. चोप्रा व मलिक यांनी ते वाचलं.

सोनियानंही पत्र वाचलं व म्हणाली, ''डॉक्टर रॉयनी नक्कीच काही कागदपत्रं लंडनला पाठवली असणार. ती कशाशी निगडित असतील?''

''आणि,'' समीरनं त्याच्या नोंदी वाचून म्हटलं, ''महत्त्वाचं म्हणजे, डॉक्टर रॉय बादशहानामा पाहण्यासाठी मृत्यूच्या आदल्याच दिवशी कुणाबरोबर तरी अर्काइव्ह्जमध्ये गेले होते.''

काही क्षण खोलीत शांतता होती.

सोनिया म्हणाली, ''कितपत व्यवहार्य आहे माहीत नाही, पण... चोप्रा सर, एक पर्याय आहे. जी. एस. व्ही. या व्यक्तीला शोधण्यासाठी व भेटण्यासाठी आपण लंडनला जाऊ शकतो. त्यांच्याकडून आपल्याला डॉक्टर रॉय यांच्या अहवालाविषयी माहिती मिळू शकते... आणि आपण ब्रिटिश लायब्ररीतल्या मूळ बादशहानामाचं हस्तलिखितही पाहू शकतो.'' इतरांची प्रतिक्रिया पाहण्यासाठी ती थांबली.

''फार छान कल्पना आहे!'' समीर उत्साहानं म्हणाला. ''आपण कनिंगहॅमचं ताजमहालाचं सर्वेक्षणही तपासू शकतो. ब्रिटिश लायब्ररीमध्ये ते असणार, याची मला खात्री आहे. आपण त्यांना तसं आधीच कळवून ठेवू शकतो,'' त्यानं सोनियाकडे बघितलं. ''पण सोनिया, तुला जायचं असेल तर तुझा हा खर्च युनेस्कोनं केला पाहिजं,'' असं म्हणून तो हसला.

''मलिकजी, तुमचं काय मत आहे?'' चोप्रा हा प्रश्न विचारेपर्यंत काही क्षण कोणीच काही बोललं नाही.

मलिक यांनी उत्तर दिलं नाही.

''मला याबद्दल खात्रीलायक बोलता येणार नाही,'' शांतताभंग करत विजय म्हणाला. ''मला खरंच लंडनला जायचं नाही. यामध्ये वेळ वाया जाणार नाही का?'' तो बोलताना थांबला आणि क्षणभर विचार करून म्हणाला, ''पण...

एकीकडे आपल्याकडे मर्यादित पुरावे आहेत आणि दुसरीकडे, आपल्याकडे वेळ फारच थोडा आहे.''

चोप्रांनी टीमकडे पाहिलं. ''मला वाटतं ही केवळ एक शक्यता आहे, ती व्यवहार्य आहे की नाही, माहीत नाही. पण कोणास ठाऊक? मी उच्चाधिकाऱ्यांशी याबद्दल बोलतो आणि तुम्हाला कळवतो. उद्या अर्धा दिवस काम करायचं आहे, पण ते पूर्ण ताकदीनं करू या,'' असं म्हणून चोप्रा निघून गेले.

विजय दिवसभरातल्या त्याच्या नोंदी वाचू लागला. ''ठीक आहे, टीम. पुढे काय करायचंय ते तुम्हाला माहीत आहे. मला काही बाबींवर विचार करायचा आहे.''

कामाला सुरुवात करताना सोनियानं खुर्चीतून विजयकडे एक कटाक्ष टाकला.

केबिनमध्ये परतल्यावर चोप्रा नुकत्याच घडलेल्या प्रसंगाचाच विचार करत होते. त्यांना ताजमहालावर सविस्तर संशोधन कधीच करता आलं नव्हतं, ना कोणी केलेलं त्यांनी पाहिलं होतं. *डॉ. रॉय यांनी अशा स्वरूपाचं संशोधन केलेलं असेल तर? त्यामुळे आरटीआयचं उत्तर लिहायला मदत होईलच, शिवाय बीओएच्या हाती कदाचित काही चित्तवेधक माहिती येईल,* त्यांच्या मनात आलं. तरीही, बीओए टीमला लंडनला पाठवण्याचा विचार त्यांना पूर्णपणे पटलेला नव्हता. शेवटी, दिवसाअखेरीस त्यांनी नवी दिल्लीत संचालक नायक यांना कॉल केला.

''चोप्रा, कसे आहात? आरटीआयच्या उत्तराबाबत काय प्रगती आहे?''

''काम सुरू आहे, नायक सर,'' चोप्रांनी उत्तर दिलं आणि ते थेट मुद्द्यावर आले. ''तुम्ही कधी डॉक्टर रॉयच्या अहवालाबद्दल ऐकलंय का?''

''अं... हो. पण, त्याचं काय झालं ते कुणालाच ठाऊक नाही. तो अहवाल कधीच प्रकाशित झाला नाही, हो ना?''

''डॉक्टर रॉयनी त्यांचा अहवाल किंवा कुठलेसे दस्तऐवज लंडनमध्ये कोणाला तरी पाठवल्याचं समजतंय.''

''हो का? कसे काय? हे तुम्हाला कसं माहीत?'' नायक यांनी विचारलं.

विजयला योगायोगानं पत्र कसं सापडलं ते चोप्रांनी थोडक्यात स्पष्ट केलं. ''आता, मी विचार करतोय की टीमनं लंडनला जावं का आणि हा अहवाल शोधण्याचा प्रयत्न करावा का? त्याबरोबरच, दिल्लीतल्या नॅशनल अर्काइव्ह्जमध्ये सुरू असलेल्या नूतनीकरणामुळे बादशहानामा तात्पुरत्या काळासाठी उपलब्ध नाहीये. अंतर्गत समितीसमोर आरटीआयचं उत्तर खऱ्या अर्थी योग्यप्रकारे मांडायचं

असेल तर लंडनला जाण्याच्या पर्यायाचा विचार करायला हरकत नाही,'' चोप्रा थांबले व नायकांच्या उत्तराची वाट पाहू लागले.

काही क्षण नायक काहीच बोलले नाहीत. त्यांचा श्वासोच्छ्वास चोप्रांना ऐकू येत होता.

''चोप्रा, तुम्ही प्रभारी आहात. जोखीम तुम्हाला पत्करावी लागेल. मी तुम्हाला निर्णय घेण्याची मोकळीक देतो. पण, आपल्या विभागासाठी हे चाकोरीबाहेरचं ठरेल. प्रवास-बजेटचा काही भाग तुम्ही वापरू शकता, दौरा मात्र उपयोगी व्हायला हवा. मी मंत्रालयाला कळवतो आणि त्यांचं काय म्हणणं आहे बघतो. मला लवकरात लवकर प्रस्ताव आणि खर्चाचा अंदाज ईमेलनं पाठवून द्या,'' असं म्हणून नायक यांनी फोन ठेवला.

टीमला लंडनला पाठवण्याबद्दल चोप्रांचा अजूनही ठोस निर्णय होत नव्हता, पण काही कारणानं, नवी व मोलाची ऐतिहासिक माहिती मिळवण्यासाठी ही चांगली संधी ठरू शकते, असं त्यांना वाटलं.

प्रकरण १९

शुक्रवार, जून २
त्या संध्याकाळी

कार्यालयातलं काम संपवून विजय त्या संध्याकाळी विश्रामगृहाकडे जायला निघाला. त्याच्या मनात दिवसभरातल्या घडामोडींचे विचार घोळत होते. मलिक व सोनिया यांनी त्याला ताजमहालाची धावतीच भेट घडवून आणली होती. खरं तर सकाळच्या ताजभेटीमध्ये आणखी माहिती मिळेल, असं त्याला अपेक्षित होतं.

तो ताज रोडवर डावीकडे वळला. विश्रामगृहाच्या संकुलात प्रवेश करण्यासाठी लवकरच डावं वळण घेणार होता, पण त्याऐवजी तो सरळ ताज रोडवर जात राहिला. थोड्याच वेळात तो ताजच्या आवाराजवळ पोहोचला. प्रवेशद्वाराजवळ बीओएचा बॅज दाखवताच त्याला आतमध्ये सोडण्यात आलं.

तो उद्यानाच्या मध्यभागी असलेल्या मार्गावरून चालत गेला आणि तिथे काही क्षण थांबला. मुस्लीम पुरुषमंडळी आवारातून बाहेर पडत होती, म्हणजे कौबन मशिदीतला नमाज संपला असणार. मौलाना मन्सूर भेटतील की काय, असा विचार मनात येऊन तो हसला. तो पूर्व परिघाच्या दिशेनं गेला, आणि परिघाच्या भिंतीबाहेरच्या पायऱ्या उतरून खाली गेला. पुन्हा एकदा तो ताजमहालाच्या मागील बाजूला पोहोचला होता. काही लहान होड्या यमुनेमध्ये किनाऱ्यापासून जवळच विहार करत असल्याचं त्यानं नैऋत्य कोपऱ्यातून पाहिलं. एका होडीतल्या मुलांनी त्याला पाहिलं असावं, असंही त्याच्या मनात आलं.

विजय ताजमहालाच्या तळघराच्या भिंतीच्या अगदी जवळ गेला. आतून पोकळ आहेत की एखादा भाग उघडलेला आहे, हे तपासल्यासारखं जणू तो भिंतीवर ठिकठिकाणी स्पर्श करत होता आणि मनगटानं ठोकून बघत होता. एक प्रश्न त्याला सारखा सतावत होता: मकबऱ्यामध्ये एवढ्या मोठ्या तळघराची आवश्यकता काय आहे? काही वेळानं त्यानं ताजमहालात परतायचं ठरवलं.

तो गेटवेकडे परतला, ताजच्या आवारात शिरला, आणि ताजमहालाच्या मुख्य टेरेसकडे गेला. पूर्व बाजूला त्यानं तळघराकडे जाणारा जिना पाहिला. तिथे फलक लावला होता - प्रवेश निषिद्ध. ह्या सगळ्यात त्याचं नोंदी काढणं सुरूच होतं.

अंधार पडू लागला होता. ताजमहाल रंगीत दिव्यांनी उजळू लागला होता. *रात्रीच्या वेळी ताज आणखीच सुंदर आणि गूढ दिसतो,* त्याच्या मनात आलं.

काही सुरक्षारक्षक सावकाश गस्त घालत होते. विजयनं त्यांना हात केला, विजयकडे बीओएचा बॅज आहे हे पाहून त्यांनीही त्याला हात केला. ताजमहालाचं सौंदर्य निरखत तो काही वेळ एका बाकावर बसून राहिला.

त्यानंतर, सकाळी खालच्या दालनात आलेला विचित्र अनुभव त्याला पुन्हा येऊ लागला आणि सकाळी तिथे ऐकलेलंच गाणं कोणीतरी आत्ताही गातंय, असं त्याला वाटलं.

जो वादा किया वो निभाना पडेगा
जब भी पुकारा तुमको आना पडेगा

अस्वस्थ होऊन विजय इकडेतिकडे नजर फिरवू लागला. *नेमकं काय घडतंय? हा माझा भास आहे का?*

रात्रीचे सुमारे साडेआठ वाजले होते. सुरक्षारक्षक फेरी संपवून परत आला होता. विजय काही क्षणांपूर्वी बसला होता त्या बाकावर त्यानं कटाक्ष टाकला.

प्रकरण २०

शुक्रवार, जून २
त्या रात्री

नवी दिल्लीपासून उत्तरेकडे अंदाजे वीस किलोमीटर अंतरावर, राष्ट्रीय महामार्ग ४४ वरील सिंघू सीमेजवळ, काही अत्यंत महत्त्वाच्या पाहुण्यांना लक्झरी गाड्यांमधून एका खासगी फार्महाउसवर आणण्यात आलं. तिथे या पाहुण्यांव्यतिरिक्त सशस्त्र रक्षक, एक केअरटेकर आणि काही नोकर इतकेच जण उपस्थित होते. फार्महाउसमधल्या अन्य कर्मचाऱ्यांनी रात्रीचे भोजन व पेयपानाची व्यवस्था केल्यावर त्यांना संध्याकाळपासून सुट्टी देण्यात आली होती. कोण पाहुणे येणार आहेत, हे त्यांना सांगण्यात आलं नव्हतं. मीडिया टायकून असणाऱ्या त्यांच्या मालकानं अशा प्रभावशाली लोकांना त्याचं आलिशान फार्महाउस भाड्यानं देण्याची ही पहिली वेळ नव्हती.

पश्चिमेकडे हरियाणातली हिरवीगार शेतं असलेल्या ऐसपैस, दिव्यांनी सुशोभित टेरेसवर सर्व पाहुणे जमले. या बैठकीसाठी करण्यात आलेल्या उत्तम नियोजनाचं कौतुक ते करत होते.

''कोण जाणे जनाबना आपल्यासाठी दर वेळी इतकी छान व्यवस्था करणं कसं जमतं,'' वाइनचा घोट घेता घेता एका पाहुण्यानं मत व्यक्त केलं.

''सगळेजण स्थिरस्थावर होऊ या. भरपूर खाद्यपदार्थ आहेत.''

''मॅडम, कॉफी?''

''प्लीज, ब्लॅक.''

"आझाद साहेब, व्हिस्की?"

"आज नको. मी फक्त रोझ सरबत घेईन."

"आयुक्त?"

"जनाब, माझं उत्तम चाललंय आधीच माझा हा तिसरा आहे."

सगळे ज्यांना जनाब म्हणत होते त्या व्यक्तीनं घसा खाकरला. "मित्रहो, यंदाचं वर्ष निवडणुकीचं आहे. आम्हाला सर्वांचा पाठिंबा आवश्यक आहे: समाजघटक, शिक्षणसंस्था, एकनिष्ठ वरिष्ठ नोकरशाही. सर्वांत महत्त्वाचं म्हणजे, या वर्षी आपल्याला कोणताही वादग्रस्त प्रसंग घडू द्यायचा नाही. मला काही बंडखोर मीडिया हाउसेसची विशेष करून चिंता वाटते," असं म्हणून ते एका लांब दाढीवाल्या व फर कॅप घातलेल्या व्यक्तीकडे वळले. "आझाद साहेब, आम्ही तुमचा पाठिंबा गृहीत धरू शकतो का?"

"तुम्ही गृहीत धरू शकता, पण...?" आझादच्या चेहऱ्यावर नापसंती होती. "आपला एक करार होता. सर्वप्रथम, सगळ्या गोष्टी स्पष्ट झाल्या पाहिजेत. या आरटीआय याचिकेबद्दल कोणीही आम्हाला पूर्णत: प्रामाणिकपणे सांगत नाहीये, याची मला काळजी वाटते आहे. आमची माणसं यामुळे अस्वस्थ होत आहेत. आयुक्त, ही याचिका कोणी दाखल केली आहे, हे तुमच्या लोकांना अजून शोधता आलेलं नाही, यावर विश्वास बसत नाही. नेमकं चाललंय काय?"

"हे प्रभारींनी शोधून काढायला हवं," आयुक्त म्हणाले.

"याचिका टाकणाऱ्याचा मृत्यू झालाय. त्यामुळे मूळ याचिकाकर्त्याचा शोध घेणं आता अवघड ठरतंय. तरीही आमची माणसं शोध घेत आहेत," प्रभारींनी माहिती दिली.

"या कथित गुप्त संशोधन अहवालाचं काय? मॅडम?" आझाद वैतागले होते.

"या अहवालाची बातमी अनपेक्षितपणे समोर आलीय, पण त्यात काही तथ्य आहे असं मला वाटत नाही," त्या मॅडमनं म्हटलं. "या अहवालाचा मागोवा घेण्यात काहीही अर्थ नाही."

काही क्षण तिथे शांतता होती. जनाब विचारांची जुळवाजुळव करत होते.

"एक समस्या आहे," जनाब म्हणाले. "प्रामाणिकपणे केलेल्या पाठपुराव्यात विभाग अडथळा आणतंय असं दिसायला नको."

"प्रामाणिक पाठपुरावा? हे प्रकरण सरळसोट असणार होतं ना. हा विषय संवेदनशील आहे, हे आपल्याला माहीत नाही का?" आझाद यांनी विचारलं.

"मला माहीत आहे," आयुक्त म्हणाले. "पण, असा अहवाल खरंच

अस्तित्वात असेल तर काय?''

"प्रचलित इतिहासाला आव्हान देणाऱ्या यापूर्वीच्या याचिका कोर्टात टिकलेल्या नाहीत,'' मॅडम म्हणाल्या. "जनाब, तुम्ही काय सुचवाल?''

"माझं म्हणणं असं आहे. मला वाटतं हे सर्वांसाठीच फायद्याचं आहे,'' जनाबनी प्रत्येकावर नजर फिरवली आणि त्यांचे विचार मांडायला सुरुवात केली.

प्रकरण २१

शनिवार, जून ३
दुसऱ्या दिवशी

शनिवारी सकाळी चोप्रांच्या फोनमुळे विजयला लवकर जाग आली. सुप्रभात वगैरे न म्हणताच चोप्रा थेट मुद्द्याचं बोलू लागले.

"विजय, मी सांगतोय ते काळजीपूर्वक ऐका. खूप तातडीचं आहे. ताजमहालात सुरक्षेशी संबंधित घटना घडलीय. इन्स्पेक्टर सिंग तिथे आधीच पोहोचले आहेत. तपासकामात मदत करण्यासाठी बीओए टीमनंही तिथे असायला हवं, असं मला वाटतं. तुम्ही लवकरात लवकर ताजमहालात पोहोचाल का? मी तुम्हाला तिथेच भेटतो. मी मलिकशी बोललो आहे. आपल्याला ताजमहाल काही दिवस लोकांसाठी बंद ठेवावा लागणार आहे."

"पण..." विजयला आणखी जाणून घ्यायचं होतं, पण चोप्रांनी फोन ठेवला.

विजयनं पट्कन सोनियाला कॉल केला आणि तिला ताजला यायला सांगितलं. त्यानं अंघोळ केली आणि छोट्याशा फ्रिजमधलं कपभर दूध आणि केळं असा हलका नाश्ता पटकन संपवला. पंधरा मीनिटांतच तो ताजमहालाच्या दिशेनं निघाला. समीरचा कॉल आला. सोनियानं त्याला आधीच कळवलं होतं.

"बोल समीर!... नाही. मला नाही माहीत काय घडलंय ते... तू कार्यालयात जायला निघाला आहेस का? ताजमध्ये काय सुरू आहे, हे आम्ही बघून घेतो. तोपर्यंत तू आरटीआयचं उत्तर तयार करण्याचं काम सुरू ठेवशील का? बरं,

आणखी एक. मला आणि सोनियाला यायला उशीर झाला तर तू लंडनमधल्या आपल्या दूतावासाला कॉल करशील का? मला वाटतं त्यांचे काही कर्मचारी शनिवारीही काम करतात. ब्रिटिश लायब्ररीमध्ये कदाचित काम केलेल्या, जी. एस. व्ही नावाच्या भारतीय वंशाच्या व्यक्तीबद्दल त्यांना अधिक माहिती मिळतेय का ते बघ.''

''आपण लंडनला जातोय का?'' समीरनं विचारलं.

''मला माहीत नाही. मला नाही वाटत. पण, धन्यवाद, लवकरच बोलतो तुझ्याशी.'' विजयनं फोन ठेवला आणि गाडीतला रेडिओ सुरू केला. ताजमहालात काहीतरी घटना घडल्याची आणि मीडिया पोलिसांकडून व बीओएकडून अधिक माहितीसाठी वाट बघत असल्याची बातमी त्यानं ऐकली.

विजय ताजमहाल संकुलात पोहोचला तेव्हा पोलिसांनी आधीच ताजची सर्व प्रवेशद्वारं बंद केली होती. विजयनं त्याचा बीओए बॅज दाखवला, आणि पोलिसानं त्याला गेटवेपर्यंत गाडी नेऊ दिली. जीन्स आणि कॅज्युअल शर्ट घातलेली सोनिया प्रवेशद्वारात त्याची वाट पाहत थांबली होती.

''चला, जाऊ या,'' ती म्हणाली. ''चोप्राजी अगोदरच पोहोचलेत.''

त्यांनी संकुलात एक रुग्णवाहिका येताना पाहिली. मधल्या मार्गिकेवरून झपझप पावलं टाकत ते दोघे संगमरवरी चबुतऱ्यावर पोहोचले. तिथे चोप्रा मलिकशी बोलत होते.

चोप्रांनी त्यांना पाहिलं. ''खालच्या दालनात,'' खालच्या दालनाकडे बोट दाखवत ते म्हणाले, आणि सर्वजण वरच्या सेनोटॅफ दालनाकडे निघाले.

वाटेत त्यांना काही बीओए कर्मचारी, पोलीस आणि साध्या वेषातले अधिकारी परिसराची तपासणी करताना, नोंदी घेताना व एकमेकाशी बोलताना दिसले.

खालच्या दालनात उतरल्यावर त्यांना इन्स्पेक्टर सिंग आजूबाजूची पाहणी करताना व अन्य एका अधिकाऱ्याशी बोलताना दिसले. एका कबरीच्या जवळ, संगमरवरी फरशीवर एका माणसाचा देह पडला होता. फरशीवर सोन्याची नाणी विखुरल्यासाखी दिसत होती. दोन पोलीस फोटो घेत होते व निरनिराळ्या पृष्ठभागांवरचे बोटांचे ठसे गोळा करत होते. सिंगनी बीओए टीमकडे पाहिलं व बोलायला सुरुवात केली.

''ठीक आहे, टीम, इथे नेमकं काय घडलंय ते मी तुम्हाला सांगतो. काल रात्री, सुरक्षारक्षकाला खालच्या दालनातून मोठमोठे आवाज ऐकू आले. त्यानं खालच्या दालनाकडे जाणाऱ्या पायऱ्यांचं दार जेमतेम उघडलं तितक्यात त्याला

काहीतरी आदळल्याचा मोठा आवाज ऐकू आला. तो खालच्या दालनात गेला असता त्याला फरशीवर हा मृतदेह दिसला,'' सिंग यांनी फरशीवर पडलेल्या मृतदेहाकडे निर्देश केला. ''या माणसाच्या डोक्यातून रक्तस्राव होत होता. कबरीचं हे टोक बघा. त्यावर रक्त लागलंय. त्याचं डोकं या टोकावर आपटलं असणार. सीसीटीव्हीमध्ये ताजमहालाच्या मागच्या बाजूच्या काही हालचाली टिपल्या गेल्यात, पण त्या अस्पष्ट आहेत.''

बीओए टीम ऐकत होती आणि सिंग यांनी बोलणं सुरू ठेवलं. ''आम्हाला वाटतं, हा माणूस ताजमहालात उशिरा आलेला व्हिजिटर असावा आणि वेळ संपल्यानंतरही तो थांबला असावा. पण, खालच्या दालनात तो केव्हा व कसा शिरला, हे मात्र कळू शकलेलं नाही. कारण, व्हिजिटर्ससाठी इथली दारं सहसा बंदच ठेवली जातात. ती काल रात्री चुकून उघडी राहिली असतील तरच हे शक्य आहे. पण, सीसीटीव्हीमध्ये हा माणूस कुठेच दिसत नाहीये.''

''त्यामुळे, काही प्रश्न निर्माण झाले आहेत,'' सिंगनी बीओए टीमवर नजर फिरवली. ''हा माणूस कोण आहे? तो इथे काय करत होता? तो इथपर्यंत कसा पोहोचला असावा? ही सोन्याची नाणी कसली आहेत? हा माणूस कसा मेला?... तो अडखळून पडला व त्याचं डोकं कबरीच्या टोकावर आपटलं आणि तो मेला, ही शक्यता आहे, पण यातून सुरक्षारक्षकानं ऐकलेल्या आदळल्याच्या आवाजाचं कारण स्पष्ट होत नाही.''

नाणी तपासण्यासाठी विजय व सोनिया सावधगिरीनं पुढे झाले.

''थांबा,'' सिंग यांचा साहाय्यक माधवनने त्यांना थांबवलं आणि त्यांच्या हातात लेटेक्स ग्लोव्ह्ज दिले.

सोनियानं काळजीपूर्वक नाणी उचलली व तपासली. ''मुघलकालीन नाणी,'' चोप्रांकडे बघत तिनं म्हटलं.

''म्हणजे, इंटरपोलनं दिलेल्या सूचनेमध्ये काही तथ्य आहे तर,'' विजय म्हणाला.

''असेलही. बघू या.'' सिंग चोप्रांकडे वळले. ''चोप्रा साहेब, तुम्हाला काय वाटतं?''

चोप्रांनी मान हलवली. ''हे अशक्य आहे... खूप चमत्कारिक आहे!'' मलिक सुन्न झाले होते, पण चोप्रांना दुजोरा दिल्यागत त्यांनी मान हलवली.

विजय दालनाची तपासणी करत होता. ''खालच्या दालनात जाण्यासाठी आता बंद केलेले किंवा सर्वसाधारण माहीत असलेले काही मार्ग आहेत का?''

मलिक तत्परतेनं बोलले. ''ताजमहालातल्या काही खोल्या आता बंद करण्यात आलेल्या आहेत. त्या खोल्या या दालनात उघडत नाहीत, तसंच दालनात

यायला इतर कुठलाही मार्ग नाही. आणि या दालनाच्या भिंतींच्या पलीकडे काहीही नाहीये.''

विजय आजूबाजूला फिरला आणि त्यानं दालनाच्या संगमरवरी भिंतींवर टकटक केली. सिंग त्याच्याजवळ गेले. ''विजय कुमार, तुम्ही काल संध्याकाळी ताजमहालात काय करत होतात?''

सिंग यांच्या बोलण्यात विजयला संशय जाणवला. ''काल सकाळी ताजमहालाला भेट दिल्यानंतर मला काही गोष्टींबद्दल उत्सुकता होती आणि मला त्या स्वतः येऊन बघायच्या होत्या. म्हणून, माझी उत्सुकता शमवण्यासाठी मी इथे आलो, ताजचं संध्याकाळचं रूप अनुभवलं आणि... आणि मी इथून निघून गेलो.''

सिगंनी काहीच प्रतिक्रिया दिली नाही. बीओए टीमकडे वळून त्यांनी विचारलं, ''ताजमहालाच्या अंतर्भागाचा तपशीलवार नकाशा आपल्याला मिळू शकेल का?''

''आपल्याकडे काही नकाशे आहेत, पण ते पुरेसे सविस्तर असतील का, ते खात्रीनं सांगता येणार नाही,'' चोप्रा म्हणाले.

''सोन्याची नाणी कुठून आली असावी?'' विजयनं एका कबरीचं झाकण बाजूला ढकलण्याचा प्रयत्न करत विचारलं.

''सर, तुम्ही ते करू शकत नाही,'' मलिक थंडपणे म्हणाले आणि ते हसले. ''तो अवजड दगड आहे. तो हलवण्यासाठी किमान दोन किंवा तीन जण लागतील.''

''असं का, मग चला हे झाकण उघडून बघू या,'' निर्विकार चेहऱ्यानं विजय म्हणाला.

''तुम्ही खरंच विचारता आहात का?'' मलिकनी विचारलं. ''असा विचारही करू नका, विजयजी. हाहाकार माजेल. दंगली होतील.''

विजयनं मलिक यांच्याकडे एकटक पाहिलं. ते क्षणभर थांबले आणि मग बोलले, ''आणि तसंही, थडगी सीलबंद आहेत.''

त्यानंतर विजयनं झाकणं व कबरी यांच्यातल्या आणि फरशी व कबरी यांच्यातल्या सांध्यांवर हात फिरवून पाहिला.

''तुम्ही काय शोधत आहात?'' सिंग यांनी विजयला विचारलं, पण त्यानं उत्तर दिलं नाही.

सिंग यांनी विचारलं, ''पुन्हा विचार करा, कोणी या माणसाला ओळखता का?''

कोणीही ओळखत नव्हतं. सोनियानं मृत व्यक्तीच्या चेहऱ्यावर परत एकदा नजर फिरवली व म्हटलं, ''नाही.''

सिंग यांनी पॅरामेडिक्स व्यक्तींना हात केला, आणि ते मृतदेह स्ट्रेचरवरून घेऊन गेले.

"मला वाटतं आता तुम्ही सगळे गेलात तरी चालेल," सिंग म्हणाले. "चोप्रा साहेब, ताज व्हिजिटर्ससाठी पुन्हा केव्हा खुला करता येईल, यावर चर्चा करण्यासाठी मी तुम्हाला कॉल करीन. त्यानंतर, बीओएनं अंतिम निर्णय घ्यावा. आणखी एक, कृपया, तुमच्यापैकी कोणीही मीडियाला कोणतीही माहिती देऊ नका. ठीक आहे?"

सिंग यांनी त्यानंतर विजय, सोनिया व मलिक यांच्याकडे पाहिलं. "मला तुमच्याशी आणखी बोलावं लागेल. हे प्रकरण सोडवण्यासाठी आम्हाला तुमच्या मदतीची गरज लागणार आहे."

चोप्रांनी होकारार्थी मान डोलावली. "सर्वसामान्य लोकांना त्या माणसाच्या मृत्यूविषयी आणि सोन्याच्या नाण्यांबद्दल काहीही कळता कामा नये. मला पब्लिक रिलेशन्स विभागाच्या मदतीनं एक माहितीपत्र जारी करावं लागेल. चला, आपण कार्यालयात परत जाऊ या."

बीओएची टीम तिथून बाहेर पडत असताना, पोलिसांनी मुख्य प्रवेशद्वारात लावलेल्या पिवळ्या पट्टीजवळ बघ्यांची गर्दी जमा झाली होती. काही वृत्तवाहिन्या तिथे आधीच पोहोचल्या होत्या आणि या घटनेचं वार्तांकन करत होत्या. त्यातले काही जण बीओए टीमच्या दिशेनं धावले व प्रश्न विचारू लागले. चोप्रांनी त्यांना टाळलं. "पुरातत्त्व विभाग दुपारी माहिती देईल."

प्रकरण २२

शुक्रवार, जून ३
दुपारनंतर

आतापर्यंत, बीओए आग्रा सर्किट कार्यालयात थराराचं व खळबळीचं वातावरण निर्माण झालेलं होतं – ताजमहालात काहीतरी गंभीर घडलंय. इन्स्पेक्टर सिंग चोप्रांच्या केबिनमध्ये बसले होते. चोप्रांचे सतत फोन सुरू होते. ताजमहाल पुन्हा उघडण्याबाबत वरिष्ठ अधिकाऱ्यांशी व इन्स्पेक्टर सिंगशी चर्चा सुरू होती.

''कबरींचं दालन काही काळासाठी बंद ठेवावं लागणार आहे – बीओए कर्मचाऱ्यांसाठीसुद्धा,'' चोप्रा म्हणाले.

''पोलिसांनी सगळे फॉरेन्सिक पुरावे जमा केले की संध्याकाळी मकबऱ्याचा बाकी परिसर खुला करता येऊ शकतो,'' सिंग म्हणाले.

विजय व त्याची टीम कॉन्फरन्स रूममध्ये जमली होती आणि सकाळच्या घटनेबद्दल चर्चा करत होती. घडलेला प्रसंग ऐकल्यावर समीरनं विचारलं, ''खालच्या दालनात मरण पावलेल्या माणसाची ओळख पटली का?''

कोणीही त्याला उत्तर देण्यापूर्वीच, इन्स्पेक्टर सिंग व चोप्रा कॉन्फरन्स रूममध्ये आले.

''टीम, तुम्हाला काही घडामोडी माहीत असणं गरजेचं आहे,'' चोप्रांनी जाहीर केलं व सिंग यांच्याकडे पाहिलं.

"एक म्हणजे, मरण पावलेल्या व्यक्तीची ओळख अद्याप पटलेली नाही," सिंग म्हणाले. "सीसीटीव्हीमध्ये या माणसाची कोणतीही नोंद नाहीये."

"हे कसं शक्य आहे?" विजयनं टीमकडे बघत विचारलं. "मला असं म्हणायचंय, खालच्या दालनात जाण्यासाठी अन्य कोणताही मार्ग नाहीये, बरोबर ना?"

"आणखी एक गोष्ट," सिंग यांना काहीतरी सांगायचं होतं, पण खोलीत आलेल्या व चोप्रांना पुकारणाऱ्या एका बीओए कर्मचाऱ्यामुळे ते थांबले.

"सर, मीडिया तयार आहे."

"ठीक आहे. आपण याविषयी नंतर बोलू. चला, जाऊ या." चोप्रा व सिंग दुसऱ्या एका कॉन्फरन्स रूमकडे गेले, आणि त्यांच्या मागून टीमही गेली.

एका मोठ्या कॉन्फरन्स रूममध्ये वार्ताहर जमले होते. चोप्रांनी विजयला त्यांच्या व सिंगसोबत टेबलाशी बसण्यास सांगितलं होतं. सोनिया व मलिकही आले आणि पोडिअमच्या बाजूला बसले.

चोप्रांनी माहिती द्यायला सुरुवात केली. त्यांनी सर्वप्रथम घटनेची प्राथमिक माहिती मीडियाला दिली. "आज, ताजमहालाच्या खालच्या दालनामध्ये एक प्रौढ पुरुष मृतावस्थेत आढळला. तो एक व्हिजिटर असावा, असा कयास आहे..." चोप्रा काही वेळ बोलत राहिले. मध्येच ते सिंगकडे बघायचे आणि आपण ठरल्याप्रमाणेच बोलत असल्याची व जास्त माहिती देत नसल्याची खात्री करायचे. चोप्रांचं बोलणं पूर्ण झालं. वार्ताहरांना प्रश्न विचारण्याची उत्सुकता होती.

"सीसीटीव्हीचं कव्हरेज कसं काय उपलब्ध नाही?"

"आम्ही तपास करत आहोत."

"ही हत्या असावी, असा तुम्हाला संशय आहे का?"

"आम्ही वैद्यकीय अहवालाच्या प्रतीक्षेत आहोत."

चोप्रा व सिंग यांनी अनेकदा तीच तीच उत्तरं दिली. त्यांच्या विभागांकडून त्यांना तशा सूचना मिळाल्यासारखं दिसत होतं.

एका वार्ताहरानं विजयला ओळखलं. "तुम्ही श्री. विजय कुमार आहात ना?" विजयनं मानेनं हो म्हटलं.

"श्री. विजय कुमार, माझ्या माहितीप्रमाणं, तुम्ही पद्मपुरम मंदिराच्या संशोधनामध्ये सहभागी होतात. ताजमहालात गुप्त दालनं व लपवलेलं गुप्तधन आहे, असं तुम्हाला वाटतं का?"

"मला वाटतं, बीओएला ताजमहालाची संपूर्ण माहिती आहे," विजय

चोप्रांकडे व संपूर्ण टीमकडे बघत म्हणाला. 'माझ्याकडे नवीन अशी कोणतीही माहीत नाही... तो माणूस आतमध्ये कसा शिरला असावा, हे शोधण्यासाठी मी निश्चितच मदत करणार आहे."

"पद्मपुरम मंदिराच्या प्रकरणातदेखील, सुरुवातीला कोणताच शोध लागला नव्हता, पण अखेरीस तुम्ही गुप्त दालन शोधून काढलं होतं." वार्ताहर थांबतच नव्हता.

"ही दोन्ही ठिकाणं एकमेकापेक्षा फार वेगळी आहेत," विजय म्हणाला. "आपल्याला त्यांची तुलना करता येणार नाही, पण मी या प्रकरणाचा पुढे अभ्यास करणार आहे." विजयनं चलाखीनं उत्तर दिल्याचं चोप्रांना आवडलं. त्यांनीही मान हलवून पाठिंबा दिला.

आणखी एका वार्ताहरानं माइक हातात घेतला. "साठच्या दशकात, कोणा डॉक्टर रॉयनी ताजमहालाचा अभ्यास केला होता. पण, त्यांचा अहवाल कधीच प्रकाशित झाला नाही. या प्रकरणाच्या तपासात त्या अहवालाची मदत झाली असती का? तो अहवाल अजूनही कोणाकडे असू शकेल का?"

याचं उत्तर चोप्रांनी दिलं. "कशी मदत होऊ शकली असती ते मला माहीत नाही... पण, आत्ता तरी मला तसं वाटत नाही."

"बरं, कृपया, आपण इथेच थांबू या. धन्यवाद," चोप्रांनी पत्रकार परिषद संपवली. कॉन्फरन्स रूममधून वार्ताहर बाहेर गेल्यावर चोप्रा विजय व टीमकडे वळले. "थोड्याच वेळात आपल्या नेहमीच्या कॉन्फरन्स रूममध्ये भेटू या." त्यानंतर ते इन्स्पेक्टर सिंग यांच्याकडे वळून म्हणाले, "सिंग साहेब, आपण माझ्या केबिनमध्ये बसून बोलू या."

टीम पुन्हा आपल्या कॉन्फरन्स रूममध्ये दाखल झाली. प्रत्येक जण आपापल्या खुर्चीत बसला. काही वेळानं चोप्रा व सिंग हेही तिथे आले. त्या दोघांचं आधीच काही तरी ठरलेलं असावं, असा संशय विजयला आला.

चोप्रांनी बोलायला सुरुवात केली. "टीम, आपल्याला आता दोन कामं होऊन बसली आहेत. एक म्हणजे, आरटीआय याचिकेचं उत्तर तयार करणं. आणि दुसरं, ताज प्रकरणाच्या तपासामध्ये मदत करणं. चला, आपण आता परिस्थितीचा आढावा घेऊ या."

"या दोन्ही गोष्टी एकमेकाशी कशा निगडित आहेत ते माहीत नाही, पण बीओए टीम ही दोन कामं एकत्रितपणे करू शकते," सिंग यांनी सुचवलं.

समीरनं हात वर केला. "मी माझ्या कामाबद्दल थोडक्यात सांगू का?" चोप्रांनी मानेनं होकार दिला.

समीर सांगू लागला. ‘‘मी लंडनमधल्या भारतीय दूतावासाशी संपर्क केला. ब्रिटिश लायब्ररीमध्ये जी.एस.व्ही. अद्याक्षरांच्या नावाची व्यक्ती काम करत होती, असं त्यांना वाटतं. पण, आवश्यक कागदपत्रांसह तिथे व्यक्तिशः गेल्याशिवाय लायब्ररी आणखी माहिती देणार नाही.’’

‘‘छान,’’ चोप्रा म्हणाले. ‘‘मीही उच्च अधिकाऱ्यांशी बोललो. लंडन दौऱ्याच्या आपल्या प्रस्तावाबद्दल त्यांनी मला बरेच प्रश्न विचारले. आधी त्यांनी नकार दिला, पण संचालक नायक यांनी नंतर मला कॉल केला. लंडनला जाण्याची सोनियाची कल्पना त्यांना योग्य वाटली असावी,’’ चोप्रा बोलताना काही क्षण थांबले. ‘‘मला वाटतं तीन गोष्टींसाठी विजय व सोनिया यांनी लंडनला जावं: डॉक्टर रॉयच्या अहवालाची प्रत मिळवण्याचा प्रयत्न करणं, विजयना हव्या असलेल्या माहितीसाठी बादशहानामा वाचणं आणि कनिंगहॅमचं सर्वेक्षण मिळतेय का बघणं.’’

‘‘सर,’’ विजयनं बोलायचा प्रयत्न केला.

‘‘काळजी करू नका. दौऱ्याच्या संपूर्ण व्यवस्थेबाबत मी नवी दिल्लीशी आणि भारतीय दूतावासाशी समन्वय साधेन.’’

‘‘जरा थांबा... जरा थांबा... चोप्रा साहेब,’’ आतापर्यंत गप्प बसलेले सिंग म्हणाले. त्यांनी खिशातून एक प्लास्टिक पिशवी बाहेर काढली. ‘‘एक म्हणजे, मृत व्यक्तीकडे सापडलेल्या या नाण्याचा तपास बीओएनं करावा. आपल्याला त्याची अस्सलता व बाकीचा तपशील माहीत करायला हवा.’’

‘‘नक्कीच,’’ चोप्रा म्हणाले. ‘‘मलिक व समीर आणि बीओएचे आणखी काही कर्मचारी यासाठी मदत करू शकतील.’’

‘‘मला ताजच्या आवाराचे चांगले नकाशेही हवे आहेत. पर्यटकांसाठीचे नकोत. मला मकबऱ्याचे तपशीलवार नकाशे लागतील. मृत व्यक्ती खालच्या दालनात कशी शिरली, हे शोधणं आवश्यक आहे.’’ सिंगनी त्यांच्या मागण्या ठेवल्या आणि चोप्रांनी मान्य केल्या.

काही क्षण थांबून सिंग यांनी विजयकडे पाहिलं. ‘‘सीसीटीव्ही फुटेजमधून आम्हाला काहीतरी मिळालंय... श्री. कुमार, संध्याकाळी उशिरा तुम्हीही ताजच्या परिघाबाहेर फिरत असल्याचं सीसीटीव्ही फुटेजमध्ये दिसतंय. याबद्दल तुम्ही मला आधी का नाही सांगितलं?’’

आपलं बोलणं बचावात्मक वाटू नये, याची विजयनं काळजी घेतली. ‘‘मी तुम्हाला आधी म्हटल्याप्रमाणं, मी ताजच्या परिघाभोवती केवळ काही गोष्टी तपासण्यासाठी गेलो होतो.’’

‘‘मला याचंच आश्चर्य वाटतंय. किती योगायोग आहे ना, श्री. कुमार!’’ सिंग आता थेट विजयकडे बघत होते. ‘‘अल्प कालावधीत दोन मृत्यू झाले,

आणि प्रत्येक मृत्यू होण्याच्या थोड्याच वेळापूर्वी तुम्ही घटनास्थळी हजर होतात... यातून काय अर्थ काढायचा?''

विजयच्या बचावासाठी चोप्रा सरसावले. ''पण इन्स्पेक्टर सिंग, विजय कुमार हे मान्यताप्राप्त सरकारी अधिकारी आहेत, आणि तुम्ही त्यांच्यावर उगाच कोणताही संशय घेऊ नये.''

''अर्थातच,'' सिंगनी त्यांचा स्वर काहीसा मवाळ केला. ''मला यांना आणखी प्रश्न विचारावे लागतील. मला चिंता आहे, की तपासादरम्यान ते लंडनला गेले तर...'' सिंगनी वाक्य पूर्ण केलं नाही, पण काही क्षण विजयकडे पाहिलं.

''ठीक आहे, आपण लवकरच भेटू. चोप्राजी, मी कॉल करीन,'' असं म्हणून सिंग निघून गेले.

''इन्स्पेक्टर सिंग यांचं समाधान झालं असं वाटलं नाही,'' समीरनं मत व्यक्त केलं.

चोप्रांनी टीमवर व नंतर विजयवर कटाक्ष टाकला. ''विजय, आरटीआय उत्तराच्या नियोजनाचा आढावा घेऊ या.''

''हो, सर,'' विजयनं निःश्वास सोडला आणि त्याच्या वहीची पानं चाळू लागला. 'सगळा घोळ होऊन बसलाय! आपलं काम आता आणखी वाढलंय. समीर आणि मलिकजी, घटनाक्रम तयार करणं सुरू ठेवा, आणि कृपया आरटीआय अहवालाची रूपरेषा आखायला सुरुवात करा. नाण्यांची अस्सलता तपासा. तसंच, इन्स्पेक्टर सिंगना तपासामध्ये मदत करा. त्यानंतर, काही गुप्त मार्गिका आहेत का, हे पाहण्यासाठी ताजमहालाच्या नकाशांचा व आराखड्यांचा आढावा घ्या. लक्षात घ्या, पद्मपुरम मंदिरात गुप्त मार्गिकेमुळेच खजिन्यापर्यंत पोहोचता आलं. समीर, मुमताझच्या बुऱ्हाणपुरातील दफनविधीच्या जागेबद्दल अधिक माहिती मिळवता आली तर बघ. आपल्याला कदाचित ग्राउंड पेनिट्रेटिंग रडार अर्थात जीपीआर यंत्राची गरज लागेल. इथल्या कार्यालयात ते उपलब्ध आहे की दिल्ली कार्यालयातून मागवावं लागेल ते बघा आणि ताजमहालाभोवतीची जमीन तपासा.''

विजय चोप्रांकडे वळला. ''सर, तुम्हाला हे नियोजन कसं वाटतंय?''

चोप्रांनी मानेनं सहमती दर्शवली. ''मला ठीक वाटतंय.''

विजय सोनियाकडे वळून म्हणाला, ''सोनिया, मला वाटतं आपण लंडनला जायची तयारी करायला हवी.''

चोप्रांनी त्यांच्याकडे गंभीरपणे पाहिलं. ''तुम्हाला शुभेच्छा! तुमचा दौरा यशस्वी होईल, अशी आशा आहे.''

''हो, सर,'' सोनिया म्हणाली. तिच्या आवाजातला उत्साह स्पष्टपणे जाणवत होता.

प्रकरण २३

शनिवार, जून ३
संध्याकाळी उशिरा

त्या संध्याकाळी, विजय व सोनिया लंडनला जाण्यासाठी सामानाची बांधाबांध करत असताना, मीडियामध्ये ताजमहालातल्या सकाळच्या प्रकरणाचं वार्तांकन सुरू होतं.

> आगऱ्यातून बातमी देत आहोत... प्रसिद्ध ताजमहाल वादाच्या भोवऱ्यात सापडला आहे. सर्वप्रथम, माहिती अधिकारासाठी काम करणाऱ्या एका कार्यकर्त्याची हत्या झाली. ताजमहालाबद्दलची आरटीआय याचिका दाखल करणारा कार्यकर्ता हाच होता का, हे अद्याप स्पष्ट झालेलं नाही. आमच्या सूत्रांनुसार, पुरातत्त्व विभागाचे आग्रा सर्किट ताजमहालावरील आरटीआय याचिकेवर तातडीने उत्तर तयार करत असल्याचं समजतं. आणि आज एक विचित्र प्रकार घडला असून, सर्वसामान्यांना जायला बंदी असलेल्या ताजमहालातल्या खालच्या दालनात मृतदेह आढळला आहे. मयत व्यक्ती पर्यटक असावी आणि चुकून उघड्या राहिलेल्या दारातून ती खालच्या दालनात शिरली असावी, असा अंदाज वर्तवला जात आहे. बीओए आणि पोलिसांनी या शक्यतेला दुजोरा दिलेला नाही किंवा ती नाकारलेलीही नाही. हे प्रकरण गुप्त खजिन्याशी निगडित असावं, अशीही अफवा आहे. याचबरोबर, सरकार आणि युनेस्कोला

इंटरपोलकडून सावधगिरीचा इशारा मिळालेला आहे असंही ऐकू आलंय. ताजमहालातल्या बंद खोल्यांमध्ये किंवा कबरींमध्ये कोणताही खजिना उरलेला असेल, असं सध्या तरी कोणालाही वाटत नाही. ताज संकुलाचे अंशत: मालक म्हणून माहिती मिळणं अपेक्षित असतानाही काहीच कळवण्यात न आल्यानं स्थानिक वक्फ बोर्ड बीओएवर टीका करत आहे. बीओए आग्रा सर्किटमध्ये नुकतेच रुजू झालेले विजय कुमार आरटीआय याचिकेसंबंधीच्या संशोधन कामाचं नेतृत्व करत असल्यानं आणि बीओएच्या वतीनं पोलिसांना मदत करत असल्यानं या प्रकरणातली गुंतागुंत वाढली आहे. जरी विजय कुमार हे बीओएमधले अत्यंत कर्तबगार संशोधक म्हणून ओळखले जात असले आणि त्यांनी यापूर्वी पद्मपुरम मंदिरातला खजिना शोधला असला तरी त्यांनी याअगोदर हाताळलेली काही प्रकरणं आणि त्यांची कामाची पद्धत हा चिंतेचा विषय आहे. विशेष म्हणजे, दोन्ही मृत्यू झाले त्या परिसरात विजय कुमार काय करत होते, याचाही तपास पोलीस करत आहेत. आम्ही या प्रकरणातल्या घडामोडी सांगत राहू.

मीडियातल्या बातम्या पाहत असताना, विजय, सोनिया, समीर, आणि चोप्रा थोडे चिंतातुर होऊन एकमेकांना कॉल किंवा मेसेजेस करत होते.

समीर : तुम्ही सर्वांनी टीव्हीवरच्या बातम्या पाहिल्या का?
सोनिया : मला कळत नाहीये हे काय चाललंय, आणि मीडियाला ही सगळी माहिती कशी मिळाली.
चोप्रा : तर नक्की झालंय... लंडनला जायची विजय व सोनियाची व्यवस्था झाली आहे. सोनियाचा खर्च युनेस्को करणार आहे. कृपया, सविस्तर माहितीसाठी तुमचे ईमेल बघा.
चोप्रांनी विजयला स्वतंत्र टेक्स्ट मेसेज पाठवला.
चोप्रा : विजय, तुमच्या लंडन दौऱ्यातून चांगलं निष्पन्न होणं मला अपेक्षित आहे.
विजयनं सोनियाला स्वतंत्र मेसेज केला.
विजय : सोनिया, काय घडतंय ते खरंच मला कळत नाहीये. ताजमहालाबाबतचा हा तपास काहींना सुरू ठेवायचाय, तर काहींना नाही असं दिसतंय. आपण लंडन दौऱ्यावर जावं, असं काही जणांना वाटतंय, पण काहींना आपल्याला जाऊ द्यायचं नाहीये.

सोनिया : तुम्हाला असं का वाटतंय?

विजय : मला नाही माहीत. उच्च अधिकाऱ्यांनी सुरुवातीला विरोध केला, असं चोप्रा म्हणाले.

सोनिया : विजयजी, काळजी करू नका. ही शोधयात्रा रंजक ठरणार आहे असं दिसतंय.

भाग ४

शोधयात्रा

प्रकरण २४

रविवार, जून ४

दुसऱ्या दिवशी सकाळी, एअर इंडियाचं दुपारी दोनचं लंडनला जाणारं विमान गाठण्यासाठी विजय व सोनिया टॅक्सीनं आगऱ्याहून नवी दिल्लीला निघाले. यमुना एक्स्प्रेस वेवर टॅक्सी वेगानं धावत होती. विजय त्याच्या लॅपटॉपवर ताजमहालासंबंधीच्या कागदपत्रांची सूचि बनवण्यात मग्न होता. तितक्यात सोनियाचा फोन वाजला.

"इन्स्पेक्टर सिंगचा फोन आहे," फोनवर हात ठेवून तिनं हळूच विजयला सांगितलं.

"हॅलो, सोनिया," सिंग यांनी विनम्रपणे बोलायला सुरुवात केली. "आम्हाला काही माहिती मिळाली आहे... ताजमध्ये मरण पावलेला माणूस तुमच्या हॉटेलच्या लॉबीमध्ये दिसला होता," सिंग बोलायचे थांबले, पण सोनियानं काहीच प्रतिसाद दिला नाही. 'तुम्ही यापूर्वी त्या माणसाला हॉटेलमध्ये कधी पाहिलंय का ते आठवायचा प्रयत्न कराल का?'

"अं, मला खात्री आहे... नाही पाहिलंय."

"बरं, तुम्हाला नंतर काही आठवलं तर कृपया आम्हाला कळवा. मी विजयशी बोलू शकतो का?"

सोनियानं तिचा फोन विजयकडे दिला. सिंग व विजय थोडा वेळ एकमेकांशी बोलले. बराचसा वेळ विजय फक्त ऐकत होता, आणि सोनिया त्याच्याकडे टक लावून बघत होती.

विजयनं फोन ठेवला आणि सोनियाकडे न पाहता तिला तिचा फोन दिला.

"तुम्ही कसला विचार करताय?... सिंग काय म्हणाले?" सोनियानं विचारलं.

"काही विशेष नाही," अजूनही विजय खिडकीबाहेर बघत होता. "लंडनमध्ये असताना मी त्यांना वेळोवेळी कळवत राहावं, असं त्यांना वाटतं," विजयनं वैतागून मान हलवली. "मी कोण आहे? एक संशयित?... मी लंडनमध्ये कुठे पळून जाणार आहे का?"

दिल्ली-लंडन विमानानं उड्डाण केल्यानंतर विजय लगेचच झोपून गेला. "त्यांनी जेवण आणलं की कृपया मला उठव," ब्लँकेट उघडत त्यानं सांगितलं.

"काय सीट आहेत या," सोनियानं तक्रार केली.

"तुला इकॉनॉमी क्लासनं जावं लागतंय यासाठी क्षमस्व," विजय हसत म्हणाला आणि झोपला.

सोनिया काही नोंदी बनवण्यात आणि लॅपटॉपवर कागदपत्रांची जुळवाजुळव करण्यात गर्क होती.

"विजयजी, उठा... त्यांनी जेवण आणलंय."

विजयनं सीट सरळ केली आणि जेवण देणाऱ्या एअर होस्टेसकडे पाहिलं.

"कृपया, मला शाकाहारी द्या."

एअर होस्टेस हसली आणि तिनं विजयला जेवण दिलं.

"मला मांसाहारी," सोनिया म्हणाली. "चिकन नको... मटण बिर्याणी... आणि एक व्हाइट वाइन."

जेवण ताजं होतं. विजय आलू-गोबी आणि नान यांचा आस्वाद घेत होता. "मला वाटतं, एअर इंडियामध्ये सर्वोत्तम शाकाहारी जेवण दिलं जातं... तुझी बिर्याणी कशी आहे?"

"हं... ठीक आहे. माझ्या अपेक्षेपेक्षा मसालेदार आहे," सोनियानं वाइनचा घोट घेतला. "विजयजी, इन्स्पेक्टर सिंग तुम्हाला काय म्हणाले ते सांगा ना."

इन्स्पेक्टर सिंगनी केलेला कॉल विजय जवळजवळ विसरला होता. "फार काही नाही." त्यानं तिच्याकडे बघणं टाळलं.

"बरं, हरकत नाही," सोनिया म्हणाली. "सिंग यांनी मला काय सांगितलं ते सांगू का?"

गुलाबजामचा घास घेत विजयनं तिच्याकडे पाहिलं, पण तिला प्रतिसाद

दिला नाही.

"ते तुम्हाला काय बोलले ते मला माहीत नाही, पण त्यांनी मला सांगितलं की ताजमहालात मेलेला माणूस माझ्या हॉटेलच्या लॉबीमध्ये पाहण्यात आलाय."

"खरंच?"

"मग काय झालं? कोण जाणे तो माणूस कोण होता किंवा माझ्या हॉटेलमध्ये काय करत होता. हे मला कसं माहीत असणार? बरोबर ना?"

"नक्कीच. पण, इन्स्पेक्टर सिंग यांनाही त्यांचं कर्तव्य पूर्ण करायचंय ना," विजयनं बाहेर पाहिलं. विमान आता ढगांवरून चाललं होतं. त्या दिवशी सोनियाला हॉटेलमध्ये सोडल्यावर काय घडलं होतं ते विजयला आठवलं.

"सोनिया, मला खात्रीनं सांगता येणार नाही, पण त्या दिवशी तुला हॉटेलमध्ये सोडल्यानंतर मी बहुतेक त्या माणसाला हॉटेलबाहेर पाहिलं होतं. मी गाडीत होतो आणि तो माणूस अचानक समोर आला. तो गाडीनं उडवला जाऊ नये म्हणून मला जोरात ब्रेक दाबावे लागले होते. मला वाटतं त्या दिवशीही त्यानं तोच चौकडीचा शर्ट घातला होता."

"हं, मला वाटतं हा निव्वळ योगायोग असावा," विजयकडे न बघता सोनिया म्हणाली.

"सोनिया, तुला माहीतेय का, आरटीआयचं उत्तर तयार करण्यापेक्षा मला ताजमहालाच्या खालच्या दालनात झालेल्या मृत्यूबद्दल अधिक उत्सुकता आहे. तो माणूस आतमध्ये कसा शिरला? कबरींच्या दालनात जाण्यासाठी कुठला तरी गुप्त मार्ग असावा, असं मला वाटतं."

"विजयजी, तुम्ही फार विचार करताय. तुम्ही आता झोप काढा."

उरलेल्या संपूर्ण प्रवासात विजयनं झोप काढली. सोनियाला नीट झोप लागली नाही. ती लॅपटॉपवर काम करत बसली. विजय तिच्यापासून काही लपवत तर नाहीय ना याचा विचार करत ती मध्येच त्याच्याकडे बघत होती.

प्रकरण २५

रविवार, जून ४
लंडन, ग्रीनिच प्रमाण वेळ

सायंकाळी ७ वाजून ५ मिनिटांनी एअर इंडियाचं विमान लंडन हिथ्रो विमानतळावर सुखरूप उतरलं. थोड्याच वेळात, गजबजलेल्या टर्मिनल क्रमांक तीनवरून विजय व सोनिया बाहेर पडत होते. सोनियाचं लक्ष टीव्हीवर सुरू असलेल्या बातमीकडे खेचलं गेलं.

"विजयजी, ते बघा," चालताना सोनिया टीव्हीकडे बोट दाखवून म्हणाली. "तुम्ही एकदम प्रसिद्ध झाला आहात!"

बीबीसी वर्ल्ड ताजमहालातल्या घटनेची बातमी देत होतं.

"छान!" विजय म्हणाला. "म्हणजे, ही बातमी आपला पाठलाग करत इथपर्यंत आलीय."

सोनिया क्षणभर थांबली.

"तू ठीक आहेस ना?" विजयनं विचारलं.

"हं... नाही माहीत... मला जरा बरं वाटत नाहीये," सोनियानं सांगितलं. "कदाचित विमानातल्या त्या बिर्याणीमुळे असेल. आपण जाऊ या."

कस्टम्स व इमिग्रेशन औपचारिकता पूर्ण करण्यासाठी ते थांबले असताना एक अधिकारी त्यांच्याजवळ आला आणि त्यानं त्यांना लगतच्या कार्यालयात यायला सांगितलं.

“काळजी करू नका... केवळ काही प्रश्न विचारायचे आहेत.”

त्यानं सोनियाच्या पासपोर्टवर नजर टाकली. “ब्रिटिश पासपोर्ट? मॅडम, तुम्ही बाहेर थांबू शकता.”

एका अन्य अधिकाऱ्यानं नम्रतेनं विजयला विचारलं, ‘श्री. कुमार, तुमच्या दौऱ्याचं कारण काय आहे?’

“पुरातत्त्वाशी संबंधित एका सरकारी कामासाठी आलोय. या कामानिमित्त, ब्रिटिश लायब्ररीतल्या दस्तऐवजांचं संशोधन करावं लागणार आहे. आम्ही व्यक्तिशः इथे आलो तरच विशिष्ट माहिती उपलब्ध केली जाईल, असं लायब्ररीनं सांगितलं.”

“तुम्हाला कोणा विशिष्ट व्यक्तीला भेटायचं आहे का? तुम्ही विशेषत: कशाचा शोध घेताय का?”

“ते माहितीवर अवलंबून आहे... मला कदाचित तसं करावं लागेल. आणि हो, मी भारतीय दूतावासातल्या कर्मचाऱ्यांना भेटणार आहे.”

“अर्थातच. तुम्ही यापूर्वी कधी लंडनला आला आहात का?”

“हो, साधारण तीन महिन्यांपूर्वी, जागतिक पुरातत्त्व परिषदेसाठी.”

“आणि त्यापूर्वी?” अधिकाऱ्यानं विजयवर नजर रोखून विचारलं.

विजय थांबला. अचानक त्याच्या पंज्यांना घाम सुटला, आणि घसा कोरडा पडू लागला. “सुमारे दहा-बारा वर्षांपूर्वी... मी माझ्या कुटुंबाबरोबर इथे आलो होतो.” त्याला वाटलं यापुढे एकही प्रश्न विचारला जाऊ नये.

“बरोबर. धन्यवाद. तुमच्या दौऱ्याला शुभेच्छा,” अधिकाऱ्यानं नम्रपणे म्हटलं आणि त्याला जाऊ दिलं.

विजय व सोनिया तिथून निघून गेल्यावर त्या अधिकाऱ्यानं त्याच्या साहाय्यकाकडे पाहिलं. साहाय्यकानं मान हलवली.

टर्मिनलच्या इमारतीबाहेर, एक माणूस विजय कुमार असं नाव असलेला फलक घेऊन उभा होता. विजय व सोनिया त्याच्याजवळ गेले आणि स्वतःची ओळख करून दिली. त्या माणसानं स्वतःची ओळख रमेश बाबू अशी सांगितली आणि आपण भारतीय दूतावासातून आल्याचं म्हटलं. नीटनेटके कपडे परिधान केलेला रमेश तिशीतला वाटत होता. त्याचं हास्य विनम्र होतं.

तितक्यात, आणखी एक माणूस त्यांच्याजवळ आला.

“सोनिया?” त्या माणसानं विचारलं.

“हो,” सोनियानं उत्तर दिलं. त्या माणसानं त्याचा बॅज दाखवला. ती विजयकडे वळत हसून म्हणाली, “युनेस्को.”

विजयनं त्या माणसाकडे पाहिलं. त्याचा चेहरा निर्विकार होता.

''युनेस्को तुला न्यायला येणार आहे, हे मला माहीत नव्हतं,'' विजय म्हणाला.

''विजयजी, मी रिजंट्स पार्क भागात माझ्या आई-वडिलांच्या घरी जातेय. आपल्या अपॉइन्टमेंटसाठी मी तुम्हाला उद्या सकाळी सव्वादहा वाजता ब्रिटिश लायब्ररीत भेटेन.'' विजयनं काही म्हणायच्या आधीच सोनिया व तो माणूस निघून गेले होते.

त्यानंतर लगेचच, विजय व रमेश बाबू रमेशच्या गाडीनं निघाले. ते लंडनकडे जाणाऱ्या एम४ मोटरवेने जाऊ लागले. अजूनही काहीसा सूर्यप्रकाश होता. एखाद्या व्हिजिटर्सच्या उत्सुकतेनं विजय मोटरवेवरचे फलक वाचत होता. तो तीनच महिन्यांपूर्वी लंडनला आला होता आणि काही नावं त्याच्या अजूनही लक्षात होती.

''आपल्याला किती दूर जायचंय?'' विजयनं रमेशला विचारलं.

''अं, सुमारे पस्तीस ते चाळीस मिनिटं.''

थोड्या वेळानंतर, विजयनं हायवेवर बरो ऑफ हाऊनस्लो असा फलक पाहिला.

''ते हाऊनस्लो आहे,'' विजयची उत्सुकता पाहून रमेशनं माहिती दिली. ''त्या गावात अनेक भारतीय मंडळी राहतात. तिथून विंडसर कॅसलला जाता येतं.''

''पण, मला महत्त्वाच्या अन्य गोष्टींबद्दल बोलायचं आहे,'' रमेशनं स्वर अचानक औपचारिक करत म्हटलं. ''दूतावासाला पुरातत्त्व विभागाकडून आणि परराष्ट्र व्यवहार मंत्रालयाकडून आवश्यक माहिती मिळाली आहे. ब्रिटिश लायब्ररीतला एक लायब्ररियन उद्या तुम्हाला मदत करेल. तुम्हाला बादशहानामा, ताजमहालाच्या सर्वेक्षणाचे दस्तऐवज आणि अद्याप डिजिटल स्वरूपात रूपांतरित न केलेलं अन्य साहित्य हवंय, हे त्यांना माहीत आहे. तुमच्याकडे जी.एस.व्ही.चं पत्र आहे, हेही त्यांना ठाऊक आहे.''

''अरे वा, चोप्रांना आणि इथल्या दूतावासाला इतक्या कमी वेळात एवढी सगळी व्यवस्था करता आली, हे फार छान झालं.''

''सगळ्या सूचना थेट मंत्रालयातून देण्यात आल्या. आणि हो! मी ताजमहाल प्रकरणाबद्दल ऐकलं. इथल्या टीव्ही वाहिन्यांवरही त्याचं वार्तांकन सुरू आहे.''

''हो. मला ते विमानतळावरच्या टीव्हीवर दिसलं. बातम्या किती वेगानं पसरतात ना.''

''सर, तुम्हाला या प्रकरणाबद्दल काय वाटतं?''

"मला खूप काही सांगता येणार नाही, पण ताजमहालाबाबत सध्या उपलब्ध असलेले पुरावे आम्ही सुसूत्र पद्धतीनं एकत्र करत आहोत. आम्हाला हे काम थोड्या वेळात पूर्ण करायचं आहे... इतकंच. ताजमहालातल्या घटनेबद्दल सांगायचं, तर अजूनही तपास सुरू आहे. आत्ताच नेमकं सांगता येणार नाही."

"मी समजू शकतो. विनाकारण चौकशी करण्याचा माझा हेतू नव्हता," रमेश म्हणाला व हसला.

गाडी लंडन शहराच्या मध्यवर्ती भागात आल्यावर विजयला विचित्र वाटू लागलं. दहा ते बारा वर्षांपूर्वीच्या दौऱ्यातल्या आठवणी त्याच्या मनात दाटू लागल्या. लगेचच तो विचारांत हरवून गेला. त्यानं डोळे मिटले व त्याच्या चेहऱ्यावर दुःखाचे भाव दिसू लागले.

तो एका तरुणी व लहान मुलीसोबत वेस्ट मिन्स्टर ब्रिजवर चालत होता, भटकंतीचा आनंद घेत होता. विजय खूप खूश होता. तो व तरुणी एकमेकाला आनंदात धक्के देत होते. अचानक तरुणीचा तोल गेला, ती रस्त्यावर पडली व एका गाडीनं तिला उडवलं.

"नाही!" विजय विव्हळला आणि विचारांतून भानावर आला. रमेशनं लगेचच त्याच्याकडे पाहिलं.

"सर, तुम्ही ठीक आहात का?"

विजय घामाघूम झाला होता. "मी ठीक आहे... धन्यवाद."

"आपण सेंट जेम्सच्या ताज हॉटेलच्या जवळपास आहोत. तुम्हाला चहा, कॉफी किंवा शीतपेय घ्यायचंय का?" रमेशनं विचारलं.

कोणत्याही उत्तेजक पेयासाठी विजयच्या दृष्टीनं फार उशीर झाला होता. "नको, पण तुम्हाला हवं असेल तर घ्या." विजय अजूनही हादरलेला होता.

रमेशनं कॉफी-शॉपसमोर गाडी थांबवली व खिडकीची काच खाली केली. "मी चहा आणतो. इथे भारतीय पद्धतीचा चहा मिळतो." रमेश कॉफी शॉपमध्ये जात असताना विजयनं त्याला फोनवर बोलताना पाहिलं.

विजय गाडीमध्ये बसला होता व त्याच्या फोनकडे बघत होता. तितक्यात त्याला गाडीच्या काचेवर टकटक ऐकू आली. एक नीटनेटका माणूस विजयशी बोलण्यासाठी खाली वाकला व हसला. तो माणूस भारतीय असावा, असं विजयला वाटलं.

"नमस्कार, विजय कुमार, आपण थोडं बोलू शकतो का? खूप महत्त्वाचं

आहे. मी प्रभाकर.'' विजयनं उत्स्फूर्तपणे रमेश परत येतोय का पाहिलं.

"काळजी करू नका... मी ब्यूरोचा माणूस आहे.'' त्या माणसानं बॅज दाखवला.

"ब्यूरो?'' विजय आणखी काही बोलायच्या आधीच तो माणूस गाडीचं मागचं दार उघडून आत येऊन बसला आणि बोलू लागला.

"विजय कुमार, लंडनमधल्या मुक्कामात जरा सावधगिरी बाळगा. ताजमहालाच्या प्रकरणानं गुप्तचर क्षेत्रात खळबळ माजली आहे. ताजमहालातून चोरलेला खजिना काळ्या बाजारात विकला जात असल्याच्या अफवेमध्ये तथ्य असू शकतं, असं आम्हाला वाटतंय. आमच्या सूत्रांच्या माहितीनुसार, एका गुप्त गटाच्या सदस्यांनी युनेस्कोच्या जगभरातल्या कार्यालयांमध्ये घुसखोरी केली आहे. छुप्या खजिन्याचा शोध घेण्यासाठी ते वर्ल्ड हेरिटेज ठिकाणांची पुरातत्त्वीय माहिती मिळवतात. खजिन्याकडे जाणारे गुप्त मार्ग माहीत करण्यासाठी ते कदाचित आता विस्मरणात गेलेली किंवा अनौपचारिकपणे जाहीर झालेली जुनी हस्तलिखितं किंवा संशोधन अहवाल यांच्या शोधात असतात. अशा खजिन्यासाठी अत्यंत किफायतशीर काळे बाजार उपलब्ध आहेत. कबरी, जुने किल्ले, राजवाडे, मंदिरं, पुरातन वास्तू अशा ठिकाणी संशयास्पद हालचाली होत असल्याचं वृत्त जगभरातल्या हेरिटेज ठिकाणांहून येत आहे...'' प्रभाकर बोलायचा थांबला.

विजय शांत बसला होता.

"तुम्हाला हे विचित्र वाटत असेल,'' प्रभाकर पुन्हा बोलू लागला. "सोनिया युनेस्कोसाठी काम करते, हे आम्हाला माहीत आहे. आमच्याकडे तिची आणखीही बरीच माहिती आहे. पण, आतापर्यंत तरी तिच्यावर शंका घेण्यासारखं काही नाहीये. तुम्हाला तिच्याबद्दल फार काळजी करायची आवश्यकता नाही. पण, याबद्दल तिच्याशी किंवा बाकी कुणाशीही कृपया काही बोलू नका.''

"श्री. प्रभाकर, या सगळ्याचा काय अर्थ आहे, हे मला खरंच कळत नाहीये, आणि सोनियाविषयी स्पष्टीकरण दिल्याबद्दल धन्यवाद,'' विजय म्हणाला. आतापर्यंत त्याला केवळ सोनियाचीच उत्तम साथ मिळाली होती.

प्रभाकरनं परत बोलायला सुरुवात केली. "तसंच, तुम्ही ताजमहालाविषयी आणखी काय शोधत आहात, याची उत्सुकता असलेली माणसंही इथे असू शकतात, जसं की एखादं दस्तऐवज, विशेषतः जी.एस.व्ही. नावाच्या व्यक्तीकडचं... अर्थातच, तुम्ही त्याला शोधू शकलात तर. त्याच्याविषयी आजतागायत कुणालाच काहीही ठाऊक नाही आणि जी.एस.व्ही.चं पत्र पाहिल्याशिवाय ब्रिटिश लायब्ररी ती माहिती देणारही नाही.''

"तुम्हाला हे सगळं कसंकाय ठाऊक?'' विजयनं विचारलं.

प्रभाकरनं उत्तर दिलं नाही. तो गाडीतून उतरला व मागे वळून न पाहता नाहीसा झाला.

रमेश हातात चहाचे दोन कप घेऊन आला. "तुम्हाला चहा घ्यावासा वाटलाच तर," विजयला चहाचा कप देऊ करत तो म्हणाला. विजय प्रभाकरबद्दल सांगणार होता, पण त्यानं सांगितलं नाही. त्यानं रमेशकडून कप घेतला. "धन्यवाद. बहुतेक मला ह्याची गरज होती."

रमेशनं गाडी सुरू केली. थोड्याच वेळात ते सेंट जेम्समधील ताज हॉटेलला पोहोचले.

"हॉटेलपासून ब्रिटिश लायब्ररी किती लांब आहे?"

"जवळच आहे, पण चालत जाण्याच्या अंतरावर नाहीये... गाडीनं कदाचित पाच ते दहा मिनिटं लागतील."

रमेशनं त्याला हॉटेलमध्ये सोडलं. विजयनं फारसं सामान आणलं नव्हतं, एक लहान सुटकेस व एक बॅकपॅक इतकंच. त्यांनी एकमेकाचे फोन नंबर घेतले. काहीही लागलं तर आपल्याला कॉल करण्यास रमेशनं विजयला सांगितलं.

"बरं आठवलं, भारतीय दूतावासात उद्या संध्याकाळी छोटीशी पार्टी आहे. तुम्हीही या."

विजयनं क्षणभर विचार केला. "उद्या खूप कामं असणार आहेत, आणि माझा बराचसा वेळ लायब्ररीतच जाईल, असं वाटतंय. धन्यवाद, रमेश, मला इथे गाडीनं सोडल्याबद्दल व सर्व मदतीबद्दल. दूतावासातल्या कर्मचाऱ्यांना माझा नमस्कार सांगा. शुभरात्री."

हॉटेलच्या खोलीत गेल्यावर व सुटकेसमधून गरजेचं सामान बाहेर काढल्यावर, विजयचं लक्ष टीव्हीवर सुरू असलेल्या ताजमहालाच्या बातमीकडे गेलं. त्याला सोनियाची चौकशी करायची होती. त्यानं तिला कॉल केला, पण तिनं फोन उचलला नाही. त्याला कॉल करण्यास सांगणारा एक टेक्स्ट मेसेज त्यानं पाठवला.

तो थकला होता. आजचा दिवस खूपच धावपळीत गेला होता. दोन्ही देशांच्या वेळेतला फरक विचारात घेता, त्याची रोजची झोपण्याची वेळ टळून गेली होती. त्यानं अंघोळ केली व खोलीतच जेवण मागवलं. खाऊन झाल्यावर त्यानं समीरला ईमेल पाठवला. तेवढ्यात त्याचा फोन वाजला. सोनिया होती. "ही आत्ता कॉल करतेय," पुटपुटत त्यानं घेतला.

"कसं वाटतंय आता?"

“अजिबात बरं वाटत नाहीये... उद्याही मला बरं वाटेल का माहीत नाही,” सोनियाला बोलायला कष्ट होत होते. “मी तुम्हाला नक्की कळवीन तसं.”

“सॉरी, तुला अजूनही बरं नाहीये. पण, लायब्ररीमध्ये बादशहानामा वाचताना मला तुझी मदत लागणार आहे, सोनिया.” विजयला चिंता वाटू लागली. त्यानं क्षणभर विचार केला. “बरं, तुला नाहीच जमलं तर आत्तापुरतं, बादशहानाम्यातली कोणती पानं आपल्याला तपासायची आहेत ते तू किंवा समीर मला सांगाल का?”

“हो, चालेल. मी समीरशी संपर्क साधण्याचा प्रयत्न करते... पण, मला खरंच माफ करा. मी ती विमानातली बिर्याणी खायला नको होती.”

“ठीक आहे, मी समजू शकतो. असं होतं कधी कधी. कृपया, स्वतःची काळजी घे आणि बरी हो. उद्या तुला येता येईल, अशी अपेक्षा आहे,” असं म्हणून विजयनं फोन ठेवून दिला.

कॉलनंतर विजयला चट्कन झोप लागली. त्याच्या डोळ्यांसमोर, गाडीमध्ये दिसलेली ती भूतकाळातली चित्रं पुन्हा तरळू लागली.

प्रकरण २६

सोमवार, जून ५
आग्रा, भारतीय प्रमाणवेळ

आग्र्यामध्ये सोमवारची सकाळ होती. बीओए कार्यालय नेहमीपेक्षा जास्तच गजबजलं होतं. चोप्रांची सतत सुरू असलेले कॉल व विविध ठिकाणांहून येणारे प्रश्न यांना उत्तरं देण्याची धावपळ सुरू होती. सुभाष चहा घेऊन आला.

"चोप्रा साहेब, कसे आहात?" त्यानं नम्रपणे विचारलं.

"सुभाष, मला सांग, विजय कुमार इथे नसतानाच इतके कॉल का यायला हवेत?" चोप्रा पुटपुटले. त्यांनी चहाचा कप उचलला आणि खुर्चीत आरामात बसून पाहिलं. सुभाष हसला व निघून गेला.

सकाळचा काही वेळ निघून गेल्यावर त्यांनी समीर व मलिक यांची चौकशी करायचं ठरवलं आणि ते ती दोघं काम करत असलेल्या कॉन्फरन्स रूममध्ये गेले.

"मलिकजी, आरटीआय याचिकेचं उत्तर लिहिण्याचं काम कसं चाललंय?"

"व्यवस्थित सुरू आहे," मलिक नेहमीच्या, थंड स्वरात म्हणाले.

चोप्रा मलिक यांच्याशी कधीही सुसंवाद साधू शकले नव्हते. मलिक यांचा कार्यालयात व विभागात चांगला दबदबा होता, हे चोप्रांना ठाऊक होतं. विचित्र म्हणजे, मलिकनी त्यांच्या कारकिर्दीत बढतीची कधीच पर्वा केली नाही, पण ताजमहालाशी संबंधित प्रत्येक बाबतीत त्यांनी अतिशय मनापासून काम केलं होतं. पर्यवेक्षक आले आणि गेले, पण मलिक कायम राहिले. चोप्रा अपेक्षेनं

समीरकडे वळले.

"समीर?"

"अं, काम सुरू आहे, पण... आपण उत्तर लिहायला सुरुवात केली असली तरी विजय कुमारना लंडनमध्ये काय सापडतं, ते बघण्यासाठी थांबायला हवं. टॅव्हर्निए, पीटर मंडी, व्हिन्सेंट स्मिथ, कीन यांचं लेखन, नेविल यांच्या १९०५ च्या *आग्रा गॅझेटियर* मधील संदर्भ, एस. एम. लतिफ यांचं १८९६ चं *आग्रा हिस्टोरिकल ॲन्ड डिस्क्रिप्टिव्ह*, तसंच मौलवी मोहिउद्दीन अहमद यांचं १९०५ चं *आग्रा ॲन्ड इट्स सराउंडिंग्स* आणि इतर संदर्भांच्या मदतीनं मी ताजमहालाशी संबंधित बरेचसे महत्त्वाचे कागदोपत्री पुरावे एकत्र केले आहेत," समीरनं त्याच्या नोंदी पाहत माहिती दिली. मग तो बोलायचा थांबला.

"छान काम केलंस," चोप्रा म्हणाले.

"हो, पण ही माहिती खूप आहे, आणि तिचं विश्लेषण कसं करायचं ते मला माहीत नाही. आपल्याला विजय कुमार यांच्या विश्लेषणाची व मार्गदर्शनाची गरज भासणार आहे." समीरनं स्पष्ट केलं.

"तू कोणत्या विशिष्ट मुद्द्याबद्दल बोलतोयस का?" चोप्रांनी विचारलं.

समीरनं त्याच्याकडच्या नोंदी चाळल्या. "अं... बांधकाम सुरू असताना शहाजहाननं मार्गदर्शनासाठी किंवा देखरेखीसाठी वेळ दिल्याचे उपयुक्त संदर्भ मला अजून मिळालेले नाहीत. उलट, त्याच्या तीस वर्षांच्या कारकिर्दीत तो सुमारे तीस ते पस्तीस लष्करी मोहिमा चालवण्यामध्ये व्यग्र होता."

"मलिकजींना कदाचित ठाऊक असेल," चोप्रा म्हणाले.

"मला तपासावं लागेल," मलिकनी खांदे उडवत उत्तर दिलं.

"बरं, मी काम शक्य तितकं पुढे नेण्याचा प्रयत्न करत राहीन," समीर म्हणाला.

"नक्कीच," चोप्रांनी म्हटलं. टीमला आपली फार मदत होणार नाही, हे चोप्रांना ठाऊक होतं. "विजयना हवं असलेलं ग्राउंड पेनिट्रेशन रडार यंत्र लवकरच इथे पोहोचेल. जीपीआर सर्वेक्षण करण्याचा काय उपयोग होणार आहे कुणास ठाऊक."

"विजय कुमारनी मला ताजमहालाच्या आजूबाजूचा भाग तपासायला आणि जीपीआर यंत्रानं काही दिसतं का ते पाहायला सांगितलं होतं," समीर म्हणाला.

"याची अजिबात आवश्यकता नाही. जीपीआर सर्वेक्षणातून आपल्याला काय कळणार आहे?" मलिक बोलले. नंतर त्यांनी क्षणभर विचार केला. "समीर, मीही तुझ्यासोबत येईन. मी जीपीआरचा कधी फारसा वापर केला नाहीये. तुझ्यासारख्या तरुणांकडून मलाही नवीन शिकायला मिळेल."

समीरला त्यांना नाही म्हणता आलं नाही. त्यानं चोप्रांकडे पाहिलं, पण चोप्रा काहीच बोलले नाहीत.

"तुमची इच्छा असेल तर येऊ शकता," समीर म्हणाला.

चोप्रांनी त्याच्या नोंदींवर नजर फिरवली. "सोन्याच्या नाण्यांचं काय? काही समजलं का?"

"मी त्याविषयी तपास केला," मलिक यांनी सांगितलं. "त्यासाठी मी इंजिनिअरिंग टीमची मदत घेतली. नाणी अस्सल आहेत, असं दिसतंय. त्यांच्यावर पर्शिअन व देवनागरी अशा दोन्ही लिपींमध्ये मजकूर कोरलेला आहे. पण, आपल्याला त्यांचा आणखी अभ्यास करावा लागेल."

"वा, चांगली प्रगती आहे," चोप्रा म्हणाले. "लक्षात ठेवा, इन्स्पेक्टर सिंग नाण्यांबद्दल नक्की विचारतील."

चोप्रांचा फोन वाजला, आणि त्यांनी तो घेतला. "सर, मी केबिनमध्ये जाऊन तुम्हाला लगेचच कॉलबॅक करतो," फोनवर असं बोलून त्यांनी समीर व मलिककडे पाहिलं. "दिल्लीहून संचालक नायक यांचा कॉल होता."

केबिनमध्ये आल्यावर चोप्रांनी संचालक नायक यांना कॉल केला.

"हॅलो, नायक सर."

"चोप्रा, आरटीआय याचिकेच्या उत्तराबाबत काय प्रगती आहे?"

"विजय व सोनिया सध्या लंडनमध्ये आहेत, हे आपल्याला माहीतच आहे. मलिक व समीर यांनी इथे काम सुरू ठेवलंय." ते क्षणभर थांबले व म्हणाले, "सर, तुम्हाला ठाऊकच असेल, की माझ्याकडे आता दोन प्रकरणं आहेत – आरटीआयचं उत्तर आणि आता हा ताजमहालातला शिरकाव."

"चोप्रा, मला माहीतेय, पण ते तुमचं तुम्हाला सांभाळायचं आहे. मंत्री आणि आरटीआय आयुक्त कामाच्या प्रगतीविषयी व निकालांविषयी विचारत आहेत."

"हो, सर."

"चोप्रा, तुमच्या माहितीसाठी आणखी एक सांगायचंय. वक्फ बोर्डाचा माणूस, काय बरं त्याचं नाव... मन्सूर. त्यानं कॉल केला होता. बोर्ड किती प्रभावशाली बनलंय हे तुम्ही जाणताच. ताजमहालाविषयीची कोणतीही नवी माहिती बोर्डाला सांगितल्याशिवाय जाहीर केली जाऊ नये, असं त्यांचं म्हणणं आहे. सोन्याच्या नाण्यांबाबत आणि आणखी खजिना असण्याच्या शक्यतेबाबत सरकारचं म्हणणंही त्यांना जाणून घ्यायचंय."

चोप्रांनी घसा खाकरला. "सर, कृपया त्यांना सांगा, की याबाबत तपास सुरू

आहे आणि आपल्याला निकालाची वाट बघावी लागणार आहे.''

''मला माहीतेय. मी त्यांचा फार विचार करत नाहीये, फक्त तुम्हाला ठाऊक असायला हवं, असं मला वाटलं.''

''मी समजलो. धन्यवाद, सर.''

''अंतर्गत आढाव्यासाठी आरटीआयचं उत्तर शुक्रवारी तयार असेल, असं तुम्हाला वाटतं का?''

चोप्रांना खात्री नव्हती, पण मग त्यांच्या मनात विजयचा विचार आला. ते म्हणाले, ''मला विश्वास आहे, सर.''

''उत्तम. तुमच्या माहितीसाठी सांगतो, आरटीआयच्या उत्तराच्या प्रेझेंटेशनसाठी मंत्री एखाद्या बाहेरच्या तज्ज्ञाला उपस्थित राहण्यास सांगण्याची शक्यता आहे.''

''बाहेरचा तज्ज्ञ? आपल्या कामाचा आढावा घेण्यासाठी?''

''आपल्या कामाच्या आढाव्यासाठी असं मी म्हणालो नाही... त्यांना यायचं तर येऊदे. धन्यवाद, चोप्रा,'' असं म्हणून नायक यांनी फोन ठेवला.

चोप्रांनी दीर्घ श्वास घेतला व ते खिडकीबाहेर बघू लागले. त्यानंतर त्यांना दारावर टकटक ऐकू आली. इन्स्पेक्टर सिंग केबिनमध्ये आले व खुर्चीत बसले.

''चोप्राजी,'' पगडी सारखी करत ते म्हणाले.

''इन्स्पेक्टर सिंग, काय म्हणताय?''

''चोप्राजी, विजयकडून काही माहिती आली का?'' सिंगनी थेट मुद्द्याचं विचारलं.

''विजयचं लंडनमधलं नियोजन मी आधीच तुम्हाला सांगितलं आहे. ते दूतावासातील मंडळींबरोबर काम करणार आहेत. सिंग साहेब, ते कुठेही पळून जाणार नाहीत.''

''यामध्ये आता केंद्रीय गुप्तचर यंत्रणा सहभागी झाली आहे, हे तुम्हाला माहीत असूदे. त्यांना सगळ्या तपशिलाची व घडामोडींची माहिती द्यावी लागणार आहे.'' क्षणभर थांबून सिंग म्हणाले, ''विसरण्यापूर्वी मला एक सांगायचं होतं. मला घटनास्थळी काही तपास करायचा आहे. तुम्ही कृपया, ताजमहालातल्या तुमच्या कर्मचाऱ्यांना कळवाल का?''

''ठीक आहे. मी तिथे आत्ता ड्यूटीवर असलेल्या अधिकाऱ्याला कळवतो,'' चोप्रा म्हणाले. ''आणि हो, समीर व मलिक तिथे आधीच पोहोचले असतील. तुम्हाला कदाचित ते तिथे भेटतील.''

''बरं. उत्तम... अं, चोप्राजी,'' सिंग म्हणाले. त्यांचा आवाज नेहमीपेक्षा गंभीर होता. ''खालच्या दालनात मरण पावलेल्या माणसाविषयी माहिती मिळालीय. झटापट झाल्याच्या व गळा आवळल्याच्या काही खुणा शवविच्छेदन अहवालात

आढळल्यात. पण त्याचा मृत्यू गळा आवळल्यानं झालेला नाही. डोकं चबुतऱ्याच्या टोकावर आपटल्यानं तो मेला.''

''तिथे आणखी कोणी व्यक्ती होती, असं तुम्हाला म्हणायचंय का?'' चोप्रांनी विचारलं.

''असू शकते.''

''बरं, त्याची ओळख पटली का?''

''अजूनही नाही. आम्ही पर्यटकांच्या नोंदी तपासत आहोत. सोनिया राहत असलेल्या हॉटेलच्या लॉबीत तो काय करत होता, हेही अजून स्पष्ट झालेलं नाही.''

''हं... तुम्हाला त्याविषयी काय वाटतं?'' चोप्रांनी माहिती काढून घेण्याचा प्रयत्न केला.

''बघू. आमच्या निदर्शनात अद्याप काही आलेलं नाही, तुमच्या आलंय का?''

''काहीच नाही. तुम्ही असं का विचारलंत माहीत नाही. तुम्ही बीओए कर्मचाऱ्यांवर विनाकारण संशय घेताय, असं मला वाटतं.''

''चोप्राजी, तपास करणं व प्रश्न विचारणं, हे माझं कामच आहे. तुम्हाला याची कल्पना नसेल, पण विजयला काही आर्थिक समस्या असल्याचं आम्हाला समजलंय.''

''खरंच का?'' चोप्रांनी विचारलं.

इन्स्पेक्टर सिंग जाण्यासाठी उठले. ''मी तुम्हाला नंतर भेटतो,'' असं म्हणून ते चोप्रांच्या केबिनमधून निघून गेले.

प्रकरण २७

सोमवार, जून ५
लंडन, ग्रीनिच प्रमाण वेळ

तो ज्या स्त्रीसोबत चालत होता ती पुलावर रक्ताच्या थारोळ्यात पडली होती.

ज्या गाडीनं तिला धडक दिली ती बाजूलाच घसरलेल्या स्थितीत उभी होती, आणि गर्दी गोळा झाली होती. छोटीशी मुलगी रडत होती.

"बाबा, तुम्ही आईला ढकललंत."

"नाही, मी नाही ढकललं," विजय किंचाळला.

विजय घाबरून व घामाघूम होऊन स्वप्नातून जागा झाला. सकाळचे ७ वाजून पन्नास मीनिटं झाली होती. ब्रिटिश लायब्ररीमध्ये सव्वादहाची वेळ ठरली होती. तो स्वतःला सावरून अंथरूणातून बाहेर आला, त्यानं नाश्ता मागवला आणि निळा सूट घालून तो तयार झाला. त्यानं लॅपटॉप व काही कागदपत्रं तशीच ठेवून बॅकपॅकमधल्या बाकी गोष्टी बाहेर काढून ठेवल्या. नंतर त्याला सोनियाची आठवण झाली. त्यानं तिला कॉल करण्याचा प्रयत्न केला. तिनं फोन उचलला नाही, म्हणून त्यानं टेक्स्ट मेसेज पाठवला.

तुला थोडं बरं वाटतंय का आता? मी लायब्ररीत जातोय. तुला अजूनही जमलं तर ये... विजय

बॅकपॅक घेऊन तो हॉटेलच्या खोलीतून बाहेर पडला.

"सुप्रभात, सर!" फ्रंट डेस्कच्या महिलेनं विजयचं हसून स्वागत केलं. त्यानं ब्रिटिश लायब्ररीकडे जाण्याचा मार्ग विचारला. तिनं नकाशावर लायब्ररीचं ठिकाण दाखवलं आणि टॅक्सी करण्याचा सल्ला दिला. तो तिथून बाहेर पडत असताना त्याचं लक्ष लॉबीतल्या एका माणसाकडे गेलं. तो माणूस विमानतळावर सोनियाला न्यायला आलेल्या युनेस्कोच्या माणसासारखा दिसत होता.

ती आल्हाददायक सकाळ होती व हवेत तजेलदार गारवा होता. लंडन शहरात वर्दळ वाढू लागली होती. विजय टॅक्सीनं थोड्याच वेळात ९६ युस्टन रोडवरच्या ब्रिटिश लायब्ररीमध्ये सव्वादहा या ठरलेल्या वेळेपूर्वीच पोहोचला.

विस्तीर्ण अंगणातून पुढे जात विजयनं जगातला पुस्तकांचा व हस्तलिखितांचा एक उत्कृष्ट संग्रह असलेली तांबड्या रंगाची ती भव्य इमारत न्याहाळली. *हा खरंच एक खजिना आहे. इथे शोध घेत आणि अभ्यास करत मी आठवडे, महिने घालवू शकीन,* विजयनं मनातल्या मनात विचार केला व हसला. *काय सांगावं, जी.एस.व्ही.नी इथे काम आणि डॉ. रॉयसाठी संशोधन केलं असेल.*

माहिती कक्षाकडे जात असताना, त्याला हार्वर्ड विद्यापीठातले प्रसिद्ध पुरातत्त्वशास्त्रज्ञ डॉ. हर्बर्ट डेव्हिस यांचं दुसऱ्या दिवशी भाषण असल्याची घोषणा करणारा मोठा फलक दिसला.

विजय माहिती कक्षाकडे गेला. "सुप्रभात, मी विजय कुमार. माझी अपॉइन्टमेंट आहे."

तिथल्या महिलेनं अपॉइन्टमेंट कॅलेंडर पाहिलं. "श्री. विजय कुमार, पुरातत्त्व विभाग, भारत. सर, तुमच्याकडे ओळखीचं पत्र आहे का?" विजयनं ते तिच्याकडे दिलं.

ती महिला प्रसन्नपणे हसली. "तुम्ही दोघे असाल, असं आम्हाला कळवण्यात आलं होतं."

"माझ्या सहकारणीला जरा बरं नाहीय. ती थोड्या वेळानं येऊ शकेल, अशी अपेक्षा आहे."

"इंडिया अर्काइव्ह विभागाच्या जेनिफर पॅडिंग्टन लवकरच तुम्हाला भेटतील. हा तुमचा तात्पुरता व्हिजिटर्स बॅज आहे. यामुळे तुम्हाला अभ्यासिकेत जाता येईल. मी श्रीमती... फरजानी यांचा बॅज तयार ठेवीन. कृपया, बसा."

विजय प्रतीक्षालयात बसून आजूबाजूचा परिसर कौतुकानं न्याहाळत होता. त्यानं डॉ. डेव्हिस यांच्या व्याख्यानाच्या घोषणेवर पुन्हा नजर टाकली. काहीच

महिन्यांपूर्वी, जागतिक पुरातत्त्व परिषदेत तो डॉ. डेव्हिसना लंडनमध्ये भेटला होता. *कदाचित, मी त्यांना पुन्हा भेटू शकेन आणि ताजमहाल प्रकरणावर त्यांच्याकडून महत्त्वाच्या टिप्स घेऊ शकेन.* त्याच्या मनात सोनियाचा विचार आला. लॉबीमध्ये येणा-जाणारी माणसं पाहताना, सोनियाही अचानक कुठूनशी यावी, असं त्याला वाटत होतं, पण ती आलीच नाही. लॉबीतला दरवाजा उघडला गेला आणि विशीतली एक सडपातळ तरुणी त्याच्याकडे चालत आली.

"श्री. विजय कुमार, मी जेनिफर पॅडिंग्टन, तुमची आजची संशोधन समन्वयक. कृपया, माझ्याबरोबर या."

जेनिफर पॅडिंग्टनचं हास्य प्रसन्न होतं. तिनं आधीच लहानशी अभ्यासिका आरक्षित केल्याचं आणि संशोधन कामासाठी ताजमहालाच्या आर्किटेक्चरवरील पुस्तकं व पुरातन दस्तऐवज काढून ठेवल्याचं सांगितलं.

सेंट्रल हॉलमधून जात असताना पॅडिंग्टन अभिमानानं माहिती देत होती. विजय ते भव्य ग्रंथालय आणि तिथली समृद्ध ग्रंथसंपदा डोळे भरून पाहत होता. हॉलच्या मागील बाजूला एक फलक होता – इंडिया अर्काइव्ह्ज. सर्वांना बसण्यासाठी खुल्या असलेल्या जागेमध्ये काही माणसं विखरून बसली होती आणि अतिशय जुनी दिसणारी पुस्तकं वाचत होती.

विजय व पॅडिंग्टन हॉलच्या दुसऱ्या टोकाला असलेल्या अभ्यासिकांकडे गेले. त्यातल्या एका अभ्यासिकेच्या दारावर लिहिलं होतं – विजय कुमार, बीओए, भारत यांच्यासाठी आरक्षित.

पॅडिंग्टननं त्या लहानशा अभ्यासिकेचं दार उघडलं. छोट्या टीमसाठी ती अभ्यासिका एकदम सोयीची होती. मेजावर कुणीतरी आधीच पुस्तकं काढून ठेवली होती.

"अप्रतिम! माझी टीम इथे असायला हवी होती," इकडेतिकडे नजर फिरवत विजय म्हणाला.

"तुमच्या कार्यालयानं काही पुस्तकं उपलब्ध करण्याची विनंती केली होती. गेल्या अनेक वर्षांत कोणीही या पुस्तकांकडे ढुंकूनही पाहिलेलं नाही. एक सांगायचं होतं," पेडिंग्टन एका पुस्तकाकडे बोट दाखवत म्हणाली, "तुम्हाला हे गरजेचं आहे का ते माहीत नाही. ते तुमच्या यादीतही नव्हतं – बेगली आणि देसाई यांचं *ताजमहाल:द इल्युमाइन्ड टूम्ब.* हे आधुनिक काळातलं उत्तम पुस्तक आहे आणि माझ्या आवडत्या पुस्तकांपैकी एक आहे. तुम्हाला कदाचित ते उपयोगी वाटेल."

"मिस. पॅडिंग्टन, इतक्या कमी वेळात ही सर्व व्यवस्था केल्याबद्दल मी खूप प्रभावित झालोय. तुमचे मनापासून आभार."

“धन्यवाद! संशोधन समन्वयकाचं कामच असतं ते,” पेडिंग्टन व्यावसायिक, गोड स्वरात म्हणाली. “पण, एक अडचण आहे,” ती बोलताना थांबली. “मला ठाऊक आहे की तुमचा हा धावता दौरा आहे, पण दुर्दैवानं बादशहानामा आज मिळू शकणार नाही.”

“नाही मिळणार? पण, आम्हाला वाटलं...”

“मला कल्पना आहे. पण, तो पाहता यावा, याची तयारी सुरू आहे. त्याची डिजिटल आवृत्ती आहे का, याची मी चौकशी करते. मला विशिष्ट पानांच्या प्रिंट-आउट घेता येऊ शकतात. तुम्हाला आणखी पुस्तकं हवी असतील, तर मी मदतीला आहेच,” क्षणभर थांबून पेडिंग्टन म्हणाली, “श्री. कुमार, तुम्हाला आत्ता बाकी काही हवं आहे का?”

“जी.एस.व्ही. नावाच्या व्यक्तीला शोधण्याची विनंती आम्ही लायब्ररीला केली होती. तो कदाचित इथेच काम करत होता.”

विजय कोणाबद्दल बोलतोय ते पॅडिंग्टनला बहुतेक ठाऊक असावं. “नक्कीच. तुम्ही एखादं मूळ पत्र किंवा दस्तऐवज सोबत आणलंय का?”

जी.एस.व्ही.नं डॉ. रॉयना लिहिलेलं पत्र विजयनं दाखवलं. पॅडिंग्टननं ते काळजीपूर्वक पाहिलं. “याबाबत मला प्रशासकीय सेवेशी बोलावं लागेल. त्यांच्याशी संपर्क करून मी तुम्हाला याविषयी सांगते.” नंतर तिनं बाथरूम व कॅफेटेरिया कुठे आहे, ते विजयला दाखवलं.

विजयला अचानक काहीतरी आठवलं. “मी डॉक्टर डेव्हिस यांच्या नावाचा फलक पाहिला.”

“हो हो. तो कार्यक्रम उद्या आहे. संशोधनानिमित्त डॉक्टर डेव्हिस थोड्याच वेळात इथे येणार आहेत. मी त्यांचीही समन्वयक आहे,” तिनं डॉ. डेव्हिस यांच्यासाठी आरक्षित असलेल्या रिकाम्या अभ्यासिकेकडे बोट दाखवून म्हटलं.

“मी त्यांना भेटू शकतो?”

“ते इथे आले की मी तुम्हाला कळवते.”

“धन्यवाद, मिस. पॅडिंग्टन. मला आता कामाला लागायला हवं.”

पॅडिंग्टन तिथून निघून गेली आणि विजयनं पुस्तकांच्या ढिगामध्ये स्वतःला बुडवून घेतलं, पण त्याच्या मनाच्या एका कोपऱ्यात आगऱ्यात काय सुरू असेल, हा विचार सुरूच होता.

प्रकरण २८

सोमवार, जून ५
आग्रा
दुपार, भारतीय प्रमाण वेळ

मलिकना बरोबर घेऊन समीर ताजमहालात पोचला. बीओएनं जीपीआर यंत्राची व्यवस्था केली होती. त्यांनी ते यंत्र पश्चिम प्रवेशद्वारातून आत येऊन ताब्यात घेतलं. द्वारावर तैनात बीओए कर्मचाऱ्यांनी त्यांना गोल्फ कार्टमधून पूर्व प्रवेशद्वारापर्यन्त पोहोचवलं.

"इथून आमचे आम्ही जाऊ," समीरनं बीओए कर्मचाऱ्याला सांगितलं.

पूर्व परिघालगत चालत, ती दोघं दशेहरा घाट मार्ग जिथे किंचित उजवीकडे वळतो त्या वळणावर आले. समीरनं तिथे जीपीआर यंत्र सुरू केलं आणि एखाद्या हातगाडीसारखं ढकलत पूर्वेकडच्या भिंतीलगतची जमीन तपासायला सुरुवात केली. मधूनच येणारे बीप वगळता, जीपीआर यंत्र विनाआवाज काम करत होतं.

"आपण नेमकं काय शोधत आहोत?" मलिकनी विचारलं.

"मलिकजी, मी केवळ विजय सरांच्या सूचनांचं पालन करतोय," समीरनं मलिककडे न बघताच उत्तर दिलं.

"विजयजींनी काही विशिष्ट सांगितलंय का?" मलिकनी प्रश्न सुरूच ठेवले.

"विशिष्ट असं नाही. त्यांनी मला केवळ ताजच्या आवारातली जमीन तपासायला सांगितली... दालनात जाण्यासाठी एखादा गुप्त मार्ग आहे का हे शोधण्याचा प्रयत्न आपण सगळे करतोय नाही का?"

"हो, पण असा कोणताही मार्ग नाहीये. आपल्याला माहीतेय... मला माहीत आहे. असा मार्ग असता तर आतापर्यंत आपल्याला तो माहीत झाला असता. बरोबर ना?"

"मग, तो माणूस खालच्या दालनात कसा शिरला ते सांगा बरं."

मलिकना याचं उत्तर देता आलं नाही.

ते ताजच्या उत्तर परिघालगत नदीकाठाने डावीकडे वळले. जीपीआर यंत्राचा बीप काही वेळा वाजला.

"आता हे काय?"

समीरनं डिस्प्ले पाहिला. "अं, विशेष नाही. मी आत्ता फक्त नोंदी घेतोय. त्यांच्या विश्लेषणासाठी आपल्याला कार्यालयात परत गेल्यावर हे यंत्र कॉम्प्युटरला जोडावं लागेल," समीरनं स्पष्ट करून सांगितलं.

समीर उत्तर परिघाच्या कडेने जीपीआर यंत्र पुढे नेत राहिला.

त्यांनी पश्चिम भिंतीलगत डावं वळण घेताच जीपीआर यंत्रानं पुन्हा नेहमीसारखे बीप वाजवायला सुरुवात केली. समीरनी जीपीआरच्या डिस्प्ले स्क्रीनवर नजर टाकली. डिस्प्लेवर काही बिंदू दिसत होते, पण तीन किंवा चार पावलं टाकल्यावर ते नाहीसे झाले आणि बीपही बंद झाले. हे नेमकं काय आहे, या उत्सुकतेनं समीर थांबला आणि ज्या जागी बीप ऐकू आले होते तिथे परत गेला. यंत्रानं काही सिग्नल पकडले. त्यानंतर तो पश्चिमेकडे लाल किल्ल्याच्या दिशेनं वळला. पुन्हा बीप ऐकू येऊ व बिंदू जमा होऊ लागले. समीरनं मग यंत्र हळूच, झिगझॅग पद्धतीत ढकललं. या वेळी, बिंदू मध्यभागात जमा झाले आणि एखाद्या काळ्या पट्ट्यासारखे दिसू लागले. त्यानं प्रमाण तपासलं. बिंदूंची कक्षा चार ते पाच फूट रुंद होती.

"आता हे काय आहे? तुला काय दिसतंय?" समीर डिस्प्लेवर लक्ष ठेवून असल्याचं मलिकनी पाहिलं. "मीही हे तंत्रज्ञान शिकायला हवं होतं."

ताजच्या टेरेसच्या वायव्येला असलेल्या कौ बन मशिदीतून कोणीतरी त्यांच्यावर लक्ष ठेवून आहे, हे दोघांपैकी कोणाच्याही लक्षात आलं नाही. मौलाना मन्सूरनी टेरेसच्या भिंतीवरून त्यांना पाहिलं होतं. त्यानं मलिकना कॉल केला.

"मलिक साहेब, मन्सूर बोलतोय... मी इकडे टेरेसवर आहे. तुम्ही मला दिसताय."

मलिक क्षणभर थांबले, इकडेतिकडे शोधू लागले आणि त्यांना मन्सूर दिसले. "मन्सूर साहेब, जरा थांबा." त्यांनी समीरला थांबवलं आणि फोनवर हात ठेवला, "समीर, मला वाटतं मौलाना मन्सूरना आपल्याशी बोलायचंय."

"बोला, मन्सूर साहेब," मलिकनी बोलणं सुरू केलं. "मलिक साहेब,

बोर्डाची संमती घेतल्याशिवाय ताजच्या परिसरात कोणतंही संशोधन किंवा सर्वेक्षण करता येणार नाही, हे तुम्हाला ठाऊक नाही का?''

"मला माहीतेय, पण मी काय बोलणार?'' मलिक यांनी उत्तर दिलं. असा कोणताही नियम नाहीये, हे त्यांना माहीत होतं. फोनवर हात ठेवून ते दबक्या आवाजात समीरला म्हणाले, "आपण इथल्या जमिनीचं सर्वेक्षण करतोय, याबद्दल मौलाना मन्सूर चिंतेत आहेत.''

"त्यांना सांगा की आम्ही केवळ अधीक्षक चोप्रा व विजय कुमार यांच्या नियोजनाचं आणि सूचनांचं पालन करतोय,'' समीर म्हणाला. "शिवाय, आता ही पोलीस केस आहे. त्यामुळे बीओएला पोलिसांना मदत करावी लागणार आहे.''

मन्सूरनं मलिकना ताजमहालात येऊन भेटायला सांगितलं.

"समीर, तुझं चालूदे. मन्सूर साहेबांनी मला बोलावलंय,'' मलिक म्हणाले आणि पश्चिम प्रवेशद्वाराच्या दिशेनं निघून गेले.

"तुम्हाला मन्सूरचं म्हणणं का ऐकायला हवं?'' समीरनं विचारलं, पण त्यापूर्वीच मलिक तिथून गेले होते. तो नदीकाठालगत रेड फोर्टच्या दिशेनं जीपीआर यंत्र हळूहळू नेत राहिला. आता डिस्प्लेवर बिंदूंचा स्पष्ट पट्टा दिसू लागला होता. यंत्र काहीतरी सुचवत होतं, जमिनीखालचा भाग कदाचित पोकळ होता. डिस्प्लेनं समीरचं लक्ष खिळवून ठेवलं होतं. त्याची नजर डिस्प्ले व रेड फोर्टची दिशा यामध्ये भिरभिरत होती. थोड्या वेळानं तो थांबला. समाधानानं मागे फिरला व पश्चिम भिंतीकडे चालू लागला.

पश्चिम भिंतीकडे जाताना, एक पगडी घातलेला माणूस टेरेसवरून त्याला बघत असल्याचं समीरच्या लक्षात आलं. इन्स्पेक्टर सिंग. त्यांनी गडद रंगाचा गॉगल लावला होता. समीर भिंतीजवळ गेल्यावर सिंग यांनी त्याला हात केला व कॉल लावला.

"काय करत आहात, समीर? जीपीआर यंत्राद्वारे तुम्हाला काही महत्त्वाचं हाती लागलंय का?''

"आताच काही सांगता येणार नाही, इन्स्पेक्टर सिंग,'' समीर म्हणाला. "पश्चिम भिंतीपासून रेड फोर्टपर्यंत, चार ते पाच फूट रूंद असा एक पॅटर्न असू शकतो.''

"म्हणजे नेमकं काय?''

"मला खरंच माहीत नाही. मला संगणकावर तपासावं लागेल आणि कार्यालयातल्या सहकाऱ्यांशी बोलावं लागेल.''

"ठीक आहे. तुम्ही मला एक मदत कराल का?'' सिंग पुढे बोलत राहिले.

"तुम्ही ताजमहाल संकुलात याल का आणि माझ्यासोबत टेरेसवर व संगमरवरी चौथऱ्यावर फेरी घ्याल? मला काही प्रश्न पडलेत."

"मी आधी या जीपीआर यंत्राचं काम संपवतो. ते प्रवेशद्वारावर पोहोचवून कुणाला तरी कार्यालयात न्यायला सांगतो. मी तुम्हाला थोड्याच वेळात संगमरवरी चौथऱ्यावर भेटतो."

काही वेळानं समीर ताज संकुलात गेला व पायऱ्या चढून मुख्य टेरेसवर पोहोचला. टेरेसच्या उत्तरेला इन्स्पेक्टर सिंग त्याची वाट बघत थांबले होते. ते टेरेसवरून तळघराकडे जाणाऱ्या पायऱ्यांकडे पाहत होते. तो मार्ग बंद करण्यात आला होता आणि त्यावर फलक लावला होता – अधिकृत व्यक्तींसाठी.

"या पायऱ्या कुठे जातात?" सिंगनी विचारलं.

"माझ्या माहितीप्रमाणं, त्या चौथऱ्याखाली असलेल्या तळघराकडे जातात... पण, तिथे काहीच नाहीये," समीरनं सांगितलं. हे सिंगना पटल्यासारखं दिसत नव्हतं. समीर म्हणाला, "तुमचा यावर विश्वास बसत नसेल तर सांगतो, या पायऱ्या खालच्या दालनाच्या वरच्या भागात आहेत, आणि तिथून खालच्या दालनात जाण्यासाठी कोणताही गुप्त मार्ग नाहीये."

"मला हे तपासायचं आहे. आपण तिथे खाली कसं जाऊ शकतो? म्हणजे, प्रवेशद्वार कोण उघडून देऊ शकतं?"

"मला खरंच माहीत नाही."

तितक्यात, मन्सूर व मलिक घाईघाईनं त्यांच्याकडे आले. मन्सूरच्या हातात फोन होता.

"इन्स्पेक्टर सिंग," मन्सूरनं फोन सिंगच्या हातात दिला. "हे घ्या, तुमच्या साहेबांशी बोला."

"माझ्या साहेबांशी?" सिंगनी मन्सूरकडे पाहिलं व त्याच्याकडून फोन घेतला.

"हॅलो," सिंगनी म्हटलं. "हो, सर... सर, नेहमीसारखाच तपास आहे. घुसखोरी, मृतदेह व सोन्याची नाणी यामागचं गूढ उकलण्यासाठी आम्हाला आणखी काही माहिती गरजेची आहे... मला माहीत आहे हे जरा वादग्रस्त आहे, पण आम्हाला तपास करावा लागेल, सर... समुदाय तक्रार करतोय?" सिंगनी मन्सूरवर नजर टाकली. "तसं असेल तर ताजमहालातल्या बंद खोल्यांमध्ये शोध घेण्यासाठी आपल्याला न्यायालयाकडून आदेश मिळवावा लागेल, सर... त्यामुळे तपासामध्ये विलंब होईल... ठीक आहे, सर."

सिंगची नाराजी स्पष्ट दिसून येत होती. त्यांनी मन्सूरकडे फोन परत दिला. मन्सूर हसला. "माफ करा, सिंग साहेब, आम्हाला तपासात अडथळा आणायचा नाहीये, पण आमच्यापैकी काहींसाठी हा श्रद्धेचा मुद्दा आहे. न्यायालयाकडून आदेश मिळवण्यासाठी शुभेच्छा."

इन्स्पेक्टर सिंग यांनी काही क्षण मन्सूर व मलिककडे पाहिलं. "मी परत येईन," असं म्हणून ते संगमरवरी चौथऱ्यावरून खाली जायला निघाले. समीरही मागोमाग गेला. ते दिसेनासे होईपर्यंत मन्सूर व मलिक त्यांच्याकडे बघत राहिले.

त्या दुपारी बीओए कार्यालयात परतल्यावर समीरनं जीपीआर यंत्र संगणकाशी जोडलं. दुपारी मिळालेल्या माहितीचं तो विश्लेषण करू लागला. मलिक अजूनही कार्यालयात परतले नव्हते. चोप्रा अनेक प्रश्न घेऊन कॉन्फरन्स रूममध्ये आले.

"समीर, कसं झालं काम? मलिक कुठे आहेत? जीपीआर सर्वेक्षणातून काय समोर आलंय? आणि, तू ताज संकुलात इन्स्पेक्टर सिंगना भेटलास का?"

ताजमहालात काय काय घडलं ते समीरनी त्यांना सांगितलं. "सर, आज सकाळी मला सोनियाकडून ईमेल आलाय. विजयनी तिला पाठवायला सांगितला असावा. बादशहानामामधली आपल्या उपयोगाची पानं कोणती आहेत, हे त्यांना हवं होतं."

"सोनियाला ती पानं माहीत नाहीत का?" चोप्रांना आश्चर्य वाटलं. "विजय आत्ता कुठे असतील?"

"मला वाटतं, ब्रिटिश लायब्ररीत... सोनियाला बरं वाटत नाहीये, असं दिसतंय... आणि ती कदाचित त्यांच्यासोबत नसावी."

"हे विचित्रच आहे. सोनिया त्यांच्यासोबत नाहीये?" चोप्रा आता आणखी चकित झाले होते. "हं! ठीक आहे. आपण जीपीआर अहवालाचा आढावा उद्या घेऊ या का? सिव्हिल इंजिनिअरनाही बोलवू या."

चोप्रा चिंतेत होते. सोनियाच्या मदतीशिवाय विजय बादशहानाम्यावर संशोधन कसं करू शकेल, हा प्रश्न त्यांना पडला होता आणि त्या दोघांना लंडनला पाठवण्याचा निर्णय योग्य होता का, हाही.

प्रकरण २९

सोमवार, जून ५
दुपारी
लंडन, ग्रीनिच प्रमाण वेळ

ब्रिटिश लायब्ररीमध्ये विजय मेजावर ठेवलेली पुस्तकं चाळण्यामध्ये गढून गेला होता. त्या पुस्तकांमध्ये, कनिंगहॅमच्या ताजमहालाच्या आराखड्यांचा समावेश असलेल्या ड्रॉइंग्जचा एक फोल्डरही होता. विजयनं काही क्षण ताजमहालाच्या निरनिराळ्या बाजूंनी घेतलेल्या चित्रांचा काळजीपूर्वक अभ्यास केला आणि मग काही नोंदी केल्या. स्मार्टफोननं काही ड्रॉइंग्जचे फोटोही टिपले. त्यातल्या एका ड्रॉइंगमध्ये ताजमहालाचा व आजूबाजूच्या परिसराचा छोटासा नकाशा होता. नकाशात रेड फोर्टही दिसत होता. हे विजयनं टिपून ठेवलं.

मेजावरची सगळी पुस्तकं चाळल्यावर त्यानं त्यातली तीन निवडून बाजूला ठेवली. ती १८५५ सालचं जेम्स फर्ग्युसन यांचं *इलस्ट्रेटेड हॅन्डबुक ऑफ आर्किटेक्चर,* १९०१ चं मरे यांचं जे. बर्जेस यांनी संपादित केलेलं *हॅन्डबुक फॉर ट्रॅव्हलर्स,* आणि सर बॅनिस्टर फ्लेचर यांचं १९५० चं *हिस्ट्री ऑफ आर्किटेक्चर* ही पुस्तकं होती. या सर्वांनी ताजमहालाचा एकसारखाच क्रॉस-सेक्शनल व्ह्यू दिला होता. विजयनं तिन्ही आकृत्या बारकाईनं अभ्यासल्या आणि काहीतरी हेरलं. ताजमहालाचे तीन क्रॉस-सेक्शनल व्ह्यू एकसमान नव्हते. फ्लेचरच्या पुस्तकातल्या क्रॉस-सेक्शनल व्ह्यूमध्ये ताजमहालातल्या कबरींच्या दालनाभोवती काहीही दिसत नव्हतं. मरे बर्जेसच्या पुस्तकात कबरींच्या दालनाभोवती बिल्ट-

अप क्षेत्र किंवा संकुलाचा एक मजला दिसत होता. जेम्स फर्ग्युसनच्या पुस्तकात कबरींच्या दालनाखाली आणखी एक संपूर्ण मजला असल्यासारखं दिसत होतं. याचा अर्थ, कबरींच्या दालनाभोवती व खाली काहीतरी असण्याची शक्यता होती, आणि तरीही भिंतीच्या पलीकडे काही नसल्याचं मलिक म्हणाले होते. फर्ग्युसनचं पुस्तक कोणीही कधीच का वाचलं नाही? आणखी एक विसंगती होती. फर्ग्युसनने हे पुस्तक १८५५ मध्ये लिहिलं, पण पुरातत्त्व विभागाची स्थापना त्यानंतर काही वर्षांनी झाली. फर्ग्युसनला हा क्रॉस-सेक्शन मिळवणं, कसं शक्य झालं?

विजयनं ईमेल तपासला. विविध इतिहासकारांनी बादशहानाम्यातल्या ज्या पानांचा हवाला दिला होता त्यांचे क्रमांक समीरनं पाठवलेले होते.

धन्यवाद, समीर. छान काम केलंस! विजयनं उत्तर पाठवलं.

पॅडिंग्टनला शोधत विजय बाहेर पडला. ती लॉबीतून बाहेर जायच्या मार्गाजवळ काचेच्या भिंतीपलीकडे एका मेजाजवळ बसली होती.

"मिस. पॅडिंग्टन, हे घ्या बादशहानाम्याचे पृष्ठ क्रमांक."

"बरं, मी बघते काय करता येईल ते. मला वाटतं आज या पानांच्या प्रती तयार करता येतील, पण हस्तलिखित उद्या नक्की मिळू शकेल. तरीही तुम्हाला या पानांच्या प्रती आत्ता हव्यात का?"

विजय क्षणभर थांबून म्हणाला, "हो, कृपया द्या."

"ठीक आहे. मी अजूनही जी.एस.व्ही.बद्दल माहिती मिळवण्याच्या प्रयत्नात आहे. मला काही कळलं तर मी लगेच कळवीन तुम्हाला." मिस. पॅडिंग्टन हसून म्हणाली. "तुमच्या माहितीसाठी सांगते, डॉक्टर डेव्हिस नुकतेच आलेत. ते कदाचित अभ्यासिकेत स्थिरस्थावर होत असतील, तुम्हाला जर त्यांना भेटायचं असेल तर."

"अरे वा! धन्यवाद," विजय म्हणाला.

विजय त्याच्या अभ्यासिकेत परतत असताना, डॉ. डेव्हिस यांचं अन्य एका अभ्यासिकेत स्वागत होत असल्याचं त्यानं पाहिलं. लायब्ररीतल्या साहाय्यकानं बरीचशी जुनी दिसणारी पुस्तकं आणली होती आणि ती तो डॉ. डेव्हिससाठी मेजावर नीट रचून ठेवत होता. तो तिथून जाण्याची वाट पाहत विजय थांबला आणि मग तिथे उभ्या व्यक्तीजवळ गेला.

"डॉक्टर डेव्हिस?"

तो मनुष्य मागे वळला. त्यानं फिकट रंगाचं चौकटीचं जाकीट घातलं होतं,

आणि त्याचे लांब पांढरे केस मागे वळवलेले होते. रुंद कपाळ व सरळ कॉकेशिअन नाक यामुळे तो एखाद्या ग्रीक तत्त्ववेत्त्यासारखा दिसत होता.

"हो, आपण?"

"मला ओळखलंत?... विजय कुमार, पुरातत्त्व विभाग, भारत." डॉ. डेव्हिस त्याच्याकडे क्षणभर पाहत राहिले. "तीनेक महिन्यांपूर्वी मी तुमच्या वर्कशॉपमध्ये सहभागी झालो होतो."

"हो हो! ओळखलं ना. आपण एकमेकांना ईमेल पाठवत होतो. मला तुमचा चेहरा पट्कन ध्यानात आला नाही. माफ करा! पद्मपुरम मंदिरातल्या संशोधनावरचं तुमचं माहितीपूर्ण प्रेझेंटेशनही माझ्या लक्षात आहे. तुमचं ते काम अप्रतिम होतं. कसे आहात, विजय कुमार? काय योगायोग आहे बघा, आपण आज इथे भेटतोय."

"मी छान आहे, धन्यवाद, डॉक्टर डेव्हिस. मला तुमचा फार वेळ घ्यायचा नाही. आपण जरा बोलू शकतो का?"

"नक्कीच. मी संपूर्ण दिवस या लायब्ररीत आहे."

"पिरॅमिड केसनंतर कोणतं विशेष काम करताय का?"

"हो, सध्या मी कम्बोडियातल्या अँगकोर वाट मंदिरावर संशोधन करतोय. या मंदिराच्या निर्मितीमागचं गूढ अजूनही कायम आहे, आणि मंदिराचं बांधकामही वैशिष्ट्यपूर्ण आहे."

"ते इंडो-बुद्धिस्ट आहे," विजय म्हणाला. त्यानं त्याबद्दल वाचलं होतं.

"बरोबर. मंदिराच्या सांस्कृतिक पैलूवर आणखी काम करावं लागणार आहे. आणि अर्थातच, गुप्तधन हाही मुद्दा आहेच. तुम्हाला माहीतच असेल, अँगकोर वाट हे युनेस्को वर्ल्ड हेरिटेज ठिकाण आहे. कम्बोडिया सरकार आणि युनेस्को यांनी माझी मदत मागितलीय. या विषयावरचं दुर्मिळ साहित्य ब्रिटिश लायब्ररीत आहे. माझ्या उद्याच्या प्रेझेंटेशनमध्ये भर घालण्यासाठी काही गोष्टींवर मला संशोधन करायचंय." डॉ. डेव्हिस क्षणभर थांबले. "कुमार, तुमच्याबद्दल सांगा."

"मी सरकारी कामासाठी आलेलो असल्यानं तुम्हाला फार काही सांगू शकणार नाही. पण थोडक्यात सांगायचं तर, ताजमहालावर विशिष्ट माहिती मागणारी एका नागरिकाची याचिका आमच्याकडे आलीय. ही लायब्ररी आम्हाला निरनिराळं साहित्य उपलब्ध करत आहे – पुस्तकं, हस्तलिखितं, इत्यादी."

"खरंतर, मी बातम्यांमध्ये ताजमहालाबद्दल ऐकलं. जरा विचित्रंच होतं. कबरींच्या दालनात मृतदेह सापडला म्हणे?"

"हो, हे खरं आहे."

"तुम्ही यासंबंधी संशोधन व तपास करत असणार, असं मला वाटतं.

तुम्हाला काय वाटतं?''

"हो, आणि मला तुमची मदत हवी आहे. तुम्हाला थोडा वेळ असेल तर माझ्या अभ्यासिकेत याल का? आपण तिथे बसून बोलू या.''

"चालेल ना. माझी मदत होणार असेल तर आपण नक्कीच थोडा वेळ बोलू या.''

ते दोघं विजयच्या अभ्यासिकेत गेले.

डॉ. डेव्हिसनी विजयच्या अभ्यासिकेत पुस्तकं व टिपणं पाहिली. "तुम्ही यावर बरीच मेहनत घेताय असं दिसतंय.''

विजयनं आरटीआय याचिका आणि ताजमहालातली घुसखोरी हे दोन्ही विषय डॉ. डेव्हिसना थोडक्यात सांगितले. ते लक्षपूर्वक ऐकत होते.

"आता, मुख्य प्रश्न हा आहे की,'' सारांश सांगत विजय म्हणाला, "ताजमहालाच्या खालच्या दालनात कोणीही शिरूच कसं शकतं? तिथे जाण्यासाठी नक्की एखादा मार्ग असणार.''

"सरकारनं व्यवस्थितपणे पुरातत्त्वीय सर्वेक्षण केलेलं नाही का?''

"हाच तर प्रश्न आहे, सरकारनं ते केलेलं नाही. त्यामुळेच आमचं काम आणखी अवघड झालंय.''

डॉ. डेव्हिस थोडा वेळ विचार करत होते. "त्याचं असंय, गुप्त मार्ग शोधण्याचा प्रयत्न त्या ठिकाणाच्या आतल्या भागातच करायचा नसतो. उलट, बाहेर, विशेषतः आजूबाजूचा भाग चाचपायचा असतो.'' त्यांचं लक्ष मेजावरच्या नकाशावर गेलं. "हा ताजमहालाचा नकाशा आहे का? चला बघू या.'' त्यांनी ताजमहालाच्या नकाशावर एके ठिकाणी बोट ठेवलं. "ही कोणती वास्तू आहे?''

"तो प्रसिद्ध आग्रा रेड फोर्ट आहे.''

"हं... रेड फोर्ट ते ताजमहाल या दरम्यान भुयार असू शकतं, असा विचार तुम्ही केलाय का?''

"पण, ताजमहालपासून रेड फोर्ट साधारण दोन किलोमीटरवर आहे.''

"दोन किलोमीटर हे अंतर जास्त आहे, पण अशक्य नाही. उदाहरणार्थ, ग्रीसमधल्या युपॅलिनोस टनेलची लांबी एक किलोमीटरपेक्षा अधिक आहे. तुर्कस्तानातल्या प्राचीन डेरिनकुयुमध्ये तर एक संपूर्ण शहरच जमिनीखाली आहे.''

"अच्छा.'' त्यानंतर विजयला कनिंगहॅमच्या नकाशावर काहीतरी दिसलं. "इथे काहीतरी विचित्र दिसतंय... एक रेष हातानं ओढलीय... ती यमुना नदीलगत आहे. तुमचं म्हणणं बरोबर असू शकतं.'' सोनिया आग्रा रेड फोर्टमध्ये वेळ

व्यतीत करत असल्याचं त्याला आठवलं.

"गुप्त सोनं व रत्न दडलेली असल्याच्या वावड्यांबद्दल काय वाटतं तुम्हाला?" डॉ. डेव्हिस यांनी विचारलं.

विजय हसला. "यात काही तथ्य असेल असं वाटत नाही. कबरी योग्यप्रकारे कुलूपबंद केलेल्या आहेत."

"पण, कबरी लुटणाऱ्यांसाठीही असंच असेल असं नाही. कबरी उघडण्यासाठी आणि त्यामध्ये खजिना असल्यास तो लुटण्यासाठी ते कोणत्याही कल्पना लढवू शकतात. भारतात शक्यतो मृतदेहांना अग्नी दिला जात असल्यानं असे प्रकार फारसे होत नसतील, पण कबरी उघडण्याची एक युक्ती आहे. पूर्वीच्या काळी, युरोपात लुटारूंनी खजिना शोधण्यासाठी अशी युक्ती वापरली होती. कबर व जमीन किंवा वरचं झाकण्याचा दगड व कंटेनर यांमधलं सीलिंग पाहिलंत तर एक प्रकारचं नरम साहित्य वापरलेलं दिसेल. त्यातून पाणी आत झिरपू नये, यासाठी देखभाल करणारी माणसं दर थोड्या दिवसांनी हे साहित्य बदलतात. त्यांच्या कदाचित लक्षात येणार नाही, पण जमीन व कबरीचा दगड किंवा झाकण आणि कंटेनर यामध्ये थोडी फट राहते. त्याखाली पाचर असते. सुरीसारख्या टोकदार साहित्यानं ती काढता येऊ शकते. तुम्ही ती दाबली किंवा काढून टाकली तर मुख्य कबर किंवा कबरीचं झाकण एका दिशेमध्ये हलू शकतं. पण, झाकण पूर्णपणे काढून टाकण्यासाठी मात्र तीन ते चार माणसांची गरज भासते. मी अशा प्रकारच्या भन्नाट रचना युरोपात तरी पाहिल्यात."

"हे शक्य आहे, पण खूपच धूसर शक्यता आहे."

"ताजमहालाच्या आर्किटेक्टपैकी एक इटलीचा नव्हता का? मी कुठेतरी हे वाचलं होतं. त्यानं अशा प्रकारचं तंत्र वापरलेलं असू शकतं."

"असं म्हणतात. असेल कदाचित," असं म्हणून विजयनं घड्याळात पाहिलं. "मी तुमचा फारच वेळ घेतोय. तुमचे खूप आभार, डॉक्टर डेव्हिस."

"काही हरकत नाही." डॉ. डेव्हिस तिथून निघू लागले. "आणि हो, मी प्रसिद्धी करतोय असं समजू नका, पण तुम्हाला उपयोगी ठरू शकेल म्हणून सांगतो. एका कंपनीनं पुरातत्त्वशास्त्रज्ञांसाठी बनवलेल्या एका नव्या टूलकिटला मी समर्थन देतोय. या किटमध्ये लहान ट्रान्समीटर, खास मोनोक्युलर, पोर्टेबल जीपीआर व कम्पास आहे. तुम्ही एक ॲपही डाउनलोड करू शकता. तुम्हाला पाहायचं असेल तर काही किट इथे लायब्ररीतही उपलब्ध असावेत. HD0१ हा प्रमोशनल कोड सांगा म्हणजे ते पन्नास टक्के सवलत देतील. तुमच्याकडे सरकारी ओळखपत्र असेल तर आणखी सवलत मिळेल."

"मी ते नक्कीच पाहीन. किट उपयुक्त वाटतंय," विजय म्हणाला. "धन्यवाद"

"तुम्हाला शक्य असेल तर उद्या माझ्या प्रेझेंटेशनला जरूर या. मी पुढच्या रांगेत तुमची बैठकव्यवस्था करू शकेन."

"मला आवडलं असतं, पण आज व उद्या प्रचंड काम आहे."

"मी समजू शकतो. ताजमहालाच्या प्रकरणाबद्दल मला कळवत राहा. माझी काहीही मदत लागली तर सांगा."

"धन्यवाद, डॉक्टर डेव्हिस. तुम्हाला भेटून फार बरं वाटलं." त्या दोघांनी हस्तांदोलन केलं.

जात असताना डॉ. डेव्हिस थांबले व मागे वळले. "मला अचानक काहीतरी आठवलं. बऱ्याच वर्षांपूर्वी अमेरिकेतल्या एका वर्तमानपत्रात एक लेख छापून आला होता, कदाचित वॉशिंग्टन पोस्ट किंवा न्यू यॉर्क टाइम्समध्ये असावा. लेखकानं ताजमहालावर कार्बन डेटिंग प्रक्रिया करण्याबद्दल लिहिलं होतं."

"हो का? तुम्हाला त्याविषयी आणखी काही आठवतंय का?"

"फारसं नाही. तो लेख मला सापडतो का पाहतो. सापडला तर तुम्हाला त्याची लिंक ईमेल करतो."

"फारच बरं होईल. पुन्हा एकदा तुमचे आभार, डॉक्टर डेव्हिस."

"तुम्हाला शुभेच्छा," असं म्हणून डॉ. डेव्हिस त्यांच्या अभ्यासिकेत निघून गेले.

विजयनं घड्याळावर नजर टाकली. समीर आत्ता कार्यालयात असेल, हा विचार त्याच्या मनात आला. फोनवरून त्यानं समीरला एक ईमेल पाठवला.

समीर, कृपया हा विषय फक्त आपल्यातच ठेव. जीपीआर सर्वेक्षण कसं झालं ते मला जाणून घ्यायचंय, विशेषतः लाल किल्ल्याकडे जाणाऱ्या पश्चिम भिंतीजवळ तुला काय सापडलं. ताजमहालातल्या कोणीही हरकत घेतली नसेल, अशी अपेक्षा आहे. तसंही, हे पोलिसांत गेलेलं प्रकरण आहे. मी परत आलो की तुझ्या सर्वेक्षणाचा आढावा घेऊ या.
धन्यवाद,
विजय

दुपारचे दोन वाजत आले होते. मिस. पॅडिंग्टन बादशहानाम्यातल्या पानांच्या प्रती घेऊन आली. "हे घ्या."

विजयनं त्या प्रतींवर नजर फिरवली. त्यातला मजकूर पर्शिअन भाषेमध्ये होता.

''कृपया माहिती कक्षामध्ये पैसे भरा,'' मिस. पॅडिंग्टन बोलताना थांबली. ''बरं, मला जी.एस.व्ही.बद्दल काही माहिती मिळालीय.''

''खरंच?''

''जी.एस.विश...'' पॅडिंग्टनला नावाचा उच्चार करणं कठीण गेल्यानं तिनं पुन्हा लिहिलेलं नाव वाचण्याचा प्रयत्न केला. ''विश्वनाथ बऱ्याच वर्षांपूर्वी लायब्ररीत अर्धवेळ काम करत होते.''

मिस. पॅडिंग्टन बोलत असताना विजय नोंदी घेत होता. ''प्रकृतीच्या गंभीर समस्येमुळे, कदाचित स्ट्रोकमुळे, जी. एस. विश्वनाथ निवृत्त झाले. हा घ्या त्यांचा पत्ता. त्यांचा फोन नंबरही आहे, पण तो सध्या सुरू आहे का माहीत नाही. पत्ता हाऊनस्लोमधला आहे. ते इथून पश्चिमेकडे साधारण ३५ मिनिटांवर आहे.''

''ही मोठीच बातमी आहे, मिस. पॅडिंग्टन. मी विचार करतो यावर,'' असं म्हणून विजयनं घड्याळ पाहिलं. ''मी आत्ता तिकडे गेलो तर उद्या माझ्या सहकाऱ्याबरोबर बादशहानामा पाहण्यासाठी येईन.''

''ठीक आहे. शेवटी, निर्णय तुमचा आहे. तुम्हाला काही लागलं तर मला सांगा.''

''धन्यवाद.''

मिस. पॅडिंग्टन तिथून गेल्यावर विजयला कमालीचा उत्साह वाटत होता. त्यानं सोनियाला कॉल करण्याचा प्रयत्न केला, पण त्याचं तिच्याशी बोलणं होऊ शकलं नाही. तो अभ्यासिकेत काही वेळ येरझारा घालत राहिला, आणि नंतर त्यानं भारतीय दूतावासातल्या रमेश बाबूला कॉल केला. रमेश त्याला हाऊनस्लोला घेऊन जाण्यासाठी तयार झाला आणि थोड्याच वेळात पोहोचतो म्हणाला.

विजयनं फोन ठेवला व तो खुर्चीत बसला. त्यानं जी. एस. विश्वनाथच्या पत्त्यावर व फोन नंबरवर नजर टाकली आणि क्षणभर विचार केला. शेवटी, त्यानं त्या फोन नंबरवर कॉल करायचं ठरवलं.

बराच वेळ वाजल्यानंतर कोणीतरी फोन उचलला.

''हॅलो!'' एका स्त्रीनं हळू, गंभीर आवाजात म्हटलं.

''हॅलो! हा जी. एस. विश्वनाथ यांचा नंबर आहे का?''

''हो, मी पामेला. कोण बोलतंय?''

पामेलानं नमस्कार सांगितलाय. विजयला जी.एस.व्ही.नी डॉ. रॉयना पाठवलेलं पत्र आठवलं.

“गुड आफ्टरनून, मॅडम. तुम्हाला त्रास देतोय त्यासाठी क्षमस्व. मी विजय कुमार. मी भारतातून आलोय,” विजयनं तिला थोडक्यात पार्श्वभूमी सांगितली. “मॅडम, मला विश्वनाथना भेटणं गरजेचं आहे. मी त्यांना शोधत मुद्दाम भारतातून इथवर आलोय.”

“विशुची तब्येत बरी नाहीये. त्याला बोलायला जमेल की, ते सांगता येत नाही.”

“मॅडम, मला त्यांना भेटायलाच हवं. मी आश्वासन देतो, की त्यांच्याशी थोडक्यात बोलीन. मला त्यांना फक्त काही प्रश्न विचारायचे आहेत... डॉक्टर रॉयबद्दल.”

हे ऐकल्यावर ती काही क्षण बोलायचं थांबली. “डॉक्टर रॉय?... बाबुमोशाय? खरंच?... तुम्ही त्यांना कसे ओळखता?”

“अनेक वर्षांपूर्वी विश्वनाथ यांनी डॉक्टर रॉयना पाठवलेलं पत्र माझ्याकडे आहे. मॅडम, मी तुम्हाला सगळं सांगीन. मी आज दुपारीच तिथे पोहोचेन म्हणतो.”

“थांबा! तुम्ही तुमचं नाव काय सांगितलंत?”

“कुमार, विजय कुमार... धन्यवाद, मॅडम.”

पामेलानं फोन ठेवला. विजयनं आपल्या सगळ्या वस्तू घेतल्या, तो बाहेर पडला, आणि अभ्यासिकेचं दार लावलं. ‘आरक्षित’ असा फलक तिथे अजूनही असल्याची खात्री करून तो अभ्यासिकेतून निघाला.

विजय मिस. पॅडिंग्टनच्या कार्यालयाजवळून जात असताना एक माणूस तिच्याशी बोलत होता. विजय लॉबीत गेला. माहिती कक्षात त्यानं प्रिंटआउटचे पैसे भरले आणि घड्याळ पाहिलं. त्याच्या डोक्यात डॉ. डेव्हिसच्या पुरातत्त्वशास्त्राच्या टूलकिटचा विचार आला. तिथून तो गिफ्ट शॉपमध्ये गेला. तिथे त्यानं किटची चौकशी केली. सुदैवानं, काही किट उपलब्ध होती. त्यानं एक हातात घेतलं, त्यातल्या वस्तू तपासल्या, आणि ते विकत घ्यायचं ठरवलं.

लायब्ररीतून बाहेर पडल्यावर तो मैदान ओलांडून युस्टन रोडवर रमेशची वाट पाहत उभा राहिला. विजय किटमधल्या वस्तू बघत असताना रमेश तिथे पोचला. विजयनं त्याला पत्ता दाखवला, आणि दोघं हाऊनस्लोच्या दिशेनं निघाले. लंडनमध्ये दुपारच्या वेळेची रहदारी म्हणावी तशी नव्हती.

प्रकरण ३०

साधारण पन्नास वर्षांपूर्वी आपण एका अभ्यासू भारतीय इंजिनिअरशी लग्न का केलं, हे अजूनही पामेला बटरवर्थला नीटसं उमगलेलं नव्हतं. असं असलं तरी, तिचं विशु, म्हणजेच जी. एस. विश्वनाथबरोबर वैवाहिक आयुष्य अतिशय आनंदात गेलं होतं. साठीच्या दशकात ब्रिटिश लायब्ररीमध्ये विशुशी झालेली भेट तिला आजही आठवे. स्कॉटलंडमधल्या एडिम्बरा विद्यापीठात सिव्हिल इंजिनिअरिंगचे पदव्युत्तर शिक्षण घेण्यासाठी भारतातून आलेला विशु एक अतिशय हुशार इंजिनिअर होता. पदवी घेतल्यानंतर त्याला लंडनमधल्या एका बांधकाम कंपनीत उत्तम नोकरी मिळाली होती.

लंडनमध्ये, विशु ब्रिटिश लायब्ररीत तासन्‌तास बसून भारतीय इतिहास व आर्किटेक्चरवरच्या ब्रिटिश अर्काइव्ह्जचं वाचन व अभ्यास करत असे. त्या वेळी, पामेला तिथे लायब्ररीयन होती. ती वाचनसाहित्य शोधण्यासाठी विशुला अनेकदा मदत करायची. दोघं एकमेकांच्या प्रेमात पडले आणि विवाहबद्ध झाले. विशु कधीही भारतात परतला नाही. भारतात त्याचा एकच जवळचा मित्र होता, डॉ. रॉय – एक बंगाली, ज्याला विशु प्रेमानं बाबुमोशाय म्हणायचा.

पामेला व विशु यांनी लंडनच्या हाऊनस्लो उपनगरात छानसं घर घेतलं होतं. त्यांना मूलबाळ नव्हतं. पुरातत्त्वशास्त्र व इतिहास याबद्दलचं विशुचं प्रेम इतक्या थराला गेलं, की त्यानं बांधकाम कंपनीतली पूर्णवेळ नोकरी अर्धवेळ करून घेतली आणि ब्रिटिश लायब्ररीत अर्धवेळ नोकरी पत्करली. त्यानंतर तो ब्रिटिश लायब्ररीत आणखीनच वेळ घालवू लागला होता. डॉ. रॉय त्याला ऐतिहासिक संदर्भ तपासण्याची विनंती करायचे आणि विशु या विषयावर काम करण्याच्या

संधीवर तुटून पडे. डॉ. रॉय इतिहासातल्या एका अत्यंत महत्त्वाच्या विषयावर संशोधन करताहेत, हे विशु पामेलाला नेहमी सांगायचा.

एके दिवशी, त्यांना डॉ. रॉयकडून एक पार्सल आलं. त्यामध्ये काही कागदपत्रं, एक वैयक्तिक पत्र आणि लाकडाचा काळजीपूर्वक गुंडाळलेला लहानसा तुकडा होता. विशु कसल्याशा काळजीनं डॉ. रॉयना उत्तर लिहीत असल्याचं पामेला आठवे. रॉयकडून सूचना येईपर्यंत ते पार्सल सांभाळून ठेवण्याचं आश्वासन त्यानं रॉयना दिलं होतं. त्यानंतरच्या काही दिवसांत, रॉयनी पाठवलेल्या छोट्याशा लाकडाच्या तुकड्याबाबत विशुचा सिटी कॉलेजमधल्या प्रा. मॅकगिलशी बराच पत्रव्यवहार सुरू असल्याचं तिनं पाहिलं होतं. लाकडाच्या तुकड्याच्या वयावरून त्या दोघांमध्ये वाद सुरू असावा. रॉयकडून पुढील सूचना मिळण्याची विशुनं खूप वाट पाहिली, पण त्याला ती कधीच मिळाली नाही.

आपल्या जवळच्या मित्राशी संपर्क होत नसल्यानं विशु खचत होता. त्यातच स्ट्रोकमुळे त्याला अर्धांगवायू झाला. त्याला दोन्ही नोकऱ्या सोडाव्या लागल्या. पामेलाच्या आई-वडिलांनी त्या दोघांना त्यांच्यासोबत राहायला येण्यास सुचवलं, पण तिनं स्वाभिमानानं नकार दिला आणि विशुची काळजी घेण्यासाठी स्वतःला वाहून घेतलं.

त्या दुपारी, एका अनोळखी व्यक्तीचा फोन आल्याचं पामेलाला आश्चर्य वाटलं. फोन करणारा माणूस भारतीय वळणानं बोलत होता. तिला कॉल लवकर संपवायचा होता, पण आपल्याकडे विशुनं डॉ. रॉयना लिहिलेलं पत्र असल्याचं फोन करणाऱ्यानं सांगितल्यावर ती सावध झाली, आणि क्षणभर जणू तिच्या हृदयाचा ठोकाच चुकला. विशुची सध्याची परिस्थिती पाहता, तो त्या व्यक्तीशी भेटू व बोलू शकेल, याची तिला शाश्वती नव्हती. पण, तो माणूस प्रामाणिक वाटल्यानं ती तयार झाली.

फोन ठेवल्यावर, एक माणूस डॉ. रॉयच्या पत्राशी संबंधित भेटायला येतोय हे विशुला सांगण्यासाठी ती वरती त्याच्या खोलीत गेली. ती काय म्हणतेय ते विशुनं ऐकलं किंवा त्याला समजलं की नाही, हे तिला कळलं नाही. पण, आपल्या जिवलग मित्राबद्दल काहीतरी ऐकण्यासाठी विशुचा जीव अडकला होता, हे तिला पक्कं ठाऊक होतं. रॉयचं नाव ऐकल्यावर विशुचे डोळे चमकले. त्याच्या बेडच्या बाजूला असलेल्या मेजाच्या खणाकडे त्यानं बोट दाखवलं. तिनं तो खण उघडला, त्यातलं पार्सल हातात घेतलं व त्याच्यावरची धूळ झटकली. ते रॉयनी पाठवलेलं पार्सल होतं. तिनं विशुचं पांघरूण सारखं केलं आणि क्षणभर

विचार केल्यावर ते पार्सल ती खाली घेऊन गेली.

काही तासांतच तो माणूस भेटायला येणार होता. त्याच्यासाठी केक बनवावा, असं पामेलाला वाटलं. त्यातला काही केक दर बुधवारी शेजारच्या विंडसर गावातून त्यांना भेटायला येणाऱ्या त्यांच्या दूरच्या नातवंडांसाठी ठेवता येईल असा विचार तिनं केला.

स्वयंपाकघरातल्या खिडकीतून तिला शेजारपाजारचा परिसर दिसायचा. तिनं ओव्हन चालू केला, आणि एक गाडी हळू होत दोन घरं सोडून थांबल्याचं तिला जाणवलं. तिनं त्याकडे फारसं लक्ष दिलं नाही. तितक्यात, घराच्या बाजूने कोणीतरी चालत असल्यासारखा आवाज तिला ऐकू आला. पाणी व विजेचे मीटर तपासण्यासाठी युटिलिटी कंपनीचे तंत्रज्ञ अनेकदा तिथे येत असल्याचं तिला माहीत होतं. त्यांच्यापैकीच कुणीतरी असेल, असा विचार करून ती केक बनवत राहिली.

थोड्या वेळानं, वरून विशुच्या खोलीतून काहीतरी आवाज आल्यासारखं तिला वाटलं. लगेच तिनं हाक मारली, "विशु? विशु, तू ठीक आहेस ना?" तो तिचा आवाज अजिबात ऐकू शकणार नाही, हे ठाऊक असल्यानं ती वरती धावली. विशु झोपला होता, पण सीट-आउट डेककडे जाणारं दार अर्धवट उघडं होतं. याचं तिला आश्चर्य वाटलं. तिला ते उघडल्याचं आठवत नव्हतं. ती लगबगीनं सीट-आउट डेककडे गेली. एक गाडी सुरू झाल्याचा व निघून गेल्याचा आवाज तिला ऐकू आला. खोलीत परत जाऊन तिनं दार घट्ट लावून घेतलं. विशु अजूनही झोपला होता. तिनं अलगद त्याच्या चेहऱ्याला हात लावला. तिच्या अंगातून शिरशिरी गेली. तिनं आधी त्याचा श्वासोच्छ्वास सुरू आहे का ते तपासलं आणि मग त्याच्या छातीला कान लावून हृदयाची धडधड ऐकायचा प्रयत्न केला. तो आता राहिला नाही, हे तिला कळून चुकलं होतं. तिच्या गालावरून अश्रू ओघळले. जड मनाने ती सावकाश फोनजवळ गेली व तिनं ९९९ हा आपत्कालीन मदतीचा क्रमांक फिरवला.

प्रकरण ३१

सोमवार, जून ५
दुपारी
लंडन, ग्रीनिच प्रमाण वेळ

विजय व रमेश हाऊनस्लोच्या दिशेनं चालले होते. अपेक्षेपेक्षा वाहतुकीची गर्दी जास्त असल्यानं, भारतीय दूतावासातल्या कार्यक्रमाला पोहोचायला उशीर होईल, अशी रमेशची कुरकुर सुरू झाली होती.

वाटेत विजयनं सोनियाला कॉल केला. या वेळी, तिनं फोन उचलला.

''सोनिया, आता कसं वाटतंय?''

''आज सकाळपेक्षा थोडं बरं वाटतंय.''

''सोनिया, आजचा दिवस तसा वाया गेला. बादशहानामा उपलब्ध नव्हता. आपल्याला उद्या लायब्ररीत जावं लागेल आणि तुझ्या मदतीनं बादशहानामा वाचावा लागेल.''

''जी.एस.व्ही.चं काय झालं? त्यांच्याविषयी काही कळलं का?''

''या बाबतीत मात्र एक चांगली बातमी आहे. जी.एस.व्ही.चा थांगपत्ता लागलाय. मी आत्ता त्यांना भेटायला चाललोय. बहुधा त्यांची तब्येत ठीक नाहीये, पण आपल्याला त्यांना भेटण्याचा एक प्रयत्न करून बघायलाच हवा.''

''मी पण येऊ का?'' सोनियाच्या आवाजात उत्साह जाणवू लागला. ''मी रिजंट्स पार्क परिसरात आहे. मी अजूनही तुमच्याबरोबर येऊ शकते. तुम्ही कुठे जाताय?''

"हाऊनस्लो, पण आम्ही बरेच पुढे आलो आहोत," विजय म्हणाला. "असू दे आता. मी विश्वनाथना भेटून येतो. तू आणखी थोडा आराम कर आणि मला उद्या भेट. आजच्या भेटीत काय झालं ते मी तुला फोनवर सांगेन. मी तुला संध्याकाळी फोन करतो."

काही क्षण सोनिया काहीच बोलली नाही. "ठीक आहे," असं म्हणून तिनं फोन ठेवला.

ए४ मार्ग सोडून विजय व रमेश हाऊनस्लो गावात शिरले. दुपारचे केवळ चारच वाजले होते, पण आकाश ढगाळलेलं होतं व अंधारून आलं होतं. जीपीएसच्या मदतीनं रमेश गाडी चालवत होता. उपनगरातली ऐसपैस घरं असलेल्या मंद प्रकाशित गल्लीमध्ये आल्यावर त्यांना एका घरासमोर ॲम्ब्युलन्स उभी असलेली दिसली. काही लोक रस्त्यावर उभे होते. घरातून कोणाला तरी स्ट्रेचरवर बाहेर आणण्यात आलं. रमेशनं घराचा क्रमांक तपासला. त्यांना जायचं होतं त्या घरासमोरच ॲम्ब्युलन्स उभी होती. त्यानं गाडी जरा मागे उभी केली.

विजय गाडीतून उतरला. काय करावं, हे त्याला सुचत नव्हतं. तो घराजवळ गेला. ॲम्ब्युलन्स तिथून गेली तेव्हा एक स्त्री दारात उभी होती. *मी आज याच स्त्रीशी बोललो का? इथे नेमकं काय घडलं असेल?* तो विचारात पडला.

कसा विषय सुरू करावा ते विजयला कळत नव्हतं. तो म्हणाला, "आपण मिस. पामेला का?" तिनं मानेनं हो म्हटलं. "मी विजय कुमार. आपण आज दुपारी फोनवर बोललो होतो."

तिनं विजयचं स्वागत केलं नाही. "माफ करा, माझे पती विश्वनाथ यांचा नुकताच मृत्यू झालाय."

"अरेरे! माफ करा, वाईट झालं," विजयनं एक दीर्घ श्वास घेऊन अपराधी स्वरामध्ये म्हटलं, "मॅडम, मला माहीतेय हे बोलायची ही वेळ नाही आणि मला तुम्हाला दुखवायचंही नाही, पण केवळ डॉक्टर रॉयचा अहवाल मिळवण्यासाठी मी भारतातून इथपर्यंत आलोय." बोलताना त्यानं विश्वनाथ यांनी डॉ. रॉयना पाठवलेलं पत्र बाहेर काढलं व ते पामेलासमोर धरलं. "मॅडम, मी हे पत्र घेऊन आलोय."

पामेलानं थरथरत्या हातांनी ते हातात घेतलं. तिनं पट्कन त्यावर नजर फिरवली व मान हलवली. नंतर तिनं विजयकडे पाहिलं, पण त्याला घरात मात्र बोलावलं नाही. पण, ती अतिशय नम्रपणे व सन्मानपूर्वक वागत होती. ती विजयला म्हणाली, "ही योग्य वेळ नाही. आपलं बोलणं झाल्यावर असं काही

घडेल याची कल्पनाही नव्हती. मला माफ करा.'' तिनं दार लावून घेतलं.

विजय काही क्षण तसाच थांबला, मग हळू मागे वळला व गाडीकडे गेला. गाडीत बसून तो विचार करत राहिला.

''काय झालं?'' रमेशनं विचारलं.

विजयनं मान हलवली. ''त्या माणसाचं नुकतंच निधन झालं,'' इतकं बोलून विजय शांत बसला. असाच थोडा वेळ गेला. शेवटी, विजय म्हणाला, ''रमेश, चला परत जाऊ या.''

रमेश गाडी सुरू करणार इतक्यात गाडीच्या खिडकीवर टकटक झाली. पामेला गाडीजवळ उभी होती. तिच्या हातात तपकिरी रंगाचा एक मोठा लिफाफा होता. चकित झालेल्या विजयनं खिडकीची काच खाली केली.

लिफाफा त्याच्या हातात देऊन पामेला हळू आवाजात म्हणाली, ''बाबुमोशायच्या उत्तराची वाट बघत विशुनं हा लिफाफा बराच काळ सांभाळून ठेवला होता. पण, त्यांचं उत्तर कधीही आलं नाही आणि आता विशुही गेला. मला याचा काहीच उपयोग नाही. तुमच्याकडे विशुचं पत्र आहे, म्हणजे तुम्ही कदाचित हेच शोधत असाल. हे मी आता तुमच्या सुपुर्द करतेय. तुम्ही त्याचा उपयोग योग्य कारणासाठी कराल, अशी आशा आहे.'' ती जड मनानं बोलली.

विजयनं लिफाफा ताब्यात घेतला. ''धन्यवाद, मॅडम.'' तो पट्‌कन खाली उतरला आणि त्यानं पामेलाला हळुवार मिठी मारली. ती मागे वळून घराकडे निघून गेली. घराच्या दारात एक अन्य स्त्री उभी होती. तिनं पामेलाला आलिंगन दिलं. विजय जात असताना दोघी त्याच्याकडे बघत होत्या.

विजय पुन्हा गाडीत बसला व त्यानं रमेशला मानेनं खूण केली. रमेशनं गाडी सुरू केली व मागे वळवली. परत जात असताना विजयनं मागे वळून पाहिलं. घरासमोर आणखी एक गाडी येऊन थांबली होती. सूट घातलेली दोन माणसं पामेलाशी बोलत होती. विजय व रमेश ज्या दिशेनं गेले त्याकडे तिनं हात दाखवला.

''रमेश, पट्‌कन चला,'' विजय म्हणाला. ''कृपया, मला पुन्हा हॉटेलमध्ये सोडा. दूतावासातल्या पार्टीला मला यायला जमेल, असं वाटत नाही.'' विजय सारखा मागे वळून पाहत होता. त्यांचा कोणी पाठलाग करतंय का, ते बघत होता. लवकरच ते पुन्हा ए४ मार्गाला लागले.

गाडीमध्ये विजय सारखा त्या लिफाफ्याकडे बघत होता, पण त्यानं त्याला हात लावला नाही. थोडा वेळ असाच गेला. हळूच त्यानं तो लिफाफा उघडला व

त्यातले कागद बघायला सुरुवात केली.

रमेशनं विचारलं, ''तुम्ही हेच शोधत होतात का?''

''आत्ताच सांगता येणार नाही. कृपया, याविषयी कोणालाही काही सांगू नका.''

''अर्थातच, मी कोणालाही बोलणार नाही,'' रमेश म्हणाला. ''माझा त्याच्याशी काहीही संबंध नाही.'' रमेश गाडी लंडनच्या दिशेनं पळवत असताना विजय पुन्हा कागद चाळू लागला.

प्रकरण ३२

सोमवार, जून ५
संध्याकाळी
लंडन, ग्रीनिच प्रमाण वेळ

रमेशनं विजयला हॉटेलवर सोडलं तेव्हा संध्याकाळचे सहा वाजत आले होते.
रिसेप्शन डेस्कजवळून जात असताना तिथल्या रिसेप्शनिस्टनं विजयला ओळखलं
आणि त्याला भेटायला कोणीतरी आल्याचं सांगितलं. तिनं बैठक व्यवस्थेकडे
बोट दाखवलं. विजयला काल संध्याकाळी भेटलेला प्रभाकर एका मोठ्या सोफ्याच्या
कडेला बसला होता. विजय त्याच्याजवळ गेला. डॉ. रॉयचा अहवाल असलेला
लिफाफा त्याच्या बॅकपॅकमध्ये होता. त्यानं बॅकपॅक हळूच चाचपली व तो
प्रभाकरसमोर बसला.

प्रभाकरनं त्याच्याकडे पाहिलं. "श्री. कुमार, दिवस फार धावपळीचा होता
ना? काही काम झालं का?"

"फारसं नाही."

"ही जी.एस.व्ही. नावाची गूढ व्यक्ती सापडली का?"

"खरंतर, हो. दुर्दैवानं, मी त्यांना भेटण्यापूर्वीच त्यांचा मृत्यू झाला होता."

प्रभाकरनं विजयकडे क्षणभर पाहिलं. "अरेरे! वाईट झालं... फारच वाईट."
थोडं थांबून प्रभाकर पुन्हा बोलू लागला. "विजय कुमार, मला नेमकं माहीत
नाही, पण तुम्हाला जे हवं होतं ते मिळालं असेल तर," त्यानं विजयच्या
बॅकपॅकवर नजर टाकली, "लवकरात लवकर, पुढची फ्लाइट घेऊन भारतात

परत जा.'' प्रभाकरनं काही क्षण पुन्हा विजयकडे टक लावून पहिलं. मग तो उठून निघून गेला.

विजय काही वेळ विचार करत तिथेच बसून राहिला. नंतर तो उठला व लिफ्टच्या दिशेनं गेला.

खोलीमध्ये विजयनं बॅकपॅकमधून लिफाफा बाहेर काढला, त्यातले कागद बाहेर काढले, व ते चाळायला सुरुवात केली. सोफ्यावर निवांत बसून तो विशिष्ट पानं काळजीपूर्वक बघू लागला. प्रभाकरचं बोलणं आठवून तो थोडा थांबला, आणि मग पुन्हा वाचू लागला.

कागदं चाळून थोडा वेळ झाल्यावर विजयला दारावर टकटक ऐकू आली. त्यानं सगळे कागद पुन्हा बॅकपॅकमध्ये ठेवले. तो हळूच दाराजवळ गेला व पीपहोलमधून पाहू लागला. बाहेर एक माणूस उभा होता.

''कोण आहे?'' विजयनं विचारलं.

''फॅसिलिटीज, सर,'' तो माणूस विशिष्ट धाटणीचं उच्चारण करत म्हणाला. विचित्र वाटल्यानं विजयनं विचारलं, ''काय काम आहे?''

''सर, आम्हाला एअर-कंडिशनिंग तपासायचं आहे.''

''एसी तर सुरळीत सुरू आहे,'' विजय म्हणाला व पुन्हा पीपहोलमधून बाहेर बघू लागला. या वेळी त्याला बाहेरचं आणखी स्पष्ट दिसत होतं. त्या माणसानं हॉटेलचा गणवेश घातला होता व कमरेला काही दुरुस्तीची साधनं लावली होती. काही वेळ विचार करून विजय म्हणाला, ''मला आत्ता कोणतीही दुरुस्ती-सेवा नको आहे... धन्यवाद.''

बाहेर उभा असलेला माणूस काही क्षण तिथे घुटमळला व निघून गेला. विजय खोलीतच अधूनमधून डॉ. रॉयचा अहवाल चाळत येरझारा घालू लागला. काही वेळानं त्यानं एक कॉल केला. ''एअर इंडिया आरक्षण?''

रात्रीचे ९.१० वाजले होते. एक पुरुष व स्त्री ताज हॉटेलच्या लॉबीमध्ये आले. फ्रंट डेस्कवर त्यांनी विजय कुमारबद्दल चौकशी केली.

रिसेप्शनिस्टनं संगणकात तपासलं. ''विजय कुमार यांनी हॉटेलमधून चेक-आउट केलं आहे.''

हिथ्रो विमानतळावर, एअर इंडियाच्या उड्डाण क्रमांक ११२ साठी प्रवासी विजय कुमारच्या नावाची शेवटची घोषणा झाली. जीन्स, पोलो शर्ट व जाकीट घातलेला विजय डिपार्चर गेटकडे अक्षरशः धावला. त्याचं तिकीट बिझनेस क्लासमध्ये रूपांतरित करण्यात आलंय, असं गेटवर उभ्या असलेल्या एअर इंडिया एजंटनं त्याला सांगितलं. 'विजय कुमार, तुमचं विमानात स्वागत आहे.'

आरामदायी सीटवर बसल्यानंतरही काही वेळ त्याची छाती धडधडत होती. विमान उडण्यासाठी काहीच मिनिटं बाकी असल्याची त्याला कल्पना होती. तेवढ्या वेळात त्याला काही ईमेल पाठवणं अत्यंत गरजेचं होतं. सगळ्यात आधी, त्यानं रमेशला टेक्स्ट मेसेज पाठवला.

प्रिय रमेश बाबू – मी विजय कुमार.
मी दिल्लीला चाललो आहे. आज तुम्ही केलेल्या मदतीसाठी तुमचे आभार.

त्यानं घड्याळात पाहिलं. भारतात मध्यरात्रीचे दोन वाजले असावेत. त्यानं एक ईमेल लिहिला.

प्रिय चोप्रा सर, समीर व सोनिया – आजचा दिवस तसा वायाच गेला. मला जी.एस.व्ही.चा ठावठिकाणा मिळाला. पण, विचित्र म्हणजे, मी त्यांना भेटण्यापूर्वीच त्यांचा मृत्यू झाला. मी आज रात्रीच्या विमानानं परत येतोय.
चोप्रा सर – मी तुम्हाला स्वतंत्र ईमेल पाठवत आहे.
सोनिया – संध्याकाळी माझा फोन चालत नव्हता. त्यामुळे मला तुझ्याशी बोलता आलं नाही. तुला आता बरं वाटत असेल, अशी आशा आहे. उद्या तू ब्रिटिश लायब्ररीत जा, मिस. पॅडिंग्टनना भेट आणि बादशहानामा वाच. मला केलेल्या प्रचंड मदतीसाठी माझ्या वतीनं त्यांचे व ब्रिटिश लायब्ररीचे आभार मान आणि मी उद्या तिथे येऊ शकत नसल्याबद्दल खेद व्यक्त कर. दोन दिवसांनी आपण आगऱ्यामध्ये भेटूच.
सर्वांना – मी इतकं त्रोटक लिहितोय त्याबद्दल माफ करा. याविषयी अधिक लवकरच कळेल.
धन्यवाद,
विजय

त्यानंतर त्यानं चोप्रांना एकट्याला एक ईमेल लिहिला.

चोप्रा सर – मी इथल्या मुक्कामाचे दिवस कमी करतोय. परत आलो की तुम्हाला सगळं सांगीन. कृपया माझ्यावर विश्वास ठेवा.

आपला,

विजय

दुसऱ्या दिवशी दुपारी १२.०५ वाजता दिल्लीहून मध्य प्रदेशातल्या इंदूर इथं जायला विमान असल्याचं विजयनं स्मार्टफोनवर पाहिलं. त्यानं फक्त समीरसाठी एक वेगळा ईमेल लिहिला.

समीर,

एक रात्र राहण्याच्या तयारीनं कृपया उद्या सकाळी दिल्ली विमानतळावर ये. दुपारी १२.०५ वाजताच्या विमानानं आपण इंदूरला चाललोय. इंदूरवरून आपण बुऱ्हाणपूरला जाऊ. आपल्याला शाही किल्ला व अहुखाना या ठिकाणांना भेट द्यायची आहे, हे कृपया बीओए बुऱ्हाणपूरला कळवून ठेव. तसंच, बुऱ्हाणपूरच्या सरकारी विश्रामगृहात आपलं आरक्षण करायला सांग.

धन्यवाद.

विजय

विमान उडायला सज्ज झालं होतं. एअर होस्टेसनं विजयला फोन बंद करायला सांगितलं. थोड्याच वेळात ते बोइंग ७४७-३०० हवेत झेपावलं होतं.

विमानात चढल्यापासून आत्ता कुठे विजयला बिझनेस क्लास केबिन न्याहाळायला वेळ मिळाला. तिथे मोजकेच प्रवासी होते. विजयनं आसनावर आराम करायला सुरुवात केली.

"एक बिअर... कृपया ताजमहाल द्या,'' पेय देणाऱ्या एअर होस्टेसला विजय म्हणाला. बिअर घेतल्यानं थोडं बरं वाटल्यावर विजयनं विमानातली इंटरनेट सेवा वापरायला सुरुवात केली.

एअर इंडियाच्या वेबसाइटवर त्यानं दुसऱ्या दिवशी दुपारी १२.०५ वाजता दिल्लीहून इंदूरला जाणाऱ्या विमानाची दोन तिकिटं काढली. त्यानंतर त्यानं समीरला आणखी एक ईमेल केला.

समीर,
मी इंदूरची तिकिटं काढली आहेत. सकाळी टॅक्सीनं दिल्ली विमानतळावर
ये. चोप्रा व खर्चाची मंजुरी यांचं काय करायचं ते मी बघीन.
धन्यवाद,
समीर

त्यानं इंटरनेट बंद केलं आणि एक दीर्घ श्वास सोडला. आजचा दिवस धकाधकीचा गेला होता.

एअर होस्टेसनं ताजं जेवण सर्व्ह केलं. विजयनं बॅकपॅकमधून डॉ. रॉयचा अहवाल बाहेर काढला. खाता खाता तो अहवाल वाचू लागला. काही वेळानं तो वाचायचा थांबला, त्यानं विमानाच्या खिडकीतून बाहेर पसरलेल्या अंधारावर नजर टाकली आणि त्याच्या ईमेल्स मिळाल्यावर चोप्रा व समीर यांची काय प्रतिक्रिया होईल याचा विचार करू लागला. या विचारानं तो स्वतःशीच हसला. थोड्याच वेळात तो आरामशीर सीटमध्ये झोपी गेला.

प्रकरण ३३

मंगळवार, जून ६
सकाळी

चोप्रांना रात्रभर शांत झोप लागली नव्हती. कूस बदलून त्यांनी बेडच्या बाजूच्या घड्याळात पाहिलं. पहाटेचे पावणेचार वाजले होते. त्यांची पत्नी गाढ झोपली होती. बाथरूमला जाण्यासाठी ते उठले. 'तुमचं वय होत चाललंय,' त्यांची पत्नी पुटपुटली.

बाथरूममधून परतल्यावर त्यांनी त्यांचा फोन बघितला. त्यावर विजय कुमारचे अनेक ईमेल आलेले होते. बेडच्या टोकाशी बसून ते विजयचे ईमेल वाचू लागले. ते वाचल्यावर त्यांनी विजयला उत्तर लिहिलं.

विजय,
मला लवकरात लवकर कॉल करा. हे असं चालणार नाही.
राकेश चोप्रा

विजय आत्ता विमानप्रवासात असेल आणि त्याला ईमेल पोहोचू शकणार नाही, हे नंतर त्यांच्या लक्षात आलं. यामुळे अधिकच वैतागून त्यांनी जवळच्या मेजावर फोन अक्षरशः आपटला.

आता पहाटेचे पाच वाजले होते. समीरला रोज लवकर उठायची सवय होती.

गजरामुळे त्याला जाग आली. रोजच्या सवयीनं त्यानं मेसेजेस पाहण्यासाठी फोन हातात घेतला आणि विजयचे बरेच ईमेल आल्याचं पाहिलं. त्यानं ते लगेचच वाचले.

नेमकं काय करावं हे समीरला सुचेना. तो उठला आणि त्यानं खोलीतच अस्वस्थपणे फेऱ्या मारल्या. काही वेळानं त्यानं नवी दिल्लीच्या इंदिरा गांधी अंतर्देशीय विमानतळावर जाण्यासाठी सकाळी सातची टॅक्सी ठरवून टाकली. सुरुवातीला त्याला वाटत असलेला त्रागा आता नव्या उत्साहात बदलू लागला होता.

त्यानं अंघोळ केली आणि बॅकपॅकमध्ये जुजबी सामान व लॅपटॉप भरला. टॅक्सी आली व तो दिल्ली विमानतळाकडे निघाला. त्यानं घड्याळ पाहिलं आणि मान हलवली. वेळेत पोचेन ना, असा विचार त्याच्या मनात आला.

प्रयत्न करूनही चोप्रांना झोप लागली नाही. आणखी तासभर तसंच पडून राहिल्यावर ते उठले व त्यांनी चहा केला. त्यांचा तीन कप चहा होईपर्यंत साडेसात वाजले होते. मग त्यांनी समीरला कॉल केला.

"हॅलो, समीर?"

"चोप्रा सर, इतक्या सकाळी कॉल केलात."

"समीर, तू कुठे आहेस?"

"सर, मला वाटलं विजयजींनी तुम्हाला कळवलं असेल... अं... सर, मी दिल्ली विमानतळावर जातोय. मी सकाळीच लवकर टॅक्सीनं निघालो."

"हे काय... दिल्ली विमानतळावर? तिथून कुठे जाणारेस आणि का? मला कळलंच पाहिजे."

"सर, मी फक्त विजयजींच्या सूचनांचं पालन करतोय... तुमच्याशी सगळं बोलीन, असं त्यांनी मला सांगितलं."

"हे अजिबात चालणार नाही," चोप्रा फोनवर जोरात ओरडले.

विजयनं आखलेल्या इंदूर व बुऱ्हाणपूर दौऱ्याबद्दल सांगावं की नाही, हे समीरला कळत नव्हतं. त्यानं एक कारण शोधलं, "हॅलो... हॅलो... सर, यमुना एक्स्प्रेसवर मोबाइलला नीट रेंज नाहीये... मी थोड्याच वेळात तुम्हाला पुन्हा कॉल करतो." समीरनं फोन ठेवला व तो स्वतःशीच हसला.

चोप्रांचा आता संतापानं तिळपापड होत होता. अंघोळ करून ते तयार झाले.

"तुम्ही आज इतक्या लवकर कार्यालयात जायला का निघालात?" त्यांच्या पत्नीनं विचारलं, पण त्याकडे त्यांनी दुर्लक्ष केलं.

आग्रा-दिल्ली यमुना एक्स्प्रेसवर वाहनांची फारशी रहदारी नव्हती. चालक ताशी जवळजवळ शंभर किलोमीटर वेगानं टॅक्सी चालवत होता. समीरला या वेगाची काहीच काळजी वाटत नव्हती. त्यानं बीओए भोपाळ सर्किटला ईमेल करून बुऱ्हाणपूरमध्ये एखाद्या साहाय्यकाची व्यवस्था करण्यास सांगितलं व सरकारी विश्रामगृहात रात्रीच्या राहण्याची सोय करण्यास सांगितलं. सकाळी कार्यालय उघडलं की तिथे फोन करता येईल, असा विचार त्यानं केला.

"आपण साडेनऊपर्यंत विमानतळावर पोहोचू का?" त्यानं टॅक्सी चालकाला विचारलं.

"मला वाटतं पोहोचू. साहेब, मागे एकदा मी दोन तासांतच पोहोचलो होतो," चालकानं आत्मविश्वासानं म्हटलं.

"ठीक आहे. मी जरा डुलकी घेतो. आपण दिल्लीजवळ पोहोचल्यावर कृपया मला उठवा. आपण तिथे पोहोचण्यापूर्वी मला काही महत्त्वाचे कॉल करायचेत." समीर निवांतपणे थोडा रेलून बसला, त्यानं डोळे मिटले, व लगेचच त्याला झोप लागली.

विजयचं लंडन-दिल्ली विमान इंदिरा गांधी आंतरराष्ट्रीय विमानतळावर उतरलं. चोप्रा त्याच्या फोनची वाट बघत असतील याची त्याला कल्पना होती. विमान गेटकडे जाऊ लागलं तसा त्यानं चोप्रांना कॉल लावला.

चोप्रांच्या रागाचा विस्फोट झाला. "विजय, तुम्ही आहात कुठे आणि तुमचं नेमकं काय चाललंय?"

"सर, मी नुकताच आयजीआयवर उतरलोय... लंडन दौऱ्यातून फारसं निष्पन्न झालं नाही. तिथे आणखी एक दिवस घालवण्यात काहीच अर्थ नव्हता."

"याचा अर्थ, तुम्ही आगऱ्याला परत येताय ना?... पण, थांबा... मग समीर कुठे निघालाय?"

"सर," विजयनं घसा खाकरला. "आम्ही दोघे बुऱ्हाणपूरला चाललोय. मुमताझला सुरुवातीला दफन केलेली जागा मला बघायचीय. मी उद्या आगऱ्याला परत येईन."

"विजय, हे मला मान्य नाही. तुम्ही मनात येईल तसे नियोजनात बदल करू शकत नाही व नवे बेत आखू शकत नाही."

"सर, मी एकंदर नियोजनात काहीही बदल करत नाहीये. मी फक्त आजच्या दिवसाचा उपयोग ठरल्यापेक्षा वेगळ्या व चांगल्या कारणासाठी करतोय. आधी

ठरल्याप्रमाणं, मी उद्या संध्याकाळच्या सुमारास आगर्याला पोहोचेन.''

"जी.एस.व्ही.ना शोधण्याचं व भेटण्याचं काय झालं?''

"सर, मी परतल्यावर त्याबद्दल सविस्तर सांगतो.''

"बादशहानाम्याचं काय?''

"सर, सोनिया आज ब्रिटिश लायब्ररीत जाईल आणि विशिष्ट पानांचा आढावा घेईल.''

"बरं, पण आर्थिक तरतूद व खर्चाचं कसं करणार?''

"सर, मला नियोजनाची मोकळीक मिळेल आणि आर्थिक तरतूदही असेल, असं आश्वासन तुम्ही दिलं होतं.''

चोप्रांनी हे मान्य केल्याचं त्यांना आठवत होतं. "विजय, पण मला तुम्हाला एक गोष्ट स्पष्ट सांगायची आहे. तुम्ही कोणत्याही कारणानं आधीच्या नियोजनात बदल केलेले असोत, पण मला तुमच्याबद्दल विभागीय अहवाल द्यावाच लागणार आहे.''

विजय काहीही बोलला नाही व चोप्रांनी फोन ठेवून दिला.

इमिग्रेशन व कस्टम्स औपचारिकता पूर्ण करून इंदूरचं विमान पकडण्यासाठी विजय दिल्ली विमानतळाच्या आंतरदेशीय टर्मिनलवर अगदी ऐन वेळी पोहोचला. समीर गेटवर वाट बघतच होता.

"ए समीर! कसा आहेस. बरं झालं तू वेळेवर पोहोचलास.''

गेट एजंटनं त्यांच्या बोलण्यात व्यत्यय आणला. "सर, कृपया विमानात बसा.''

"विजय सर, हे काय चाललंय? आपण इंदूरला कशासाठी जातोय?'' समीरनं विचारलं.

"समीर, कृपया आत्ता एकही प्रश्न विचारू नको. मी लवकरच तुला सगळं सांगतो,'' विजय म्हणाला. "आणि हा, मी तुला एक गोष्ट सांगायला विसरलो. बुऱ्हाणपूरला जाण्यासाठी आपल्याला इंदूर विमानतळावर गाडी भाड्यानं घ्यावी लागेल.''

"मला वाटलंच होतं, म्हणून मी आधीच आरक्षण करून ठेवलंय,'' समीरनं सांगितलं.

"चांगलं केलंस! आपण बुऱ्हाणपूरकडे जायला लागेपर्यंत काहीही प्रश्न विचारू नकोस. आपलं बोलणं इतर प्रवाशांच्या कानावर पडायला नको.''

"माझ्याकडे दुसरा पर्याय आहे का? आपल्या सीट्स लागून नाहीयेत. तुम्ही

मुद्दामच ही तिकिटं काढलीत का?''

"चांगलंच आहे ना!' विजय हसून म्हणाला. "मी जरा झोप काढणार आहे. हे घे,'' असं म्हणून त्यानं लंडनमध्ये खरेदी केलेलं पुरातत्त्वशास्त्रासाठीचं किट समीरला दिलं. 'मी तुझ्यासाठी मस्त गॅजेट्स आणली आहेत. मजा कर!''

प्रकरण ३४

मंगळवार, जून ६
दुपारी

दिल्ली-इंदूर विमान विमानतळावर उतरताच विजयला जाग आली.

'इंदूरच्या देवी अहिल्याबाई विमानतळावर आपलं स्वागत आहे,' एअर होस्टेसनं प्रवाशांचं स्वागत केलं.

थोड्याच वेळात, विजय व समीर गाडी भाड्यानं देणाऱ्या कक्षाकडे जायला निघाले.

"विजयजी, काय सुरू आहे ते आता तरी तुम्ही सांगाल का?'' समीरनं अधीरपणे विचारलं.

"आपण गाडीत बसून मार्गाला लागेपर्यंत थांब,'' विजयनं हसत उत्तर दिलं.

बुऱ्हाणपूरला जाण्यासाठी त्यांनी एक मध्यम आकाराची गाडी भाड्यानं घेतली आणि लवकरच ते मार्गस्थ झाले.

"मला वाटतं, मध्य प्रदेश राज्य महामार्ग २७ला लागण्यापूर्वी आपल्याला काही वेळ इंदूर शहरातून जावं लागणार आहे,'' फोनमधल्या जीपीएसमध्ये पाहून समीरनं म्हटलं.

"हो, उत्तम. आपल्याला ऐतिहासिक इंदूर शहर पाहायला मिळेल,'' गाडीतून बाहेर बघत विजय म्हणाला. "भारतातल्या सर्वांत स्वच्छ शहरांमध्ये इंदूरही आहे असं मी कुठेतरी वाचलं.''

"इंदूर म्हणजे मराठा सरदार होळकरांची राजधानी, नव्हे?''

"हो, मल्हारराव होळकर यांच्या मृत्यूनंतर त्यांच्या सूनबाई अहिल्याबाई या होळकर राज्याच्या महाराणी बनल्या. त्या स्वतः अनेक लढायांमध्ये सहभागी झाल्या होत्या. त्या एक उत्तम शासक होत्या. मुघल शासक औरंगजेबनं नासधूस केलेल्या काशी विश्वेश्वर मंदिराला त्यांनी पूर्वीचं वैभव पुन्हा मिळवून दिलं." विजयनं त्या परिसराचा इतिहास थोडक्यात सांगितला. "इंदूरमधली प्रसिद्ध पोहा-जलेबी मिळतेय का बघू या."

त्यांना रस्त्याच्या कडेला एक रेस्टॉरंट सापडलं व तिथून त्यांनी दोन पोहा-जलेबी घेतल्या.

गाडीत बसून त्यांनी पोहा-जलेबीचा आस्वाद घेतला. "हं! मस्त! खाताना गाडी काळजीपूर्वक चालव हं," विजय म्हणाला.

थोड्याच वेळात ते इंदूर शहराच्या दक्षिणेला पोहोचले व महामार्गाला लागले.

"चला! हा आला मध्य प्रदेश राज्य महामार्ग २७. इथून तो दक्षिणेकडे थेट बुऱ्हाणपूरला जातो," समीर ॲक्सिलरेटर दाबत म्हणाला.

"रस्ता चांगला दिसतोय. मला वाटतं मध्य प्रदेश राज्य सरकारनं रस्त्याचं काम चांगलं केलंय."

"ठीक आहे, आतातरी तुम्ही सांगाल का मला?"

"बरं, समीर. मला माहीत आहे तू खूप धीर धरला आहेस." लंडनमध्ये काय घडलं ते विजयनं थोडक्यात सांगितलं.

"हं, म्हणजे आपल्याला डॉक्टर रॉयचा अहवाल अजून मिळालेला नाही आणि बादशहानामाही चाळता आलेला नाही. हे अगदीच निराशाजनक आहे," असं म्हणून समीरनं मान हलवली.

"पण, कनिंगहॅमनं केलेला नकाशा मला सापडला. त्यानं ताजमहाल ते आग्रा लाल किल्ला यादरम्यान एक मार्ग चिन्हांकित केलाय. तुला जीपीआर यंत्रावर काय सापडलं?"

"जीपीआरमधून मिळालेल्या माहितीचं मी अजून संपूर्ण विश्लेषण केलं नाहीये, पण मला वाटतं तुमचं म्हणणं बरोबर आहे. डिस्प्ले पॅनलवर मला जे दिसलं, त्यानुसार जमिनीखाली काहीतरी असावं. ते ताजमहालाच्या वायव्य टोकापासून लाल किल्ल्याकडे नदीलगत आहे. तसा मी सगळा मार्ग नाही गेलो."

"याबद्दल आणखी कुणाला ठाऊक आहे का?"

"मला नाही वाटत. मलिकजी माझ्यासोबत होते आणि मला काय सापडलं ते इन्स्पेक्टर सिंगनीही विचारलं होतं. पण, त्या वेळी मी केवळ माहिती संकलित करत होतो. मी अजूनही पूर्णपणे विश्लेषण केलेलं नाहीये... पण... आपण

सगळ्यात महत्त्वाच्या प्रश्नावर येऊ या का? आपण बुऱ्हाणपूरला का चाललोय?"

"समीर, मुमताझचा मृत्यू बुऱ्हाणपूरमध्ये झाला, बरोबर? त्यानंतर तिचा मृतदेह आगऱ्याला नेण्यात आला, असंच ना? मला याविषयी आणखी जाणून घ्यायचयं आणि त्यासाठी घटनास्थळांना प्रत्यक्ष भेट द्यायची होती – मुमताझ जिथे मरण पावली तो शाही किल्ला व तिला पहिल्यांदा जिथे दफन केलं ती जागा. आरटीआय याचिकेला योग्य उत्तर द्यायचं असेल तर हे करणं मला गरजेचं वाटलं."

"हं! तेही ठीक," समीर म्हणाला. "आपल्याला इथे काय सापडणार आहे ते माहीत नाही, पण तुम्ही जसं म्हणाल तसं... चोप्रा व माझा खर्च हे जोपर्यंत तुम्ही सांभाळताय, तोपर्यंत मला काहीही चालेल. मला प्रवास करायला तसंही आवडतं."

"समीर, तू एक उत्तम टीम प्लेअर आहेस," विजयनं समीरच्या खांद्यांवर थोपटत म्हटलं. "सरकारी सेवांमध्ये तुझ्यासारख्या आणखी व्यक्तींची गरज आहे." आपण दिलेलं स्पष्टीकरण समीरला पटलं नसल्याचं विजयला जाणवलं, पण त्याच्या समर्पितपणे काम करण्याच्या पद्धतीनं विजय प्रभावित झाला होता.

"हा, ती पोहा-जिलेबी छान होती. मी आता एक डुलकी घेणार आहे. कृपया भोपाळ बीओएला कॉल कर. बुऱ्हाणपूर बीओएच्या माणसाला त्यांना थेट शाही किल्ल्यावर पाठवायला सांग. आपण त्या माणसाला तिथेच भेटू असं कळव. आपल्याला सूर्यास्तापूर्वी तिथे पोहोचायला हवं. आपण पोहोचू शकू का?"

"सर, काळजी करू नका. मी सरकारी सेवेत नसतो तर नक्कीच हौशी रेस कार ड्रायव्हर झालो असतो," असं म्हणून समीरनं गॅस पेडल पायानं दाबलं. त्यांची गाडी सुसाट धावू लागली.

विजयला जाग आली तेव्हा दुपारचे साडेतीन वाजले होते. गाडी ताशी शंभर किलोमीटर वेगानं पळत होती. समीरनं एखाद्या रेस कार ड्रायव्हरप्रमाणं कुठेही न थांबता गाडी चालवली होती आणि तीन तासांपेक्षाही कमी वेळात बुऱ्हाणपूर शहरापासून जवळंच ठिकाण गाठलं होतं.

"तू फार छान गाडी चालवतोस," बाहेर बघत विजय म्हणाला. डावीकडे दिसणाऱ्या डोंगरावर त्याला एक इमारत दिसली. त्याविषयी त्यानं थोडी माहिती दिली. "तो बघ, माझ्या मते तो असिरगड किल्ला आहे... त्याची मालकी देवगिरीच्या यादव राजांकडे होती. त्यांनी पंधराव्या शतकाच्या सुरुवातीला हा

किल्ला बांधला. फारूकींनी हा किल्ला यादवांकडून बळकावला. अखेरीस, हा किल्ला मुघलांच्या ताब्यात आला.''

''तुमचा इतिहासाचा खूपच अभ्यास आहे,'' प्रभावित समीरनं म्हटलं.

''धन्यवाद, समीर, पण काही जण मला बढाईखोर म्हणतात. मी तरी काय बोलणार? मला जे काही समजलंय ते मी सांगतो,'' विजय बोलताना थांबला.

''असो, इतिहास व पुरातत्त्वशास्त्र एकमेकांशी निगडित आहेत. समीर, नेहमी वाचन करत राहिलं पाहिजे. तोच एकमेव उपाय आहे. सध्या माहीत असलेला इतिहासच खरा आहे, असं कधीही मानू नये. आपण स्वतः संशोधन करत राहावं आणि वेगवेगळे बिंदू जोडावे.''

''आपण असिरगड किल्ल्यावर जाऊ या का?''

''थांबलो तर आपल्याला बुऱ्हाणपूरला पोचायला उशीर होईल,'' विजय म्हणाला. ''आपण पुढे जात राहू या... बुऱ्हाणपूरच्या आजूबाजूलाही बराच इतिहास आहे. शाळेत या गोष्टी नीट शिकवल्या जात नाहीत. लवकरच नवीन शैक्षणिक धोरण येईल, अशी आशा आहे. वाचा-घोका-लिहा याऐवजी आपण विश्लेषण-तर्क-निष्कर्ष असा दृष्टिकोन अंगीकारला पाहिजे. तुला काय वाटतं?''

समीरनं मान हलवली.

विजयनं फोनवर नकाशा पाहिला. ''अरे, हे बघ. वाटेत आपल्याला आणखी एक वास्तू दिसणार आहे आणि आपण तिच्या बाजूने पण न थांबता पुढे जाऊ शकू. ही वास्तू आहे ब्लॅक ताज.''

''हो, हो. मुमताझचं स्मारक म्हणून त्यांनी आधी ब्लॅक ताज बांधायला सुरुवात नाही का केली?'' समीरनं विचारलं. ''तो ताजमहालाचा आराखडा ठरला असं मी ऐकलंय.''

विजय हसला. ''समीर, ही आणखी एक आख्यायिका आहे. खरंतर, ते एका फारूकी शासकाचं थडगं आहे, असं म्हटलं जातं. ही वास्तू थोडीफार ताजमहालासारखी दिसत असल्यानं आणि तिच्या बांधकामात काळा दगड वापरल्यानं ब्लॅक ताज असं म्हटलं जातं.''

''तुमचा दोन्ही कथांवर विश्वास नाहीये का?''

''समीर, माझ्या दृष्टीनं पुरावे महत्त्वाचे आहेत. बाकी सर्व म्हणजे आख्यायिका व दंतकथा.''

समीरचं लक्ष जीपीएसवर होतं. ''महामार्ग २७ वरून जात राहण्याऐवजी, आपण इथे डावीकडे वळू शकतो, ब्लॅक ताज जवळून बघू शकतो, व नंतर उजवीकडे वळू शकतो. आपल्याला कदाचित थोडंसं शहरातून जावं लागेल, पण नंतर आपण शाही किल्ल्याकडे जाणाऱ्या राजघाट मार्गाला लागू शकतो. हे

तुम्हाला कसं वाटतं?''

विजयनं सहमती दाखवली. समीर डावीकडे वळला. थोड्याच वेळात त्यांना डाव्या बाजूला ब्लॅक ताज दिसू लागला. दूरवरून तो भव्य दिसत होता. बाह्यभागाचा रंग उडाल्यानं तो विदीर्ण अवस्थेत असल्यासारखा भासत होता, पण त्याभोवतीची उद्यानं हिरवीगार व सुस्थितीत दिसत होती.

ब्लॅक ताज मागे सोडल्यावर, ते दोघं बुऱ्हाणपूर शहराच्या उत्तरेकडच्या बाह्यभागात पोहोचले. लवकरच त्यांनी राजघाट मार्गावर उजवं वळण घेतलं व बुऱ्हाणपूर पालिका क्षेत्रात प्रवेश केला.

उन्हाळ्यातल्या त्या दुपारी, बुऱ्हाणपूर थोडंसं भकासच वाटत होतं. पण, विजयला मात्र ते जुनं, ऐतिहासिक शहर मोहकसं भासलं. काही क्षणांत त्यांनी किल्ला मार्गावर डावं वळण घेतलं.

छोट्याशा व्हिजिटर्स सेंटरच्या बाजूला असलेल्या व्हिजिटर्स पार्किंग क्षेत्रात समीरनं गाडी उभी केली. ''हा घ्या, बुऱ्हाणपूरचा शाही किल्ला.''

BURHANPUR AND VICINITY
Tapi River
Black Taj
Hwy 27
Zainabad
N
Shahi Qila
Ahu Khana
Bridge
Hwy 50

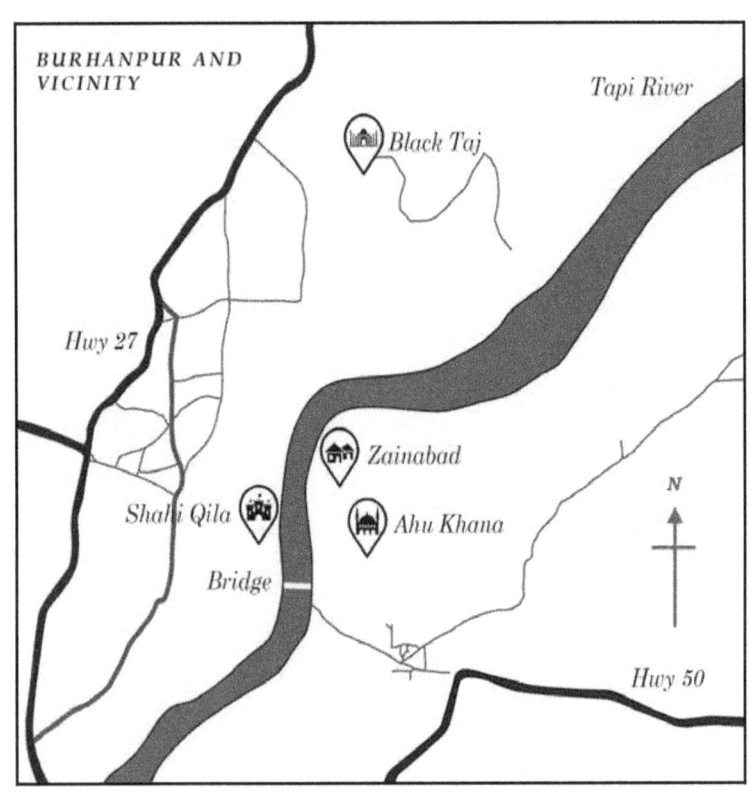

प्रकरण ३५

मंगळवार, जून ६
दुपारी उशिरा
बुऱ्हाणपूर, मध्य प्रदेश

राम शरण हा चाळिशीतला सडपातळ गृहस्थ होता. बुऱ्हाणपूर सब-सर्किट पर्यवेक्षक, बीओए हे पद वगळता त्याला त्याच्या नोकरीतलं काहीही आवडत नव्हतं. बुऱ्हाणपूर सब-सर्किट हे अतिशय महत्त्वाच्या व प्रभावी भोपाळ सर्किटच्या अंतर्गत येत असे, पण राम शरणच्या मते ते नेहमीच दुर्लक्षित राहिलं होतं. बुऱ्हाणपूरमध्ये पुरेसे कर्मचारीही नव्हते, आणि राम शरणला पर्यवेक्षक, पर्यटकांचा गाइड व कार्यालय साहाय्यक अशा सगळ्या भूमिका एकाच वेळी बजावाव्या लागत होत्या. असं असलं तरी, बुऱ्हाणपूरचा जुना, ऐतिहासिक थाट त्याला फार आवडायचा. शाही किल्ला, रॉयल बाथ किंवा शाही हमाम, अहुखाना, मुमताझची कबर, असिरगड किल्ला, ब्लॅक ताज व राजा जय सिंगची छत्री अशी अनेक ठिकाणं असलेलं बुऱ्हाणपूर कधीतरी एक महत्त्वाचं पुरातत्त्वीय केंद्र म्हणून नावारूपाला येईल, असा विश्वास राम शरणला होता. आत्ता जरी ही ठिकाणं दुर्लक्षित असली तरी राम शरण मात्र अतिशय आशावादी होता.

राम शरणच्या एरवी कंटाळवाण्या असलेल्या दैनंदिन कामात आज भोपाळ सर्किटमधून आलेल्या फोनकॉलमुळे जरासा उत्साह आला होता. आग्रा सर्किटमधून येणारे व्हिजिटर्स आज दुपारी येणार होते. ते एका महत्त्वाच्या प्रकल्पावर काम करत होते, आणि त्यांना मदत करायला त्याला सांगण्यात आलं होतं. त्याला

जितकं आठवत होतं त्यानुसार, भोपाळ सर्किटमधून क्वचितच कोणी वरिष्ठ बीओए अधिकारी बुऱ्हाणपूरला आले असतील. गेल्या काही वर्षांत त्यानं सातत्यानं केलेल्या प्रयत्नांमुळे किमान शाही किल्ला व अहुखान्यामधली मुमताझची कबर आता रात्रीच्या वेळी दिव्यांनी उजळली जाऊ लागली होती. व्हिजिटर्स याची नोंद घेतील, असं त्याला वाटलं.

राम शरणच्या केबिनच्या बाजूला एक गाडी येऊन थांबताच तो केबिनमधून बाहेर आला व गाडीकडे गेला. विजय व समीर गाडीतून उतरले.

"आग्रा सर्किटचे व्हिजिटर्स?" राम शरणनं विचारलं व त्या दोघांनी मानेनं "हो" म्हटलं.

"मी राम शरण, सब-सर्किट पर्यवेक्षक."

"नमस्कार!' समीरनं त्याची व विजयची ओळख करून दिली.

"बुऱ्हाणपूरमध्ये आपलं स्वागत आहे. मी तुम्हाला काय मदत करू शकतो?"

"आज, आम्हाला शाही किल्ला पाहायचा आहे, आणि उद्या सकाळी, अहुखाना."

"निश्चितच, तुम्हाला मुमताझचा इतिहास जाणून घ्यायचा असेल तर ही दोन्ही ठिकाणं फार महत्त्वाची आहेत. दुर्दैवानं या वास्तू फारशा चांगल्या स्थितीत नाहीत... आपण निघायचं का की तुम्हाला आधी थोडं चहापाणी करायचं आहे?"

"नाही, चहापाणी नको. धन्यवाद. अंधार पडण्यापूर्वी आम्हाला शक्य होईल तितका परिसर बघायचा आहे."

"अर्थातच, कृपया माझ्यामागनं या." दोघांच्या समोरून राम शरणनं शाही किल्ल्याच्या दिशेनं चालायला सुरुवात केली. त्यावेळी तिथे फारसे पर्यटक नव्हते, केवळ एक जोडपं हातात हात घालून निवांतपणे भटकत होतं.

"आमच्याकडे भोपाळ सर्किटमधूनही कोणी सरकारी व्हिजिटर्स येत नाहीत. बुऱ्हाणपूरला फार मोठा इतिहास आहे व पुरातत्त्वशास्त्राच्या दृष्टीनं अनेक संधी आहेत. पण, अनेक वरिष्ठ अधिकारी केवळ ताजमहालासारख्या मोठ्या वास्तूंचाच विचार करतात," राम शरण म्हणाला. "तुम्ही काहीएक विशेष काम करत आहात असं मी ऐकलं. ताजमहालावर, बरोबर?"

"बरोबर," विजय म्हणाला. "दुर्दैवानं, आम्ही याविषयी आत्ताच काही सांगू शकणार नाही."

"मी समजू शकतो. माझं त्याच्याशी काही देणं-घेणं नाही. पण, अनेकांना

बुऱ्हाणपूर व आगऱ्यातला ताजमहल यांच्यातला संबंध माहीत नसतो.'' त्या दोघांची प्रतिक्रिया बघण्यासाठी राम शरण बोलताना थांबला.

''आम्हाला तेच तर जाणून घ्यायचं आहे,'' विजयकडे बघत समीर म्हणाला.

ते सर्व जण शाही किल्ल्याच्या विशाल आवारात पोहोचले. ''त्या भव्य कमानी बघा.'' राम शरणनं त्यांना किल्ल्याच्या उरलेल्या अवशेषांमधल्या मुख्य भागात नेलं.

''आता आपण या किल्ल्याच्या सर्वांत आकर्षक भागात आलो आहोत - शाही हमाम किंवा रॉयल बाथ... बघा, भिंतीवर अजूनही सुंदर रंग टिकून आहे...''

विजय ते सगळं बघण्यात मग्न झाला होता, तर समीर कंटाळला होता. *आम्ही इथे का आलो आहोत, आणि विजय कुमार खरंच यातून कशाचा शोध लावणार आहेत?* याचा तो विचार करत होता.

''स्थानिक लोक या ठिकाणाला भूलभुलैया म्हणतात... काही वेळा रात्री मुमताझचं भूत इथे भटकत असतं, असंही लोक म्हणतात.'' राम शरण माहिती देत होता.

''तुम्ही खरंच सांगता आहात?'' समीरनं विचारलं व राम शरणनं मान डोलावली.

विजय हसला. ''अरे काय, समीर! ते गंमत करत आहेत. राम शरणजी, मुमताझचा मृत्यू झाला त्या रात्री काय घडलं ते आम्हाला सांगा.''

राम शरण खूश झाला. ''इतिहासात नमूद असल्याप्रमाणं, शहाजहान लष्करी मोहिमेवर होता. मुघलांविरोधात बंडखोरी झाली होती. मुमताझही त्याच्यासोबत होती. ती चौदाव्यांदा गर्भवती होती...'' मुमताझचा मृत्यू झाला त्या रात्री काय घडलं असेल ते राम शरणचं बोलणं ऐकत असताना विजय व समीर यांच्या डोळ्यांसमोर प्रत्यक्ष उभं राहत होतं. काही क्षणांनी राम शरण थांबला व त्या दोघांची प्रतिक्रिया निरखू लागला.

''अच्छा... मग, तिला सर्वप्रथम कुठे दफन केलं?'' इकडेतिकडे बघत विजयनं विचारलं.

''हाच तर महत्त्वाचा मुद्दा आहे. बऱ्याच लोकांना ते माहीत नाही. तिला इथे नाही, तर तिकडे दफन करण्यात आलं,'' राम शरणनं शाही किल्ल्यापासून दूर, तापी नदी पलीकडे असलेल्या एका ठिकाणाकडे बोट दाखवून म्हटलं. ''नदीपलीकडे असलेल्या झैनाबाद गावातल्या अहुखाना इथं तिला दफन केलं गेलं.''

''तिला तिथे का दफन केलं गेलं? तुम्हाला काही माहीत आहे का?'' समीरनं विचारलं. ''आपण उद्या सकाळी तिथे जाणार आहोत ना?''

“हो,” राम शरण काही क्षण थांबला. “मला वाटतं आपलं सगळं पाहून झालंय. काही वेळ तुमचं तुम्हाला फिरायचंय का? मला केबिनमध्ये थोडं काम आहे. लवकरच इथले दिवे सुरू केले जातील.”

“जरूर तुमचं काम करा. आम्ही इथे थोडा वेळ फेरफटका मारतो,” विजय म्हणाला.

राम शरण त्याच्या केबिनमध्ये निघून गेला.

सूर्यास्त होऊ लागला होता. दिवे सुरू झाले होते. त्यांच्या प्रकाशात शाही किल्ला काहीतरी पूर्वसूचना देणारा व गूढ दिसत होता. तिथे फिरता फिरता, समीर विजयपासून लांब गेला व वास्तूच्या मागील बाजूला पोहोचला. आता जवळजवळ अंधार झाला होता.

त्याच्यापासून काही फुटांवर एक व्यक्ती उभी असल्यासारखं समीरला वाटलं. कदाचित अन्य पर्यटक असावा. ती व्यक्ती एक स्त्री असावी, असं त्यानं लांबून ओळखलं. तिनं पांढरा झिरझिरीत झगा घातला होता. पण, त्याला तिचा चेहरा मात्र दिसत नव्हता. ती स्त्री दूरूनंच खोल आवाजात बोलत असल्यासारखं त्याला वाटलं आणि तो दचकला.

“कोण आहेस तू? इथे काय करत आहेस? ही माझी जागा आहे. नीघ इथून!”

विजय त्याला शोधत आला तेव्हा भीतीनं समीरची बोबडी वळली होती. “समीर, कुठे होतास तू?”

घामानं थबथबलेल्या समीरनं वाचा बंद झाल्यागत ती गूढ व्यक्ती दिसली त्या दिशेला केवळ बोट दाखवलं.

“तिकडे काय आहे? कोण आहे तिथे? मला तर काहीच दिसत नाहीये.”

“मी आत्ताच बघितलं... मी तिथे काहीतरी पाहिलं... म्हणजे, मला तिथे एक स्त्री दिसली.”

समीर जिकडे निर्देश करत होता तिकडे विजयनं पाहिलं व विचारलं, “कुठे?” तिथे जवळपास कोणीच नव्हतं.

समीरनं डोळे चोळले. “मी तिला पाहिलं... तिनं पांढरा लांब झगा घातला होता.”

विजय हसला. “समीर, तुला भास झाला असेल. दिवसभराच्या धावपळीमुळे तू थकला असशील. आपण आता विश्रामगृहात जाऊ या आणि उद्या अहुखाना बघायला जाऊ या.”

समीर अजूनही भेदरलेला होता. राम शरणच्या केबिनजवळून जात असताना त्या दोघांनी त्याला दिवसभराचं काम आटोपताना पाहिलं. त्यानं केबिनमधनं बाहेर डोकावलं.

"तुमचं काम पूर्ण झालं का? तुम्ही सगळं नीट पाहिलं का?" समीर थकल्यासारखा दिसत असल्याचं राम शरणनं टिपलं. "अरे, ह्यांना काय झालं? त्यांना मुमताझचं भूत दिसलं की काय? भुताखेतांच्या गोष्टी इकडे ऐकिवात आहेत हे मी तुम्हाला सांगितलं होतं," राम शरणनं गमतीनं म्हटलं तसा समीर ओशाळून हसला.

विजयनं स्पष्टीकरण दिलं, "राम शरणजी, दिवसभराच्या धकाधकीमुळे समीर थकला असावा."

"तुम्हाला आणखी काही हवं आहे का? नसेल तर मी तुम्हाला उद्या सकाळी अहुखान्यात भेटतो. तिथे पोहोचण्यासाठी थोडं दक्षिणेला जाऊन पूल ओलांडा आणि डावीकडे वळा."

"विमान पकडण्यासाठी आम्हाला उद्या दुपारपर्यंत इंदूरला परतायला हवं. आपण अहुखाना सकाळी लवकर बघू शकतो का? साधारण आठ वाजता?" विजयनं विचारलं.

"सरकारी कामांसाठी हे फारच लवकर होईल, पण मी समजू शकतो. मी तुमच्यासाठी सकाळी आठला हजर राहीन. सरकारी विश्रामगृहातलं तुमचं सगळं आरक्षण झालंय. आणि हो, संध्याकाळी तुम्हाला जमलं तर बुऱ्हाणपूरमधली प्रसिद्ध खवाजिलबी जरूर खाऊन बघा. इथे रेहमानिया फॅमिली रेस्टॉरंट नावाचं लोकप्रिय ठिकाण आहे. मी तिथल्या मालकांना, अमिन भाईंना ओळखतो. कोणालाही रेस्टॉरंटचा रस्ता विचारा आणि अमिन भाईंना माझं नाव सांगा."

"धन्यवाद, राम शरणजी," असं म्हणून विजय समीरकडे वळला. "मी गाडी चालवू का? तू ठीक आहेस ना?"

"मी बरा आहे," समीर म्हणाला खरा, पण तो अजूनही हादरलेला दिसत होता.

प्रकरण ३६

मंगळवार, जून ६
नंतर संध्याकाळी

त्या संध्याकाळी, विजय व समीर यांनी बुऱ्हाणपूरच्या गजबजलेल्या भागातून प्रवास करत रेहमानिया फॅमिली रेस्टॉरंट शोधून काढलं. ते ठिकाण छोटंसंच, पण स्वच्छ होतं. मालक अमिन भाईंनी त्या दोघांचं स्वागत केलं. राम शरणनं या रेस्टॉरंटची शिफारस केली आहे, हे कळल्यावर अमिन भाईंनी आणखी आपुलकीनं त्यांचं आदरातिथ्य केलं.

"म्हणजे काय, राम शरणचे पाहुणे ते माझे पाहुणे. तुम्ही दोघं कुठून आला आहात?" त्यांच्याकडे बारकाईनं नजर फिरवत त्यांनी विचारलं.

"आम्ही आगऱ्याहून आलोय."

"असं का, कृपया माझ्यामागून या."

काही स्थानिक मंडळी व काही पर्यटक बुऱ्हाणपूरमधल्या खास पदार्थांचा आस्वाद घेत होते. अमिन भाई विजय व समीरला दुसऱ्या मजल्यावर घेऊन गेले. तिथून त्यांना गावाचा बराचसा भाग दिसत होता.

"तुम्हाला नक्कीच खास आटवलेल्या दुधापासून बनवलेल्या खवाजिलबीची चव बघायची असेल, पण जेवणामध्ये आमच्याकडचे छोले-भटुरे खाऊन बघा."

"चालेल ना. मी आधी गोड लस्सी घेईन." समीरला तहान लागली होती.

"कृपया, दोन लस्सी द्या," विजय म्हणाला.

वायव्येकडे जेमतेम किलोमीटरभर अंतरावर त्यांना दिव्यांनी उजळलेला

शाही किल्ला दिसत होता.

थोड्याच वेळात, अमिन भाई स्वतः त्यांच्यासाठी मुख्य पदार्थ व खवाजिलबी घेऊन आले. त्या दोघांनी त्यावर ताव मारला. अमिन भाई अतिशय गप्पिष्ट होते. ते दोघं आग्रा बीओएचे अधिकारी आहेत व बुऱ्हाणपूरमध्ये काही संशोधन करत आहेत, हे त्यांनी थोड्याच वेळात माहीत करून घेतलं.

"तुम्हाला हे कोणी सांगितलं आहे का माहीत नाही, पण बुऱ्हाणपूरमधले काही स्थानिक लोक आजही अहुखानामध्ये मुमताझचा उरूस साजरा करतात."

"खरंच?" विजयची उत्सुकता चाळवली गेली.

"हो, आणि उद्याच तो उरूस आहे," अमिन भाई म्हणाले. "याबद्दल खूप जणांना ठाऊक नाही. गेली काही वर्षं माझा पुतण्या उस्मान उरूस मिरवणुकीचं नेतृत्व करतो आहे."

विजयनं समीरकडे पाहिलं. "उद्या? आपल्याला याविषयी माहीत होतं का?"

तारीख बघण्यासाठी समीरनं घड्याळ पाहिलं. "अरे! उद्या सात जून आहे, ज्युलिअन कॅलेंडरनुसार मुमताझ मरण पावली तो दिवस... आपण कसे काय विसरलो? उद्या तर मुमताझचा मृत्युदिन. याचा अर्थ... मी शाही किल्ल्यामध्ये जे पाहिलं..." नुसत्या विचारानंही त्याला कंप सुटला.

विजय पुन्हा हसला व म्हणाला, "चल, आपण जाऊ या."

ते जायला निघताच अमिन भाईंनी विचारलं, "तुम्ही उद्या तिथे जाणार आहात हे मी माझ्या पुतण्याला, उस्मानला सांगू का?"

"अमिन भाई, तुम्ही उगाचंच त्रास घेऊ नका,' विजय म्हणाला. "आजच्या जेवणाबद्दल धन्यवाद... फारच स्वादिष्ट होतं."

नंतर, विजय व समीर गाडीनं महामार्ग २७ वरच्या सरकारी विश्रामगृही गेले. तो मार्ग बुऱ्हाणपूर गावातून जाताना मार्ग ५० म्हणून ओळखला जातो. विश्रामगृह स्वच्छ व चांगलं ठेवलं गेलेलं होतं. ते दोघं चेक-इन करून आपापल्या खोलीत गेले. संपूर्ण दिवस दोघांसाठीही दगदगीचा गेला होता, विशेषतः विजयसाठी. त्यानं अंघोळ केली आणि शॉर्ट्स व टी-शर्ट घातला. बेडवर बसून त्यानं दिवसभरातल्या घटना वहीमध्ये लिहून काढल्या.

शाही किल्ल्यामध्ये जे घडलं त्याचा विचार त्याच्या मनात घोळत होता. समीरनं नेमकं काय पाहिलं असेल? पांढरे कपडे परिधान केलेली स्त्री? काही दिवसांपूर्वी विजयनं पाहिलेल्या स्वप्नातही भुयारातून जात असताना पांढरा झगा घातलेली स्त्री पाहिली होती. हा निव्वळ योगायोग होता का? नाही! मी हा काय

विचार करतोय? मी एक शास्त्रज्ञ आणि इंजिनिअर आहे. मी अशा गोष्टींवर कसाकाय विश्वास ठेवू शकतो? विजयनं हा विचार डोक्यातून काढून टाकायचा प्रयत्न केला. अति थकव्यानं त्याचे डोळे मिटू लागले व तो लगेचच निद्राधीन झाला.

काहीच तासांपूर्वी, लंडनच्या गजबजलेल्या हिथ्रो विमानतळावरील गर्दीतून मार्ग काढत सोनिया चालली होती. तिचं फोनवर बोलणं सुरू होतं.

"हो... माझे बेत बदलले आहेत... नाही, मी उद्या ब्रिटिश लायब्ररीत जाणार नाहीये... विजयनी अचानक बुऱ्हाणपूरचा दौरा केल्याचं आत्ताच मला समजलं आहे... हो, जिथे मुमताझचा मृत्यू झाला... त्यांचं तिथे काय काम आहे माहीत नाही. आजपासून दोन दिवसांनी, आग्रा बीओएला आरटीआयचं उत्तर तयार करावं लागणार आहे... बीओए टीमला मदत करण्यासाठी मला तिथे हजर राहायला हवं. दिल्लीला जाण्यासाठी ब्रिटिश एअरवेजचं दुपारचं विमान आहे... मी लवकरच विमानात बसतेय... युनेस्कोकडे आतल्या बातम्या आहेत, असं काही मला वाटत नाही... नाही, ताजमहालात झालेल्या घुसखोरीबद्दल भारतीय अधिकाऱ्यांना अद्याप काही सुगावा लागल्याचं दिसत नाही... बरं... मी उद्या सकाळी दिल्लीत उतरेन आणि दुपारपर्यंत आग्रा बीओएमध्ये पोहोचेन... मीही त्यांच्याशी संपर्क करीन, पण कृपया मला दिल्लीहून न्यायला व आगऱ्यामध्ये सोडायला युनेस्कोला सांगा... काळजी घ्या... चालेल."

बुऱ्हाणपूरमधल्या विश्रामगृहात त्या रात्री, खिडकीवर टकटक झाल्यानं विजयला जाग आली. नाइलाजानं तो उठला व त्यानं खिडकी उघडली, पण तिथे कोणीच नव्हतं. त्यानं मान वळवली व कोणाला तरी पाहिल्यासारखं त्याला वाटलं. ती कोण असेल, आणि रात्रीच्या वेळी ती इथे विश्रामगृहात काय करत असावी? तो बुचकळ्यात पडला. कदाचित ती इथे राहणाऱ्या कर्मचाऱ्यांच्या कुटुंबीयांपैकी कोणीतरी असावी, असा विचार करून त्यानं दार उघडलं. तितक्यात दाराच्या फटीत अडकवलेली एक चिठ्ठी खाली पडली. त्यानं ती उचलली.

मी अहुखान्यामध्ये आहे

आँ? समीर रात्रीचा अहुखान्यात गेलाय? त्याला आश्चर्य वाटलं, पण भाड्याची गाडी तर होती त्या जागीच उभी होती.

विजय गाडीत जाऊन बसला व चालवू लागला. बुऱ्हाणपूर शहर गाढ झोपेत

होतं व रस्ताही मोकळा होता. राम शरणचं बोलणं त्याला आठवलं – पूल ओलांडल्यानंतर डावीकडे वळा. विजयनं झैनाबादकडे जाणारा तापीवरचा पूल ओलांडला व त्याला रस्त्यावर एक पाटी दिसली – मुमताझची कबर. तो कचकन डावीकडे वळला. रस्ता कच्चा व खडबडीत वाटत होता, पण विजय तरीही पुढे जात राहिला. त्याच्या डाव्या बाजूला प्रकाशमान शाही किल्ला दिसत होता. समोर, अहुखानाही दिव्यांनी उजळला होता.

त्यानं विटांच्या एका जुन्या भिंतीसमोर गाडी थांबवली, पण इंजिन सुरू ठेवलं. हेडलाइटच्या प्रकाशात त्याला अहुखान्याचं संपूर्ण मैदान दिसत होतं. तो जिथे होता तिथून कबर काहीशे फूट अंतरावर असावी.

त्यानंतर त्याला पुन्हा ती दिसली. त्याच्या समोरूनच ती चालत होती. *ती माझ्याआधी इथे कशी पोहोचली?* तो तिच्यामागून चालत गेला. नुकतीच खणली असावी अशा एका कबरीजवळ ती थांबली आणि तोही थांबला. त्याला काही कळायच्या आत तिनं खड्ड्यात उडी मारली, याचं त्याला आश्चर्य वाटलं. भीत भीतच पण कुतूहलाने व दबक्या पावलानं तो खड्ड्याजवळ गेला आणि थोडा अलीकडेच थांबला. गुरगुरण्याचा आवाज आल्यानं त्यानं सावधपणे समोर पाहिलं. रानटी कुत्र्यांचा एक कळप त्याच्यावर झडप घालण्याच्या तयारीत होता. विजय झट्कन मागे वळला व गाडीकडे धावला. कुत्रे त्याचा पाठलाग करू लागले व त्याच्या जवळ येऊ लागले. त्यानं गाडीचं दार उघडण्याचा प्रयत्न केला, पण पाय घसरून तो खाली गवतावर पडला. कळपातल्या पहिल्या कुत्र्यानं त्याच्यावर झेप घेतली. तो किंचाळला.

कोणीतरी त्याला उठवायचा प्रयत्न करत होतं. तो बेडवरून खाली पडला होता.

"विजयजी, तुम्ही ठीक तर आहात नं?" समीर तिथे आला होता. त्याच्यासोबत विश्रामगृहातला रात्रपाळी करणारा कर्मचारी होता.

"विजयजी, तुम्ही एखादं भीतिदायक स्वप्न पाहिलं का?" समीरनं पुन्हा विचारलं. "मी तुमच्या किंचाळण्याचा आवाज ऐकला."

विजयनं मानेनं "हो" सांगितलं. "धन्यवाद, समीर. काळजीचं काही कारण नाही... स्वप्नच होतं... सकाळी भेटू या."

"सकाळी? अहो, सकाळ झाल्यातच जमा आहे. घड्याळात किती वाजलेत ते तुम्ही पाहिलंत का?"

प्रकरण ३७

बुधवार, जून ७

विजय व समीर सकाळी लवकर आवरून तयार झाले. विश्रामगृहातल्या डायनिंग रूममध्ये गरमागरम नाश्ता केल्यावर त्यांनी तिथून चेक-आउट केलं. विजय नेहमीपेक्षा शांत वाटत होता.

लवकरच ते ठरल्याप्रमाणे अहुखान्याकडे निघाले.

"विजयजी, तुम्ही बरे आहात नं?" गाडी तापीवरच्या पुलावरून जात असताना समीरनं विचारलं. विजय अजूनही शांतच होता व तापीच्या विस्तृत निळ्या-हिरव्या पात्राकडे एकटक बघत होता.

"समीर, तू काल संध्याकाळी शाही किल्ल्यामध्ये नेमकं काय पाहिलंस?" विजयनं नदीकडेच बघत विचारलं. त्याचा स्वर खालचा व गंभीर होता.

"विजयजी, तुम्ही असं का विचारता आहात? मी मान्य करतो, की काल संध्याकाळी मला कदाचित भास झाला असेल किंवा तुम्ही म्हणालात तसं मी खूप थकलो असेन."

"तुला एक स्त्री दिसली, असं म्हणाला होतास ना? ती कशी दिसत होती? तिनं काय कपडे परिधान केले होते?"

"मला तिचा चेहरा दिसला नाही, पण तिनं पांढरा झगा घातला होता, खास ठेवणीतला... राजेशाही."

"समीर, तुला माहीत आहे का... मला वाटतं मी स्वप्नात तीच स्त्री पाहिली. मला ठाऊक आहे असं बोलणं विचित्र वाटेल. आपण तर्कशुद्ध व विज्ञानाच्या

दृष्टीनं विचार करणारे आहोत... पण तरीही...''

''काय घडतंय हे मला खरंच कळत नाहीये.'' समीरच्या आवाजात कंप होता.

तापी नदीवरचा पूल ओलांडल्यावर ते झैनाबाद गावात शिरले. थोड्याच वेळात, डावीकडे त्यांना 'अहुखान्याकडे' अशी खूण असलेली वाट दिसली. त्या वाटेवरून, रंगीबेरंगी कपडे परिधान केलेला स्थानिक लोकांचा एक समूह त्यांना जाताना दिसला. तो समूहदेखील त्याच दिशेला जात असावा. विजय व समीर हमरस्त्यावरून सरळ गेले व अहुखान्याच्या प्रांगणाकडे जाण्यासाठी डावीकडे वळले.

राम शरण तिथे आधीच येऊन थांबला होता. विजय व समीर आल्यावर त्यानं त्यांचं स्वागत केलं आणि त्यांची कालची संध्याकाळ कशी गेली ते विचारलं. त्यानंतर तो त्यांना अहुखाना मैदान दाखवायला घेऊन गेला. तिथला बराचसा भाग ओसाड वाटत होता.

''तुम्ही बघतच आहात, की अहुखान्याचा काहीच भाग शिल्लक राहिला आहे,'' राम शरण म्हणाला. ''मुमताझचा मृतदेह शाही किल्ल्यातून इथे आणला गेला आणि याच आवारात पुरण्यात आला. एकेकाळी हे सुंदर उद्यान होतं, असं म्हटलं जातं. अहुखाना म्हणजे हरणांचं वन.'' तो मागे वळला व नदीच्या दुसऱ्या बाजूला असलेल्या शाही किल्ल्याकडे बोट दाखवून म्हणाला, ''ते बघा, आपण काल तिकडे होतो.''

''मुमताझला शाही किल्ल्याजवळच कुठेतरी दफन करण्याऐवजी इथे का पुरण्यात आलं, याबद्दल काही माहिती आहे का?'' विजयनं विचारलं.

''कोणालाच ते नेमकं माहीत नाही. तिला एखाद्या सुंदर ठिकाणी दफन केलं जावं, अशी शहाजहानची इच्छा असल्याचं म्हटलं जातं. कदाचित ही जागा योग्य वाटली असावी... कोणास ठाऊक खरं काय आहे ते,'' राम शरण म्हणाला.

''बरं, तिला नेमकं कुठे दफन करण्यात आलं?'' विजयनं विचारलं.

''नीटसं माहीत नाही,'' मैदानाकडे बघत राम शरणनं उत्तर दिलं. ''सहा महिन्यांनंतर तिचा मृतदेह आगऱ्याला नेण्यात आला.''

''म्हणजे, तिला नेमकं कुठे दफन केलं होतं ते शोधण्याचा प्रयत्न इतक्या वर्षांत कुणीच केला नाही?'' समीरनं विचारलं.

''याला काहीच अर्थ नाही,'' विजय म्हणाला. ''याविषयी आणखी माहिती असायलाच हवी. काहीतरी विसंगत वाटतंय,'' विजयनं नोंद केली.

रंगीबेरंगी कपडे घातलेले पुरुष, स्त्रिया व मुलांचा एक छोटासा समूह अहुखान्यातल्या एका विशिष्ट जागेकडे चालत गेला. विजय, समीर व राम शरण थांबून बघत राहिले.

"मघाशी, त्या पायवाटेवर चालताना आपण पाहिलेला समूह बहुतेक हाच होता," समीरनं म्हटलं.

समूहातली काही मंडळी बासरी, शहनाईसारखी वाद्यं वाजवत होती, तर काही जण ढोल वगैरे. पण प्रत्येकाच्या चेहऱ्यावर गंभीर भाव होते.

"आज सात जून आहे. हा मुमताझचा उरूस आहे... काही स्थानिक लोक तिचा मृत्युदिन सतरा तारखेऐवजी आज साजरा करतात, बहुतेक जुन्या कॅलेंडर पद्धतीमुळे," राम शरणनं पार्श्वभूमी सांगितली. विजय व समीर यांनी हे आदल्या दिवशीच अमिन भाईंकडून रेस्टॉरंटमध्ये ऐकलं होतं, पण त्यांनी ते पहिल्यांदाच कळतंय अशा आविर्भावात ऐकलं.

थोड्याच वेळात, तो समूह एका मोकळ्या जागी पोहोचला. तिथे जमिनीवर थोडासा उंचवटा होता. मग तिथे गुडघ्यावर बसून त्या लोकांनी फुलं वाहिली, उदबत्त्या लावल्या व प्रार्थना केली. विजयनं राम शरणकडे पाहिलं असता तो पुटपुटला, "मुमताझला त्या जागी दफन केलंय असं स्थानिक लोकांना वाटतं."

"आपण त्यांच्याशी बोलू शकतो का?" विजयनं विचारलं.

"मला वाटतं, हो. मी उस्मानला ओळखतो," असं म्हणून राम शरण विजय व समीरला त्या समूहाकडे घेऊन गेला.

"उस्मान, कसे आहात सगळे?" राम शरणनं विचारलं. "हे दोघे आगऱ्यातले सरकारी अधिकारी आहेत. त्यांना तुमच्याशी उरूसाबद्दल बोलायचं आहे."

"सलाम साहेब," उस्माननं सलाम केला आणि त्यानंतर समूहातल्या बाकीच्यांनीही केला. विजय व समीरनं मान हलवून तो स्वीकारला. "साहेबजी, यापूर्वी कोणीही सरकारी अधिकारी आमच्याशी बोललेला नाही किंवा कोणी आम्हाला मुमताझच्या उरूसाबद्दल विचारलेलं नाही," उस्मान नम्रपणे म्हणाला.

विजयनं विचारलं, "उस्मान भाई, तुम्ही सगळे इथे का आला आहात आणि काय करत आहात ते सांगाल का?" उस्माननं त्याची जाळीदार टोपी सरळ केली. "साहेबजी, आमच्या राणीला, मुमताझला, इथे दफन करण्यात आलंय. आम्ही दरवर्षी इथे येतो. तिला चिरशांती मिळण्यासाठी दुवा मागतो."

"अच्छा. तिला तर आगऱ्यात दफन केलं ना?"

"असं ती बडी माणसं म्हणतात, साहेबजी. पण, आम्ही गेली तीनशे वर्षं जे करत आलो आहोत तेच पाळत आहोत. तिला आगऱ्यातही दफन केलं असेल

तर ती अल्लाची इच्छा. तो असे चमत्कार घडवतो.'' उस्माननं विजयच्या मुद्द्याकडे फारसं लक्ष दिलं नाही.

अचानक विजयचं लक्ष समूहाच्या मागील बाजूला गेलं. जे घडतंय ते कोणीतरी लोकांच्या मागनं बघत असल्यासारखं त्याला वाटलं. समीरनं विजयकडे पाहिलं व हाताच्या खुणेनं 'काय झालं?' असं विचारलं, पण विजयनं काही उत्तर दिलं नाही.

''साहेबजी, हे घ्या,'' असं म्हणून उस्माननं त्या तिघांना मिठाई देऊ केली.

''धन्यवाद, उस्मान,'' विजय म्हणाला.

''साहेबजी, तुम्ही पुढच्या वर्षीही इथे याल का?''

विजय हसला, पण काहीच बोलला नाही. त्यानंतर उस्मान व बाकीचे लोक गात, नामघोष करत तिथून निघून गेले. त्या समूहानं ज्या ठिकाणी फुलं वाहिली व प्रार्थना केली त्याकडे विजय काही क्षण बघत राहिला. नंतर तो त्या ठिकाणाजवळ गेला. गुडघ्यावर बसून त्यानं जमिनीवरून हात फिरवला व काहीतरी जाणून घ्यायचा प्रयत्न केला. ''समीर, कृपया पुरातत्त्वशास्त्राच्या किटमधलं पोर्टेबल जीपीआर यंत्र मला दे.''

विजयनं त्या उंचवट्यावरून काही क्षण जीपीआर फिरवलं. नंतर त्यानं ते समीरला परत केलं व तो उभा राहिला.

राम शरण म्हणाला, ''सर, मी तुम्हाला सांगितल्याप्रमाणं, तिथे काहीच नाहीये. इथले लोक अंधश्रद्धाळू आहेत.''

विजयला हे म्हणणं पटलं नव्हतं. विजयनं वायव्येकडे दूरवरच्या शाही किल्ल्याच्या दिशेनं पाहिलं. ''तिला इथे का पुरलं असावं?'' स्वतःशीच बोलत त्यानं विचारलं.

''सर, मी आधी म्हटलं तसं, कुणालाच नेमकं कारण माहीत नाही. ते शोधण्याचा प्रयत्न इतक्या वर्षांत कोणीही केला नाही,'' खेदपूर्ण स्वरात राम शरण म्हणाला.

विजय चौथरा तपासत राहिला. ''इथे उंचवटा आहे.''

''मला ठाऊक आहे, पण या मैदानात अशा आणखी काही जागा आहेत. आपण कोणताही निष्कर्ष काढू शकत नाही,'' राम शरण म्हणाला, पण अचानक त्याचा आवाज बदलला. ''सर... सर.'' तो त्या सर्वांच्या पलीकडे कुठेतरी बघत होता, त्याचा चेहरा गंभीर होता. त्यांना गुरगुरण्याचा आवाज ऐकू आला. समीर व विजय यांनी मागे वळून पाहिलं.

अचानक कुत्र्यांचा एक कळप कुठून तरी आला होता. ते रानटी व भयानक दिसत होते. कुत्रे त्यांच्यावर चाल करून येऊ लागले. ''पळा!'' राम शरण

ओरडला आणि ते सर्वजण प्रवेशद्वाराच्या दिशेनं धावत सुटले. कुत्रे त्यांचा पाठलाग करू लागले. मग त्यांच्या भुंकण्याचा आवाज बंद झाला. काय झालं ते बघायला तिघंही थांबले व त्यांनी मागे वळून पाहिलं. कुत्र्यांनी पाठलाग बंद केला होता आणि ते आता त्या चौथऱ्यावर शांतपणे बसले होते.

काही क्षण थांबून विजयनं त्या जागी जाण्याचा प्रयत्न केला, पण कुत्रे पुन्हा गुरगुरू लागल्यानं विजय मागे फिरला.

"कुत्रे चौथऱ्याचं रक्षण करू पाहत आहेत," समीरनं मत नोंदवलं.

"जाऊ द्या, सर," राम शरणनं सावध केलं. "हे कुत्रे असे अचानक कुठून आले ते मला काहीच कळत नाही. मी यापूर्वी त्यांना इथे कधीच पाहिलं नाही, पण ते फार भयानक दिसत आहेत."

"हो, काल रात्रीही ते इतकेच भयानक दिसत होते," स्वप्न आठवून विजय पुटपुटला.

"काल रात्री? मला नाही कळलं," राम शरण म्हणाला.

"काही नाही."

"विजयजी, आपण परत जाऊ या. मला काहीतरी विचित्र वाटतंय." भीतीनं समीरचा चेहरा पांढरा फटक पडला होता.

"राम शरणजी, आमचं इथलं काम झालंय," विजय म्हणाला. "आपण परत निघू या."

नऊ वाजत आले होते. ते दोघे गाडीकडे परत गेले आणि त्यांनी राम शरणचे आभार मानले.

"मी भोपाळ सर्किटला काही कळवायचं आहे का?" राम शरणनं विचारलं.

"राम शरणजी, कृपया त्यांना सांगा, की तुम्ही केलेल्या सर्व साहाय्याबद्दल व्हिजिटर्स खूप खूश झाले," विजय म्हणाला. राम शरण हसला.

इंदूरहून दुपारी एकचं दिल्लीला जाणारं विमान पकडण्यासाठी विजय व समीर बुऱ्हाणपूरमधून निघाले.

विजय व समीर महामार्ग २७ला लागले व उत्तरेकडे इंदूरच्या दिशेने जाऊ लागले.

समीर तणावात होता. "विजयजी, तुमचं नक्की नियोजन काय आहे ते मला अजूनही ठाऊक नाही. म्हणजे, आपण आरटीआय अहवाल कसा पूर्ण करणार आहोत? आपण या दौऱ्यातून काय साधलं? ताजमहालातल्या शिरकाव्याचं काय? मी काही उत्तरं मिळण्याची आतुरतेनं वाट बघतोय."

"हो, मी जाणून आहे," विजयनं समीरकडे बघितलं. समीरला विश्वासात घ्यायची वेळ आता आली आहे, असं त्याला जाणवलं. "आता नीट ऐक,

समीर... शुक्रवारच्या बैठकीमध्ये आपण निष्कर्ष सादर करेपर्यंत कोणालाही काही सांगणार नाहीस याचं आश्वासन दे.''

"माझं नियोजन असं आहे...''

प्रकरण ३८

बुधवार, जून ७
आग्रा

लंडन-दिल्ली विमान सकाळी नवी दिल्लीच्या इंदिरा गांधी आंतरराष्ट्रीय विमानतळावर उतरलं. युनेस्कोची गाडी सोनियाला न्यायला विमानतळावर आली होती. यमुना एक्स्प्रेसवेवरून प्रवास करत, सोनिया सकाळी उशिरा आग्र्याला पोहोचली. तिनं लक्झरी हॉटेलमध्ये बऱ्याच दिवसांसाठी आरक्षण केलं होतं व तिथले कर्मचारीही तिला ओळखू लागले होते.

"मिस. फरजानी, तुमचं पुन्हा स्वागत आहे. तुमचा दौरा कसा झाला?" सोनिया चेक-इन करत असताना एका कर्मचाऱ्यानं विचारलं. "तुमचं सामान वर पाठवतो."

सोनिया तिच्या खोलीकडे जात असताना, तिला दुरून एक ओळखीचा चेहरा दिसला. 'सुरक्षा विभाग' असं लिहिलेल्या खोलीतून इन्स्पेक्टर सिंग बाहेर येत होते. ते हॉटेल मॅनेजरशी व एका कर्मचाऱ्याशी बोलत होते. लिफ्टनं जाण्यासाठी ती वळते तोच, हॉटेलच्या कर्मचाऱ्यानं संगणकाच्या डिस्कसारखी दिसणारी एक वस्तू इन्स्पेक्टर सिंगकडे दिल्याचं तिनं पाहिलं.

सोनियानं आवरलं व दुपारच्या वेळी ती बीओएच्या कार्यालयात गेली. बीओए कार्यालयासमोर तिला इन्स्पेक्टर सिंगची गाडी दिसली. कार्यालयात येताच ती सर्वप्रथम थेट कॉन्फरन्स रूमच्या दिशेनं गेली. इन्स्पेक्टर सिंग चोप्रांच्या केबिनमध्ये त्यांच्याशी बोलत असल्याचं तिला जाताना काचेच्या दारातून दिसलं.

कॉन्फरन्स रूममध्ये मलिक लॅपटॉपवर काम करत होते. ''सोनिया, तू आलीस परत? छान!'' मलिक म्हणाले. ''मग, तू आणि विजय कुमारनी सगळं शोधून काढलंच असेल?''

सोनिया हसली. ''मलिकजी, तुम्हाला माहीतच असेल, मला तिथे गेल्यावर बरं नव्हतं... आणि त्यानंतर विजयजींनी दौरा आवरता घेत भारतात परतायचं ठरवलं. पण, चांगली गोष्ट म्हणजे, त्यांना ब्रिटिश लायब्ररीमध्ये काही उपयुक्त नकाशे मिळाले असं वाटतं.''

चोप्रा व सिंग तिथे आले. ''सोनिया तुझं स्वागत आहे. सॉरी, लंडनमध्ये तू आजारी पडलीस. आता कशी आहेस?'' चोप्रांनी विचारलं.

''आता बरं वाटतंय. धन्यवाद.''

''तू थोडक्यात कामाचा अहवाल दिलास तर बरं होईल,'' खुर्चीत बसत चोप्रा थेट मुद्द्यावर आले.

''नक्की. मला वाटतं विजयजी जास्त चांगलं सांगू शकतील, पण माझ्या माहितीप्रमाणे अहवाल असा आहे...'' ती काही वेळ बोलत राहिली.

''आणि म्हणून, आपण एका अपयशी दौऱ्यावर सरकारचा पैसा वाया घालवला आहे...'' चोप्रांनी मान हलवली. ''मला वाटतं आपण फार काहीच साध्य केलं नाही, खरं ना?''

''मला सुरुवातीपासूनच शंका होती,'' मलिक म्हणाले.

''चोप्रा सर, माफ करा, पण तुम्हाला माहीतच असेल की मला बरं वाटत नव्हतं आणि विजयजींची भेट होण्यापूर्वीच जी.एस.व्हीं.चा मृत्यू झाला. डॉक्टर रॉयचा अहवाल शोधण्याचं काय झालं ते मला ठाऊक नाही.''

''तुला नक्की काय म्हणायचं आहे? मला वाटलं त्याला अहवाल मिळाला नाही.'' चोप्रांनी क्षणभर तिच्याकडे पाहिलं. ''तुला याउलट म्हणायचं आहे का?''

''नाही, मला तसं नव्हतं म्हणायचं,'' सोनिया म्हणाली. ''मला इतकंच सांगायचं होतं... ते जी.एस.व्हीं.च्या घरी गेले तेव्हा नेमकं काय घडलं याची मला काहीच कल्पना नाही. माझ्याशी न बोलताच ते त्या रात्री लंडनहून निघाले.''

चोप्रांनी तिला आणखी काही विचारलं नाही. ''ठीक आहे. आरटीआयचं उत्तर लिहिण्याचं काम आपण सुरू ठेवू या.'' चोप्रांनी मलिककडे पाहिलं. ''मी तुम्हा दोघांवरही भिस्त ठेवून आहे.''

''खरंतर, समीरनं अहवालाची उत्तम रूपरेषा तयार केलीय,'' एका दस्तऐवजावर नजर टाकत मलिक म्हणाले.

''उत्तम... तर मग सगळं ठरलेलं आहे. आपण शुक्रवारी आरटीआय उत्तराचा

अंतर्गत आढावा घेणार आहोत. विजय व समीर आज संध्याकाळी परत येतील. उद्या, ते त्यांच्या दौऱ्यात मिळालेली माहिती देतील आणि त्यानंतर टीमला अंतिम अहवाल तयार करता येईल. समजलं?''

सिंगनी घसा खाकरला व चोप्रा त्यांच्याकडे वळले.

''मी विसरूनच गेलो होतो. इन्स्पेक्टर सिंगना काही मुद्द्यांवर बोलायचं आहे. माफ करा, सिंग साहेब, कृपया सुरुवात करा.''

''खालच्या दालनात मरण पावलेल्या माणसाविषयी पोलिसांना आणखी माहिती मिळाली आहे.'' सिंगनी बोलायला सुरुवात केली व ते प्रतिक्रिया पाहण्यासाठी थांबले, पण मलिक किंवा सोनिया काहीच बोलले नाहीत.

''त्याचं नाव दिनेश डिसिल्व्हा आहे. तो युनेस्कोच्या नेपाळमधल्या काठमांडू कार्यालयात काम करत होता. तो वारंवार आगऱ्याला येत होता.'' सिंग सोनियाकडे वळले. ''मिस. सोनिया, ही माहिती ऐकून तुम्हाला काही आठवतंय का?''

सोनिया कोड्यात पडली. ''हा माणूस काठमांडूमधल्या कार्यालयात काम करत होता आणि मला त्याच्याबद्दल काहीच माहीत नव्हतं याचं आश्चर्य वाटतंय. त्याच्याविषयी अधिक माहिती घ्यावी लागेल.''

''तुम्हाला सांगतो,'' सिंग म्हणाले, ''आम्ही काठमांडूतल्या युनेस्को कार्यालयाशी संपर्क केला आहे. डिसिल्व्हा न कळवता सारख्या सुट्या का घ्यायचा, हा प्रश्न त्यांना पडला होता, आणि त्याच्या मृत्यूचं ऐकून तर त्यांना धक्काच बसला.'' सिंगनी आजूबाजूला पाहिलं. ''अजून एक गोष्ट. आम्हाला दिनेशच्या बोटांचे ठसे आरटीआय कार्यकर्ता सुनील प्रसादच्या कार्यालयात मिळाले आहेत.''

खोलीत शांतता पसरली.

''डिसिल्व्हाला आरटीआय कार्यकर्त्याबद्दल कसं माहीत होतं?'' सोनियानं विचारलं.

''त्यानंच त्याला मारलं का?'' मलिकनी विचारलं.

''याचा तपास अजूनही सुरू आहे.'' सिंगनी पुन्हा एकदा सगळ्यांकडे पाहिलं. ''चोप्रा साहेब, मला आता निघायला हवं. धन्यवाद.'' सिंग तिथून निघून गेले.

काही क्षण कोणीच बोललं नाही. चोप्रांनी बोलायला सुरुवात केली.

''चला, कामाला लागू या.'' ते मलिक व सोनियाकडे वळले. ''इथून जाण्यापूर्वी समीरनं जीपीआर यंत्राच्या मदतीनं एक सर्वेक्षण केलंय. मलिकजी, तुम्ही त्या दिवशी त्याच्यासोबतच होतात ना? जीपीआर तिथे ठेवलंय.'' कोपऱ्यातल्या जीपीआर यंत्राकडे त्यांनी बोट दाखवलं. ''समीर जाण्यापूर्वी मला अहवाल देणार होता. तुमच्यापैकी कोणीतरी जीपीआर यंत्र तपासा, संगणकावर विश्लेषण करा,

इंजिनिअरशी बोला आणि ते काय म्हणतात ते बघा.''

"हो.'' सोनिया व मलिकनी एकमेकांकडे पाहिलं व सहमती दर्शवली.

त्या दुपारी माध्यमांमध्ये वार्तांकन सुरू होतं:

ताजमहालातली घुसखोरी व मृत्यू या प्रकरणी नवी माहिती समोर आली आहे. अधिकाऱ्यांना मृत माणसाची ओळख पटली आहे. आरटीआय कार्यकर्ता सुनील प्रसादच्या मृत्यूमध्येही त्या माणसाचा हात असण्याचा संशय पोलिसांना आहे. परंतु, हा माणूस ताजमहालातल्या खालच्या दालनात कसा शिरला आणि हे दोन्ही मृत्यू एकमेकाशी संबंधित आहेत का, याचं गूढ अद्याप कायम आहे.

इंदूर-दिल्ली असा विमानप्रवास करून आणि त्यानंतर दिल्ली विमानतळावरून टॅक्सी घेऊन विजय व समीर संध्याकाळी आगऱ्याला पोहोचले. चोप्रांना घडामोडी कळवण्यासाठी कॉल करणं विजय टाळत होता, पण चोप्रा त्याच्या कॉलची अधीरपणे वाट बघत असतील, याची त्याला कल्पना होती. चोप्रा त्याच्यावर रागावले असण्याची शक्यता आहे, हेही तो जाणून होता.

त्याचा अंदाज चुकीचा नव्हता. त्यानं कॉल करताच, अपयशी दौरा, अपेक्षेपेक्षा कमी प्रगती आणि बुऱ्हाणपूरचा पूर्वमंजुरी नसलेला दौरा यावरून चोप्रांचा विस्फोट झाला.

"सर, मी तुम्हाला व्यक्तिशः भेटून सगळं सविस्तर सांगतो.''

"विजय, आपल्याला शुक्रवारपूर्वी अहवाल पूर्ण करायचा आहे. मला वाटतं...''

"मला कल्पना आहे सर. आपण नक्की पूर्ण करू.'' विजयच्या आवाजात आत्मविश्वास होता.

चोप्रा शांत झाले. "खालच्या दालनात मरण पावलेल्या माणसाविषयी आपल्याला काही माहिती मिळाली आहे.'' इन्स्पेक्टर सिंगच्या हाती लागलेल्या माहितीबद्दल सुरू असलेलं चोप्रांचं बोलणं विजय शांतपणे ऐकत होता.

"चांगली घडामोड आहे. सोनियाची प्रतिक्रिया काय होती?'' विजयनं विचारलं.

"डिसिल्व्हा कोण आहे, हे माहीत नसल्याचं तिनं सांगितलं. विजय, मी काय सांगतोय ते कृपया ऐका. अहवाल निश्चित करण्यासाठी मला उद्या पूर्ण टीमला भेटायचं आहे. परवा त्यावर अंतर्गत बैठक होणार आहे.''

"चालेल, सर. उद्या मला काही तासांसाठी ताजमहालात जावं लागेल.''

"पुन्हा? आता तिथे काय तपास करायचा आहे?'' चोप्रा वैतागून म्हणाले.

"सर, कृपया मला माझ्या नियोजनाप्रमाणे काम करू द्या... मी खूप लांबचा प्रवास करून आलोय... कमालीचा दमलो आहे."

"बरं, बरं, मी समजू शकतो. उद्या भेटू." चोप्रांनी फोन ठेवून दिला.

त्या रात्री, विजय लगेचच झोपला नाही. तो डॉ. रॉयचा अहवाल वाचत बसला. त्यानं नोंदी काढल्या व निरीक्षणं लिहिली, कागदावर घटनाक्रम लिहून काढला, आणि एक पॉवरपॉइंट प्रेझेंटेशन बनवायला सुरुवात केली. नंतर तो थकला व झोपून गेला, पण तो अस्वस्थ होता. आठवणी, स्वप्नं व विचार त्याला स्वस्थ झोपू देत नव्हते – त्याच्या पत्नीचा मृत्यू, वेस्टमिन्स्टर ब्रिज, लंडनमधली डॉ. डेव्हिसबरोबरची चर्चा, समीरला भूत दिसणं, अहुखान्यामध्ये मुमताझच्या कबरीजवळ स्थानिक मंडळी प्रार्थना करत असताना दिसलेलं दृश्य, आणि ताजमध्ये मरण पावलेला माणूस.

मध्यरात्री त्याला जाग आली व तो अंथरुणात उठून बसला. त्यानं मेजाच्या खालच्या खणातून व्हिस्कीची बाटली काढली, स्वतःसाठी एक ड्रिंक बनवलं, आणि पुन्हा कामाला सुरुवात केली. थोड्या वेळानं, त्याला समाधानकारक काम झाल्यासारखं वाटलं आणि तो परत झोपायला गेला. या वेळी मात्र त्याला लहान बाळासारखी गाढ झोप लागली.

प्रकरण ३९

गुरुवार, जून ८

दुसऱ्या दिवशी सकाळचे नऊ वाजले होते. बीओए कार्यालयात, संपूर्ण आरटीआय टीम कॉन्फरन्स रूममध्ये जमली होती. मागच्या शनिवारनंतर पहिल्यांदाच ते सगळे एकत्र भेटत होते. चोप्रा मीटिंगचं नेतृत्व करत होते आणि चिंतेत दिसत होते. चोप्रा कधीही आपल्यावर तुटून पडतील असं विजयला वाटत होतं, पण तो शांतपणे बसला होता.

सर्वप्रथम चोप्रांनी विजय व समीर यांचं स्वागत केलं. त्या दोघांना बघून सोनियाला आनंद झाला, पण मलिक मात्र नेहमीप्रमाणे निर्विकार चेहऱ्यानं बसले होते. चिंताग्रस्त समीर त्याच्या नोंदी व कागदपत्र आवरत होता.

"बरं, टीम, आता वेळ झाली आहे," चोप्रांनी बोलायला सुरुवात केली. "आपल्याला उद्या आरटीआय उत्तराचा अंतर्गत आढावा घ्यायचा आहे. मला तुमच्याबद्दल माहीत नाही, पण मलातरी काळजी वाटते आहे." ते विजयकडे वळले. "संपूर्ण लंडन दौरा निरुपयोगी ठरला... आणि याचं वरिष्ठांना उत्तर मला द्यावं लागणार आहे."

"सर, आम्ही आमच्याकडून शक्य तितका प्रयत्न केला." विजयनं थोडक्यात उत्तर दिलं.

"बरं, मग डॉ. रॉय यांच्या अहवालाविना किंवा बादशहानाम्याच्या सविस्तर आढाव्याशिवाय आपण कसं निभावून नेणार आहोत?" चोप्रा थेट मुद्द्यावर आले. "लंडन दौरा करण्याचं आपलं सगळं समर्थनच या दोन मुद्द्यांवर अवलंबून होतं."

"जी.एस.व्हीं.चा मृत्यू झाला हा काही आपला दोष नाही,'' विजयनं स्पष्टीकरण दिलं.

"हं, विजय कुमार जिथे जातात तिथे काहीतरी दुर्घटना घडते आणि... आणि लोक मरतात,'' सोनियाकडे बघत मलिकनी टोमणा मारला.

"सर, आपल्याकडच्या माहितीच्या आधारे आम्ही अहवाल लिहायला सुरुवात केली आहे,'' समीरनं शांत आविर्भावात सांगण्याचा प्रयत्न केला. "त्यातून आरटीआय याचिकेचं उत्तर देता येईल का, ते सांगता येत नाही. ते नेतृत्वानं ठरवायचं आहे.''

चोप्रांनी क्षणभर विचार केला व मान हलवली. "आपण त्याच मार्गानं पुढे जाऊ या. आणि हो, पोलीस प्रकरणाच्या बाबतीत म्हणायचं तर पोलिसांनी तपासात प्रगती केली आहे, असं दिसतंय. पण, बीओएची त्यांना फारशी मदत होत नाहीये, अशी त्यांची काहीशी तक्रार दिसतेय. माध्यमांनीही हा विषय लावून धरला आहे, आणि वरिष्ठ अधिकारी अस्वस्थ होत आहेत.''

"या बाबतीत लवकरच प्रगती दिसून येईल,'' विजयनं शांतपणे म्हटलं.

सोनियानं त्याच्याकडे पाहिलं, पण ती काही बोलली नाही.

विजय समीरकडे वळला. "समीर, जीपीआर रिपोर्ट तपासलास का?''

"काहीतरी विचित्र घडलंय.'' समीरच्या चेहऱ्यावर काळजी दिसत होती. "कारण माहीत नाही, पण मी गोळा केलेली सगळी माहिती नाहीशी झालेली आहे. मी इथे नसताना काय घडलं ठाऊक नाही. कुणाला कल्पना आहे का?''

"मी कालच परत आले. तुला माहीत नाही का?'' असं ताड्कन बोलून सोनिया मलिककडे वळली.

"मी ठरलो वयस्कर माणूस. मला जीपीआरमधलं फारसं कळत नाही,'' कोणाकडेही न बघता मलिक म्हणाले.

"हे कसं शक्य आहे?'' चोप्रांनी विचारलं.

"आपल्याला मदत होणार असेल तर मी आजच पुन्हा एकदा सर्वेक्षण करतो,'' समीरनं तयारी दाखवली. विजयनं क्षणभर विचार करून म्हटलं, "समीर, मला यावर विचार करूदे... मी तुझ्याशी नंतर बोलतो.''

"विजय, आता पुढे काय करायचं आहे?'' चोप्रांनी विचारलं.

"टीमनं अहवालावर काम करत राहावं. मी काही वेळ ताजमहाल आणि लाल किल्ल्यावर जाऊन येतो.''

चोप्रांचा वैताग लपत नव्हता. "विजय, अहवाल लिहिण्यासाठी तुमची गरज आहे. अटेंडिंग ऑफिसर म्हणून त्यावर तुमची स्वाक्षरी लागणार आहे.''

"आणि लाल किल्ल्यावर कशासाठी? तिथे काय आहे? मीपण येऊ का?''

सोनियानं विचारलं.

विजयला काय अपेक्षित आहे, हे ओळखून चोप्रांनी म्हटलं, "विजय, ताजमहाल व लाल किल्ला या दरम्यान भुयार वगैरे शोधण्याचा उगाच प्रयत्न करू नका. तिथे असं काहीही नाहीये."

"अलीकडच्या काळात तिथे एक भुयार सापडलं आहे, पण ते फक्त लाल किल्ल्याच्या पूर्व व पश्चिम टोकांना जोडतं," समीरनं सांगितलं.

"बरोबर, पण त्याचा आरटीआय अहवालाशी काय संबंध?" चोप्रांनी विचारलं.

"सर, आपल्याला इथं दोन प्रकरणांचा तपास करायचा आहे." विजयनं चोप्रांना आठवण करून दिली, आणि त्यांच्या प्रतिक्रियेची वाट न बघताच तो सोनियाकडे वळला. "धन्यवाद, सोनिया. पण, मला मदतीची गरज पडणार नाही. आज, मी एकटाच जाऊन येणार आहे."

चोप्रांनी विजयकडे पाहिलं, पण आणखी वाद घातला नाही. त्यानंतर विजयने टीमला आरटीआयचं उत्तर लिहिण्याबद्दल सूचना दिल्या.

"कृपया प्रवाशांची, विशेषतः पीटर मंडी व टॅव्हर्निए यांची सगळी महत्त्वाची विधानं आणि ताजमहालावरचे बाकी संदर्भ एकत्र करा. त्यानंतर, घटनाक्रम तयार ठेवा, आणि इमारतीचे सगळे आराखडे व व्ह्यू बाजूला काढून ठेवा. तसंच, आरटीआय याचिकेतल्या प्रश्नांना उत्तरं होतील, अशा स्वरूपामध्ये कृपया अहवाल तयार करा, पण पुरावे पुढे दिल्याप्रमाणे संकलित करा: इमारतीच्या नावासाठी पुरावा, शहाजहानच्या आदेशांचा पुरावा, घटनाक्रमासाठी पुरावा आणि दफनविधीसाठी पुरावा... सगळं नीट समजलंय ना? कोणाला काही शंका आहेत का?"

कोणी काहीच न बोलल्यामुळे विजय जायला निघाला. "मी दुपारी परत येईन."

"थांबा, मला टीमला आणखी एक महत्त्वाचं सांगायचं आहे," चोप्रा म्हणाले व विजय थांबला. "आपल्याकडे बाहेरून पाहुणे येणार आहेत, या विषयातल्या एक तज्ज्ञ. त्या उद्या आरटीआय उत्तराच्या आढाव्यामध्ये सहभागी होणार आहेत."

"त्या कोण आहेत आणि का येणार आहेत?" विजयनं विचारलं.

"दिल्ली विद्यापीठातल्या नामवंत इतिहासतज्ज्ञ, प्राध्यापक प्रोतिमा माथुर. आपल्या अहवालाला त्यांची मंजुरी असावी, असं वरिष्ठांना वाटतं."

"आपला विभाग बाहेरच्या व्यक्तीला का बोलवत आहे?" विजयनं विचारलं. त्याच्या चेहऱ्यावर नाराजी स्पष्ट दिसत होती. "याला काहीच अर्थ नाही. त्यांचा माझ्यावर विश्वास नसल्याचं यातून दिसतं... म्हणजे या टीमच्या विश्लेषणावर असं मला म्हणायचं आहे, सर."

"नाही, विजय, मला तसं म्हणायचं नव्हतं." चोप्रांचा स्वर मवाळ झाला होता. "आणि, आपली जर सगळी तयारी असेल तर काळजी कसली? विजय, तुम्हाला कसली चिंता वाटते आहे?" विजय काहीच बोलला नाही. टीमला दिलासा देत चोप्रा बोलत राहिले, "माझ्यावर विश्वास ठेवा, मी प्रयत्न केला, पण प्राध्यापक माथुर यांनी प्रेझेंटेशनला हजर राहावं, असा आग्रह वरिष्ठांनी धरला. त्याला मी तरी काय करणार?"

"ठीक आहे. टीम, उत्तर तयार करायला लागा," विजय कॉन्फरन्स रूममधून बाहेर पडला तसं चोप्रा म्हणाले.

समीर, सोनिया व मलिक यांनी आरटीआयचं अंतिम उत्तर लिहायला सुरुवात केली.

"आता खरी मजा येणार आहे," समीर म्हणाला.

"आपण सुरुवातीलाच हा मार्ग पत्करायला हवा होता," मलिकनं म्हटलं व नकारार्थी मान हलवली.

सोनिया अस्वस्थ होती. "काय झालं?" समीरनं विचारलं, पण ती काहीच बोलली नाही.

चोप्रा त्यांच्या केबिनमध्ये परत आले तसा त्यांचा फोन वाजला. इन्स्पेक्टर सिंगचा फोन होता व ते लगेचच थेट मुद्द्यावर आले.

"चोप्रा साहेब, विजय व सोनिया कुठे आहेत? विजय लंडनहून, म्हणजे बुऱ्हाणपूरहून परत आले का?"

"अर्थातच, परतले आहेत. इन्स्पेक्टर सिंग, त्यांच्यावर उगाचच संशय घेऊ नका, हे मी तुम्हाला आधीच बोललो होतो. ते दोघेही इथेच आहेत आणि तुम्ही त्यांना प्रश्न विचारू शकता. पण आज, ते एका महत्त्वाच्या अहवालावर काम करत आहेत आणि उद्या आमच्या विभागाची एक विशेष बैठक आहे."

"बरं, विजय आत्ता कुठे आहेत?" सिंगनी पुन्हा विचारलं.

"मला वाटतं त्यांना ताजमहाल आणि लाल किल्ल्यामध्ये आणखी काही वेळ व्यतित करायचा आहे," चोप्रांनी उत्तर दिलं.

"त्यांना आत्ता तिथे का जायचं होतं?"

"मला माहीत नाही. विजय या अहवालाचं नेतृत्व करत आहेत आणि त्यांना तसा अधिकार आहे, सिंग साहेब. ते काहीही असलं तरी आमचा विभाग तपासामध्ये पूर्ण सहकार्य करत आहे. नाही का?"

"हो, तेही बरोबर आहे म्हणा." सिंगनी विषय वाढवला नाही. "धन्यवाद."

इन्स्पेक्टर सिंगनी फोन ठेवला व क्षणभर विचार केला. त्यांनी पुढचा कॉल त्यांच्या साहाय्यकाला लावला.

''माधवन, आज विजय कुमार व सोनिया यांच्यावर लक्ष ठेवा. मला सगळी इत्यंभूत माहिती हवी आहे.''

''हो, सर,'' माधवन म्हणाला.

इन्स्पेक्टर सिंगचा फोन ठेवल्यावर चोप्रा अस्वस्थ व चिंतेत दिसत होते. त्यांच्या संपूर्ण कारकिर्दीत त्यांना अशा विचित्र प्रसंगाला कधीच सामोरं जावं लागलं नव्हतं. लंडन दौरा व बुऱ्हाणपूरचा अनियोजित दौरा याबद्दल विजयनं अजून सगळं काही सांगितलं नाहीये, असं त्यांना वाटत होतं.

त्यांचा फोन पुन्हा वाजला. हा फोन दिल्लीहून संचालक नायक यांचा होता. चोप्रा हळू बोलले. ''हॅलो, नायक सर.''

''चोप्रा, काय नव्या घडामोडी आहेत? आरटीआय उत्तराचं काम कसं सुरू आहे? तुम्हाला विजय कुमारकडून कोणतीही अधिक माहिती मिळाली का?''

''सर, टीम यावर नेटाने काम करत आहे. विजय ताजमध्ये काही संशोधन करत आहेत, आणि आज आमची सगळी तयारी होईल.''

''चोप्रा, आपण विजयच्या लंडन दौऱ्यावर पैसा आणि वेळ वाया घालवला आहे.''

''सर, मला वाटतं तो निर्णय माझ्यावर सोपवलेला होता आणि त्यास वरिष्ठांनी पाठिंबा दिला होता. आणि त्यानंतर...''

नायकनी त्यांना वाक्य पूर्ण करू दिलं नाही. ''हे काम उद्या एकदाचं पूर्ण होईल ही आनंदाची बाब आहे... तुम्ही अहवालाचा मसुदा पाहिला आहे का?''

''सर, मी रूपरेषा बघितली आहे, पण सगळा मजकूर पाहिलेला नाही. टीम उद्या तो सादर करेल,'' चोप्रा म्हणाले.

''चोप्रा,'' नायक बोलताना थांबले व त्यांचा आवाजही बदलला. ''कुणाला बोलू नका... विजयला गुप्तचर विभागानं पेरलं असावं की काय, असं माझ्या मनात येतंय. हे सगळंच प्रकरण संशयास्पद वाटतंय. आधीच तीन जणांचा मृत्यू झाला आहे.''

चोप्रांना आश्चर्य वाटलं. ''सर, हे शक्य नाही. या केवळ राजकीय अफवा आहेत, याची मला खात्री आहे. सरकारवर टीका करण्यासाठी विरोधक केवळ संधी शोधत असतात. असो. मला ठाऊक आहे, की विजय जरा विक्षिप्त आहेत,

पण ते प्रामाणिक आहेत. आणि ते मृत्यू म्हणजे निव्वळ योगायोग असावेत.''

''ठीक आहे, चोप्रा. मी आणि प्राध्यापक माथुर आज संध्याकाळी आग्ऱ्याला पोहोचतो आहोत. आम्ही तुम्हाला व टीमला उद्या सकाळी प्रेझेंटेशनच्या वेळी भेटतो.'' संचालक नायक यांनी फोन ठेवून दिला.

खुर्चीमध्ये रेलून बसताना, चोप्रांना विजयबद्दल नायक जे बोलले ते आठवलं. गुप्तचर विभाग आपले हेर सरकारी विभागांमध्ये पेरत असल्याचे प्रकार चोप्रांनी ऐकले होते, पण त्यावर त्यांनी कधीच विश्वास ठेवला नव्हता. *संचालक नायक जरा वेडसर झालेत की काय,* त्यांच्या मनात आलं.

प्रकरण ४०

गुरुवार, जून ८
दुपारी

विजय ताज संकुलात पोहोचला तेव्हा माध्यमांतील काही मंडळी कॅमेरा युनिटसह तिथे हजर असल्याचं त्याला दिसलं. त्यातले काही जण विजयकडे धावत आले व 'ताज प्रकरणातलं गूढ त्यानं उकललं आहे का?' विचारू लागले. लवकरच सगळं स्पष्ट होईल, अशी आशा व्यक्त करून विजयनं त्यांना पांगवलं.

तो गेटवेमधून ताजमहालाच्या आवारात शिरला व प्रांगणावर चौफेर नजर टाकण्यासाठी थांबला. त्या दिवशी तिथे फारसे व्हिजिटर्स नसल्याचं त्याला आश्चर्य वाटलं. डॉ. रॉयचा अहवाल ठेवलेला प्लास्टिक फोल्डर त्यानं बॅकपॅकमधून बाहेर काढला. प्रतिक्षिप्तपणे त्यानं कोणी पाहतंय का? हे तपासण्यासाठी आजूबाजूला नजर फिरवली. कोणीच बघत नसल्याचं कळताच तो निश्चिंत झाला. ताजमध्ये येणारे व्हिजिटर्स नेहमीच नकाशांच्या मदतीनं फिरत असावेत, असं त्याला वाटलं. डॉ. रॉयच्या अहवालावर त्यानं ठिकठिकाणी स्टिकी नोट्स चिकटवल्या होत्या. अहवाल चाळत आणि आजूबाजूचा परिसर न्याहाळत तो मध्यवर्ती मार्गावरून चालू लागला व संगमरवरी चौथऱ्यावर पोचला.

वरच्या सेनोटॅफ दालनात जाणाऱ्या भव्य प्रवेशद्वाराशी तो थांबला. भिंतींजवळ उभा राहून त्यानं तिथे कोरलेला कुराणातला मजकूर बारकाईनं पाहिला. कोरीव मजकूर असलेला संगमरवर व त्याच्या बाजूचा संगमरवर त्यानं एका मोठ्या भिंगाच्या मदतीनं तपासला. कोरीवकाम केलेल्या लादीच्या तुलनेत बाहेरच्या

बाजूचा संगमरवरी दगड अधिक फिक्कट दिसत होता. ही सर्व निरीक्षणं त्यानं एका छोट्या वहीत नमूद केली.

सगळ्या वस्तू बॅकपॅकमध्ये ठेवून त्यानं चौथऱ्याभोवती फेरी घालायला सुरुवात केली व तळघराकडे जाणाऱ्या पायऱ्या शोधल्या. प्रवेश निषिद्ध हा बीओएनं लावलेला फलक अजूनही तिथे होता. त्यानं पायऱ्या पुन्हा एकदा तपासल्या. पायऱ्यांच्या तळाशी अंधार होता. त्याच्याकडे कोणी बघतंय का हे जाणून घेण्यासाठी त्यानं आजूबाजूला पाहिलं असता वक्फ बोर्डाचे सदस्य मौलाना मन्सूर त्याच्याकडेच एकटक बघत असल्याचं त्याला दिसलं.

मन्सूर विजयजवळ आले तसे त्यांच्या चेहऱ्यावर चट्कन प्रसन्न भाव उमटले, "सर... श्री. कुमार ना? तुम्ही परत आलात."

विजयनं क्षणभर विचार केला. "हो, मला आणखी थोडं संशोधन करायचं आहे... काही अडचण आहे का?"

मन्सूरनी नकारार्थी मान हलवली. "अजिबात नाही. तुम्ही बीओए अधिकारी आहात. काहीही अडचण नाही. तुमच्या हाती अशी कोणती नवी माहिती लागणार आहे इतकाच विचार मी करत होतो. गेल्या तीनशेहून अधिक वर्षांत, ताजमहालाबद्दल क्वचितच एखादी नवी माहिती समोर आली आहे. सरकारला यामध्ये नव्यानं रस वाटू लागला आहे की काय?"

"बघू काय सापडतं ते," विजयनं उत्तर दिलं. तो पायऱ्यांजवळून मागे वळला व वरच्या सेनोटॅफ दालनाच्या दिशेनं गेला.

विजय तिथून निघून जाताच, मन्सूरनी एक फोन केला.

"मलिक साहेब, हे काय चाललंय? विजय कुमार ताजमध्ये आता पुन्हा काय करत आहेत?"

"मन्सूर साहेब, मला माहीत नाही?" मलिक कुजबुजले. "आरटीआयवरचा अंतर्गत अहवाल उद्या सादर करायचा आहे. ताजमहालाबाबतची सध्या सर्वश्रुत असलेली माहितीच अहवालामध्ये नमूद केली जाईल असं आत्ता तरी दिसतंय... त्यामुळे त्या बाबतीत चिंतेचं काही कारण दिसत नाहीये. पण, विजय कुमार नेमकं काय करत आहेत ते मलाही नीटसं माहीत नाही... आणि मृत्यू व हत्या आणि पोलीस प्रकरण विचारात घेता, आमच्या विभागाला फार गुप्तता पाळता येणार नाही आणि कोणालाही संशोधन करण्यापासून रोखताही येणार नाही."

"हं, ठीक आहे. कृपया मला कळवत राहा. मी मंत्र्यांशी पुन्हा बोलणार आहे."

विजय ताजमहालाच्या सेनोटॅफ दालनात गेला. मन्सूरही त्याच्यामागून गेले. दालनात मोजकेच व्हिजिटर्स व पर्यटक होते. टूर गाइड्स त्यांना नेहमीचीच कथा सांगत होते. विजय खालच्या दालनात जाणाऱ्या बंद दरवाजाजवळ गेला. एक कंटाळलेला बीओए कर्मचारी दारात उभा होता. विजयनं त्याला आपला बॅज दाखवला आणि पायऱ्या उतरून कबरींच्या दालनात जायचं असल्याचं सांगितलं. बीओए कर्मचाऱ्याची यासाठी तयारी नसल्यासारखं दिसलं आणि त्यानं विजयच्या मागे उभ्या असलेल्या मन्सूरकडे पाहिलं. विजय वळला. मन्सूरनं नाइलाजानं मान हलवून कर्मचाऱ्याला दार उघडायला सांगितलं. बीओए कर्मचाऱ्याला मन्सूरच्या परवानगीची गरजच काय? विचित्रच आहे! विजयच्या मनात आलं, पण तो इतकंच म्हणाला, "धन्यवाद."

मन्सूरचा फोन वाजला आणि बोलण्यासाठी ते एका बाजूला गेले. कर्मचाऱ्यानं दिवे सुरू केले आणि विजय पायऱ्या उतरून खालच्या दालनात गेला.

खालच्या दालनामध्ये विजयनं रॉयचा अहवाल बाहेर काढला. त्यानं अहवाल चाळला आणि शहाजहानचा दफनविधी असं लिहिलेली स्टिकी नोटं शोधली. त्या पानावरच्या समासामध्ये हातानं काहीतरी लिहिलेलं होतं. त्यात म्हटलं होतं,

इटालियन प्रवासी मनुचीनं भिंतीमधल्या एका भोकाबद्दल लिहिलंय
ज्यातून शहाजहानचा मृतदेह आणण्यात आला.
पण याचा आणखी तपास करायला हवा.

अहवाल बंद करून व पुन्हा बॅकपॅकमध्ये ठेवून विजयनं सर्वप्रथम कबरींभोवती फेरी मारली. त्यानंतर काही वेळ तो दालनातल्या गोलाकार भिंतीलगत फिरला व त्यानं भिंतींच्या तळभागाचं बारकाईनं निरीक्षण केलं. फरशांवरून हात फिरवून, भिंतीला कान लावून, व टकटक करून त्यानं फरशा नीट तपासल्या. काहीतरी जाणवल्यानं तो फरशीच्या आणखी जवळ गेला आणि घड्याळाच्या बाराच्या स्थितीतल्या फरशीवर काही वेळा टकटक केली. त्यानंतर त्यानं त्याचं निरीक्षण वहीमध्ये लिहिलं.

त्यानं आजूबाजूला नजर फिरवली. तोच ते गूढ, मधुर गाणं त्याला पुन्हा ऐकू येऊ लागलं.

जो वादा किया वो निभाना पडेगा
जब भी पुकारा तुमको आना पडेगा

विजय क्षणभर स्तब्ध राहिला व त्यानं मान हलवली. त्यानं दोन्ही कबरी पुन्हा तपासल्या. या वेळी त्यानं कबरींच्या वरच्या भागालाही स्पर्श केला. कबरी उघडण्याबद्दल डॉ. डेव्हिस बोलले होते ते त्याला आठवलं. एका कबरीच्या झाकणाखालच्या पॉलिश्ड दगडावरून त्यानं सर्वत्र हात फिरवला आणि हाताला काही जाणवतंय का ते पहिलं. त्याला झाकणाच्या बरोब्बर खाली मध्यभागी गोलाकार डिझाइन आढळलं. ते एखाद्या लहानशा गोल फरशीसारखं दिसत होतं. क्षणभर विचार करून त्यानं त्याचा स्विस आर्मी चाकू बाहेर काढला. तेवढ्यात त्याला एक आवाज ऐकू आला.

"साहेबजी, तुम्हाला काही हवं आहे का?" थोड्या पायऱ्या उतरून आलेल्या बीओए कर्मचाऱ्यानं ओरडून विचारलं.

"काही नको, धन्यवाद," विजयनं दालनातूनच ओरडून उत्तर दिलं आणि चाकू पुन्हा बॅकपॅकमध्ये ठेवला. "माझं काम झालंय... आता वर येतोच आहे." कर्मचारी वर निघून गेला.

विजयनं हातानं स्पर्श केलेल्या गोलाकार फरशीबद्दल आणि तिच्या जागेबद्दल वहीत नोंद केली. त्यानंतर त्यानं पुन्हा एकदा संपूर्ण दालनावर नजर फिरवली आणि तो पायऱ्या चढून सेनोटॅफ दालनात परतला.

बीओए कर्मचारी त्याच्याकडे एकटक बघत होता, पण विजय केवळ हसला व त्याचे आभार मानून निघाला.

काही पर्यटक उत्सुकतेनं हे सगळं बघत होते. खालचं दालन आता खुलं झालंय असं वाटून ते दारापर्यंत गेले, पण बीओए कर्मचाऱ्यानं त्यांना थांबवलं. "पर्यटकांना मनाई आहे... केवळ अधिकाऱ्यांना परवानगी आहे."

विजय संगमरवरी चौथऱ्यावरून खाली आला व मुख्य टेरेसलगत चालू लागला. चालताना तो थांबला आणि कमानींसाठी वापरलेलं व दोन कमानींदरम्यानच्या भागात लावलेलं संगमरवर निरखू लागला. त्याचं नेमकं काय सुरू आहे, हे बघण्यासाठी काही पर्यटक त्याच्या मागोमाग थांबले. मागे वळूनही न बघता त्यानं आपला बॅज दाखवला. तो पाहताच पर्यटक निघून गेले. दोन कमानींच्या दरम्यानच्या भागात बसवलेल्या संगमरवराच्या तुलनेत कमानींवर बसवलेलं संगमरवर अधिक फिक्कट झालं होतं. हे निरीक्षण वहीमध्ये नोंदवून तो टेरेसवरून खाली आला.

तो थांबला आणि ताजची ती सुंदर वास्तू पुन्हा एकदा डोळे भरून पाहण्यासाठी मागे वळला. त्यानं बॅकपॅकमधून मोनोक्युलर काढला, घुमटावर केंद्रित केला, आणि काही क्षण घुमटावरील कळस न्याहाळला. त्यानं झूम केलं आणि चंद्रकोर नेहमीसारखी नसल्याचं पाहिलं. घुमटाच्या कळसावर एक कलश, पानं, कलशातून

काहीतरी बाहेर पडणारं – कदाचित नारळ – आणि कोरीव मजकूर होता. त्यानं याची नोंद करून घेतली. त्यानंतर तो ताज संकुलाच्या बाहेर पडण्यासाठी मध्यवर्ती मार्गिकेवरून चालू लागला.

चालता चालता त्यानं नंदिनीला फोन लावला.

''बाबा, तुम्ही आहात कुठे? तुमचा फोन नाही, मेसेज नाही. मला वाटलं तुम्ही वीकेंडला दिल्लीला यायचं ठरवलं होतं. मी तुमच्या कॉलची इतकी वाट बघत होते... पण आत्ता मला माझ्या वर्गात जायला हवं.''

''मी काही तातडीच्या कामासाठी लंडनला गेलो होतो.''

''खरंच? लंडनला?... तरीच आईनं कधीही...'' तिनं वाक्य पूर्ण केलं नाही.

तिला काय म्हणायचं होतं ते विजयला ठाऊक होतं, पण तो त्याविषयी काही बोलला नाही. लंडन दौऱ्याविषयी त्यानं नंदिनीला थोडक्यात सांगितलं.

''आणि हो, याबद्दल कुणालाही काही सांगू नको. प्राध्यापक माथुर उद्या इथे बीओएमध्ये येणार आहेत.''

''असं का? माध्यमांमधल्या कुणीतरी प्राध्यापक माथुरना ताजमहालातल्या अलीकडच्या घटनांविषयी विचारलं. इतिहासाच्या बाबतीत होत असलेला हस्तक्षेप चिंताजनक असल्याचं उत्तर त्यांनी दिलं.''

विजय थांबला. ''नंदिनी, तुला माहीतेय की मी वैज्ञानिक आणि तर्कशुद्ध दृष्टीनं विचार करतो. केवळ या दोनच गोष्टी मला प्रभावित करू शकतात... मी तुला बरेच दिवस फोन करू शकलो नाही याबद्दल खरंच सॉरी... मला आत्ता फोन ठेवायला हवा. बाय.'' विजयनं फोन ठेवला. तो उजवीकडे पश्चिम भिंतीकडे वळला व त्यानं आणखी कुणाला तरी फोन लावला.

''समीर, तुझ्या आजूबाजूला कोणी आहे का? कार्यालयातल्या इतर कोणालाही तुझं बोलणं ऐकू येता कामा नये.''

''हो, हो, बोला.''

''बुऱ्हाणपूर दौऱ्यादरम्यान आपलं बोलणं झालं होतं, पण वायव्य कोपऱ्यात गेल्यानंतर जीपीआर यंत्राच्या डिस्प्लेवर काय दिसलं होतं ते तुला आठवतंय का?''

''अं... डिस्प्ले पॅनलवर बिंदूंचा एक गडद पट्टा निर्माण झाला होता... त्या भागातल्या जमिनीखाली पोकळी असल्याचं कदाचित ते बिंदू दर्शवत होते.''

''हे दिसण्याचं ठिकाण कोणतं होतं?''

''बिंदूंचा पट्टा पश्चिमेकडून सुरू होऊन लाल किल्ल्याच्या दिशेनं गेल्यासारखं दिसत होता, कदाचित किल्ल्याच्या अमर सिंग प्रवेशद्वाराच्या दिशेनं किंवा

त्याच्या जरा उत्तरेकडे.'' समीर बोलत असताना, विजयनं ताजच्या पश्चिम भिंतीपासून लाल किल्ल्याकडे समीरनं सांगितलेल्या भागावर नजर टाकली.

"ठीक आहे. ताजमहाल आणि लाल किल्ला यामध्ये किती अंतर आहे ते जरा पुन्हा एकदा सांग बरं.''

"रस्तामार्गे २.१ किलोमीटर आहे, पण यमुनेच्या काठानं व ताज कॉरिडॉरलगत यापेक्षा कमी असेल... विजयजी, तुम्ही काय शोधत आहात?'' समीरनं विचारलं.

"समीर, मी ते नंतर सांगतो. कृपया, कुणालाही काही सांगू नको. ताजमहाल आणि लाल किल्ला यांचे कोऑर्डिनेट्स मला टेक्स्ट कर. तशी मला ही माहिती शोधता येऊ शकते, पण तुझ्याकडे ती तयारच आहे तर मला पाठव. आपण नंतर कार्यालयात भेटूच.''

इन्स्पेक्टर सिंगना एक फोन आला. त्यांच्या साहाय्यकानं विजयच्या हालचालींबद्दल त्यांना माहिती दिली.

"विजय कुमार लाल किल्ल्याच्या दिशेनं जात आहेत?'' सिंग यांनी विचारलं. "तिकडे का जात आहेत कळत नाही. मला कळवत राहा.''

प्रकरण ४१

गुरुवार, जून ८
दुपारी

ताजमहालाच्या पश्चिम प्रवेशद्वारापासून निघून विजयनं यमुना नदीकाठच्या रस्त्यानं गाडी चालवत नेली. त्याचं लक्ष सतत उजीवकडे होतं. रस्ता व नदीकाठ यादरम्यानच्या भागावर तो नजर फिरवत होता, जणू त्या भागाखाली काही आहे का, याचा वेध घ्यायचा प्रयत्न करत होता. विजयला दुरून जुनं व पडकं भैरव मंदिर दिसलं. उजवीकडची विद्युतदाहिनी ओलांडल्यावर ताज कॉरिडॉर मार्ग ६२ वरून सरळ जाण्याऐवजी तो डावीकडे वळला व नंतर लाल किल्ल्याकडे जाणाऱ्या मार्गावर उजवीकडे.

बीओएसाठी राखीव जागेत त्यानं गाडी लावली आणि माहिती कक्षाकडे जाऊन एक पर्यटक-नकाशा घेतला. थोड्याच वेळात, तो राजपूत राजा अमर सिंग याचं नाव देण्यात आलेल्या भव्य प्रवेशद्वारासमोर उभा होता. हे दार किल्ल्याच्या आग्नेय कोपऱ्यात होतं, आणि किल्ल्याचा बराचसा अंतर्भाग तिथून वायव्यकडे होता. लाल दगडांनी बांधलेला तो भव्य, विस्तीर्ण किल्ला विजयनं कौतुकानं न्याहाळला. त्यानं नुकत्याच केलेल्या संशोधनामध्ये आढळलेला किल्ल्याचा इतिहास त्याला आठवला. आग्र्याचा हा लाल किल्ला राजपूत राजा बादल सिंगनी बांधला होता. पूर्वी तो बादलगड या नावानं ओळखला जायचा. *हा प्रचंड किल्ला पूर्णपणे बघण्यासाठी मला कधीतरी वेळ काढायलाच हवा,* असा विचार त्याच्या मनात आला.

अमर सिंग प्रवेशद्वारातून किल्ल्यात प्रवेश केल्यावर, जवळच उभ्या असलेल्या बीओए कर्मचाऱ्यांना काही प्रश्न विचारण्यासाठी तो थांबला.

"ताजकडे तोंड असलेली किल्ल्याची तटबंदी कुठे आहे?"

बीओए कर्मचाऱ्यानं उत्तरेकडे बोट दाखवलं.

"आणि ते नवीन भुयार?"

यावेळी बीओए कर्मचाऱ्यानं किल्ल्याच्या अंतर्भागाकडे तिरप्या दिशेनं निर्देश केला.

बरेचसे पर्यटक अमर सिंग प्रवेशद्वारापासून डावीकडे वळून किल्ल्याच्या अंतर्भागाकडे जात होते. पूर्व भिंतीलगत चालत विजय किल्ल्याच्या ईशान्य टोकाकडे जाऊ लागला. तो जहांगीर महालाच्या उजवीकडे असलेल्या, उत्तम राखलेल्या उद्यानाजवळच्या भागात पोहोचला. पायऱ्या चढून तो तटबंदीवर गेला व पूर्वेकडे बघू लागला. तंटबंदीवरून यमुनेचं आणि थोड्या अंतरावर असलेल्या ताजमहालाचं विहंगम दृश्य दिसत होतं. त्यानं तटबंदीपासून ताजमहालापर्यंत नजर फिरवली. त्यानंतर त्यानं स्मार्टफोनमध्ये त्या भागाचा सॅटेलाइट नकाशा उघडला आणि त्याची तुलना प्रत्यक्ष दिसणाऱ्या दृश्याशी केली. आजूबाजूला कोणीही नसल्याची खात्री करून त्यानं बॅकपॅकमधून डॉ. रॉयचा अहवाल बाहेर काढला आणि त्यातील कच्चा नकाशा व डॉ. रॉयनी हातानं तळटीप लिहिलेलं पान उघडलं.

प्राचीन भैरव मंदिरातल्या पुजाऱ्याला दोन्ही वास्तूंच्या दरम्यान भुयार
असल्याचा संशय आहे. हे भुयार मंदिराच्या खालून जातं.

ताजमहाल व लाल किल्ला यांच्यातलं अंतर रस्तामार्गे जवळजवळ दोन किलोमीटर असल्याचं आणि नदीकाठच्या मार्गानं त्यापेक्षा थोडं कमी असल्याचं समीरनं सांगितलं होतं, विजयला आठवलं.

खाली उतरून, किल्ल्याच्या अंतर्भागाकडे जात, विजय जहांगीर महालावरून पुढे गेला जिथे त्याला उत्खनन केलेला भाग आढळला. तिथे नव्यानं सापडलेल्या भुयाराची सफाई सुरू होती. काही बीओए कर्मचारी व कंत्राटदार या कामात व्यस्त होते. व्हिजिटर्स या कामाच्या जवळ येऊ नयेत यासाठी त्यांनी काही ठिकाणी प्रवेशबंदी केली होती. विजयनं त्याचा बॅज दाखवला आणि तो बीओए कर्मचाऱ्यांनी जिथे तात्पुरते दिवे बसवले होते त्या काम सुरू असलेल्या परिसरामध्ये गेला. तिथे जमिनीखाली प्रवेश करण्यासाठी एक मार्ग होता, ज्याच्या कडेला दगड लावले होते. भुयारात जाण्यासाठी तिथे पायऱ्या होत्या.

पायऱ्या उतरून खाली गेल्यावर विजयला पूर्व ते पश्चिम जाणारं भुयार दिसलं. तो उजवीकडे वळला व पूर्वेकडे चालू लागला. तोच त्याला मागून बीओए कर्मचाऱ्याचा आवाज ऐकू आला. ''साहेब, त्या दिशेला भुयाराचा शोध अजूनही सुरू आहे. तिथे पुरेसा प्रकाशही नाहीय.'' विजय हसला व चालत राहिला.

विजयनं कम्पास बाहेर काढला व त्यात ताजमहालाचे कोऑर्डिनेट्स घातले. चालताना त्यानं हेडलॅम्पही घातला. काही वेळात भुयार संपल्यासारखं दिसलं. बीओएनं तिथे 'प्रवेश निषिद्ध' असा फलक लावला होता. त्या फलकापलीकडे त्याला जेमतेम एक व्यक्ती उभी राहू शकेल एवढ्याच आकाराची एक खोबणीसारखी जागा दिसली. आता, कुठे? त्यानं अनेक वेळा डावीकडे व उजवीकडे पाहिलं. डावीकडची भिंत एकसंध नसल्याचं त्याला आढळून आलं. भिंतीच्या दगडांची रचना व आकृतिबंध असा काही होता की त्यामुळे तिथली दुसरी खोबण सहजपणे लक्षात येत नव्हती.

विजय काळजीपूर्वक या दुसऱ्या खोबणीमध्ये शिरला. तिथली जमीन ओलसर होती. त्याच्या उजव्या बाजूला गडद अंधार होता. तो सावकाश पुढे सरकला, आणि हेडलॅम्पचा वापर करत समोर काय असावं, याचा त्यानं अंदाज घेतला. प्रथमदर्शनी, ती खोबण तिथेच संपल्यासारखी वाटत होती. तो थोडंसं आणखी पुढे सरकला, त्यानं हात समोर केला आणि त्याच्या हाताला काहीतरी लागलं. फ्लॅशलाइटमध्येही तिथली लाकडी फळी दिसणं जवळजवळ अशक्य होतं. तिथे एक दार होतं. अलगद, पण नेमका धक्का दिल्यावर ते उघडलं, आणि त्याला तिथून आणखी खाली जाणाऱ्या पायऱ्या दिसल्या.

तो सावधपणे पायऱ्या उतरून गेला. त्या पायऱ्या तळघरातल्या एका लहानशा खोलीत पोचत होत्या. खोलीच्या समोरच्या बाजूला दोन ते तीन माणसं एका वेळा जाऊ शकतील इतका मोठा मार्ग होता. मार्गाच्या दुसऱ्या टोकाला अंधार दिसत होता. त्यानं कम्पास तपासला. त्यातली सुई अंधाऱ्या भुयाराच्या मध्यभागाकडे आणि तिथून दोन किलोमीटरवर असलेल्या ताजमहालाकडे सरळ निर्देश करत होती.

विजयनं जरा थांबून घड्याळ पाहिलं. दुपारचा प्रहर उलटून गेला होता आणि त्याला आता बीओए कार्यालयात परतायला हवं होतं. त्याला दुरूनच बीओए कर्मचाऱ्याचा आवाज ऐकू आला. तो झटपट पायऱ्या चढून गेला, लाकडी दार बंद केलं, मागे वळला व बीओए फलकाच्या मागच्या पहिल्या खोबणीमध्ये पोहोचला.

त्याला अजूनही बीओए कर्मचारी दृष्टीस पडत नव्हता, पण त्यानं त्याच्या

पावलांचा व बोलण्याचा आवाज ऐकला. "सर, तिकडे जाऊ नका. तिथे जायला सक्त मनाई आहे आणि दगड-माती पडण्याचा धोकाही आहे."

बीओए कर्मचाऱ्यानं त्याला दुसऱ्या खोबणीमधून बाहेर येताना पाहिलं नसल्यानं विजयला हायसं वाटलं. तो प्रवेश निषिद्ध फलकासमोर गेला, जणूकाही तो फलक ओलांडून तो पुढे गेलाच नव्हता.

बीओए कर्मचारी आता त्याला दिसू लागला होता. तो विजयकडे नाराजीनं बघत होता.

"सर, मी विचारू शकतो का की तुम्हाला इथे कोणी पाठवलं?" कर्मचाऱ्यानं कठोर स्वरात विचारलं.

"मी अधीक्षक चोप्रांसोबत काम करतो. काही अडचण आहे का?"

"ठीक आहे... पण, तुम्ही प्रवेश निषिद्ध फलकाच्या पुढे गेला नसाल अशी अपेक्षा आहे."

"फलकाच्या पलीकडे काय आहे?"

"खरंतर, भुयाराचं दुसरं टोक अजून सापडलेलं नाही. तिथे दगड-माती कोसळण्याची शक्यता आहे. काहीही झालं तरी, या फलकाच्या पुढे आणखी काही सापडेल असं आम्हाला वाटत नाही."

"असं का, तुमचं बरोबर आहे." विजय म्हणाला. "मला सांगा, हा भाग कसा सापडला? केव्हा शोधण्यात आला?"

"अलीकडच्या काळातच सापडला... युनेस्कोचे काही कर्मचारी या शोधामध्ये सहभागी होते. अधीक्षक चोप्रांना माहीत असायला पाहिजे." कर्मचाऱ्यानं उत्तर दिलं व त्याच्याकडे पाहिलं. "मला वाटलं तुम्हालाही ठाऊक असेल."

"हो, बरोबर आहे," विजयनं उत्तर दिलं.

बीओए कर्मचाऱ्यानं केलेल्या मदतीबद्दल विजयनं त्याचे आभार मानले. भुयारामध्ये तो पश्चिमेकडे चालू लागला व त्याला पुन्हा जमिनीच्या स्तरावर येण्याचा मार्ग सापडला. तिथे काम करणाऱ्या बीओए कर्मचाऱ्यांकडे पाहून त्यानं हात केला. त्यानंतर तो मागे वळला, भुयाराचा मार्ग न्याहाळला आणि मग त्याच्या वहीत नोंद केली. त्वरेने चालत तो किल्ल्यातून बाहेर पडला. थोड्याच वेळात तो पुन्हा बीओए कार्यालयाच्या दिशेने गाडी चालवू लागला.

दुपारी उशिरा बीओए कार्यालयात विजय व टीम दुसऱ्या दिवशीच्या प्रेझेंटेशनची तयारी करत होती. काही बीओए कर्मचारी त्यांना तयारीमध्ये मदत करत होते, जसं मेज लावणं, स्क्रीन प्रोजेक्टरची चाचणी करणं, फ्लिप चार्ट लावणं. तयारी

कशी सुरू आहे, हे बघण्यासाठी चोप्रा अनेकदा येऊन गेले होते.

"आरटीआय उत्तराच्या अहवालाचा हा मसुदा आहे." समीरनं विजयला मसुद्याची प्रत दिली. अहवाल चाळत, अधूनमधून टीमकडे बघत विजय होकारार्थी मान हलवत होता. काही मिनिटं अहवाल चाळून त्यानं तो बाजूला ठेवला, तोच चोप्रा तिथे आले.

"विजयजी, तुम्हाला तो वाचायचा नाही का?" मलिकनी विचारलं. विजयनं चोप्रा व टीमवर नजर फिरवली.

"टीम, मी वाचीन नक्की, पण आत्ता खूप थकलो आहे. मला काही पॉवरपॉइंट स्लाइडही बनवायच्या आहेत. तुम्ही मला अहवालाची इलेक्ट्रॉनिक प्रत पाठवाल का? आवश्यकता असेल तिथे मी बदल करीन आणि आज रात्री अंतिम अहवाल पाठवीन."

"आज रात्री? आपण काय करत आहोत हे आपल्याला कळत असावं, अशी आशा आहे." चोप्रांनी विजयकडे पाहिलं, पण त्याच्याशी थेट बोलणं टाळलं.

"बरं, विजय, तुम्ही लंडनमध्ये विकत घेतलेल्या पुरातत्त्वशास्त्रीय किटची पावती जमा केलेली दिसतेय?" चोप्रांच्या हातात एक कागद होता. "ती मंजूर केली जाईल का ते मला माहीत नाही." चोप्रांनी पावती मेजावर ठेवली.

"हे किट माझ्यासाठी घेतलेलं नाही, चोप्रा सर. हे किट बीओएची मालमत्ता असेल." विजय क्षणभर थांबला. "सरकारनं नव्या व अत्याधुनिक साहित्याचा व गॅजेट्सचा अवलंब करायला हवा. आणि महत्त्वाचं म्हणजे, मी डॉक्टर डेव्हिसना ओळखत असल्यानं आपल्याला त्यावर भरघोस सवलत मिळाली. आपला विभाग हा खर्च भरून देणार नसेल तर तो मी देईन."

यावर चोप्रा काहीच बोलले नाहीत. त्यांचा फोन वाजला व ते टीमला म्हणाले, "संचालक नायक. मी तुम्हाला दुपारनंतर किंवा उद्या सकाळी भेटतो." ते विजयकडे वळले. "विजय, टीमनी यासाठी बरेच कष्ट घेतले आहेत हे खरंय, पण ही बैठक प्रामुख्यानं तुमची असणार आहे." चोप्रा काही क्षण विजयकडे बघत राहिले, मग त्यांच्या केबिनमध्ये निघून गेले.

विजयनं आरटीआय उत्तराच्या अहवालाचा मसुदा पुन्हा हातात घेतला व चाळला.

"ठीक आहे, टीम. छान काम केलं आहे सगळ्यांनी. कृपया आज रात्री माझ्या ईमेलकडे लक्ष ठेवा. शेवटची सगळी तयारी करण्यासाठी उद्या लवकर या. आणि, कृपया तुमच्या प्रेझेंटेशनची चांगली तयारी करा आणि दस्तऐवज व ऑनलाइन संदर्भ तयार ठेवा." विजयनं सूचना दिल्या. "काहीही शंका असेल तर मला कॉल करा. मी जरा उशिरापर्यंत काम करणार आहे."

प्रकरण ४२

गुरुवार, जून ८
संध्याकाळी

संध्याकाळचे सात वाजत आले होते. सगळे जण घरी गेले होते, पण विजय अजूनही बीओए कार्यालयात त्याच्या लॅपटॉपवर काम करत बसला होता. तो एक कागदपत्र व काही स्लाइड्स पूर्ण करत होता आणि डॉ. रॉयचा अहवाल चाळत होता. तेवढ्यात त्याचा फोन वाजला.

"हाय सोनिया, कशी आहेस?... तू काळजीत असल्यासारखी वाटते आहेस."

"तसं नाही, पण इन्स्पेक्टर सिंगची माणसं माझ्यावर नजर ठेवून आहेत, असं मला वाटतं."

"मला वाटतं सगळ्यांवर नजर ठेवली जात आहे... मला नाही चिंता वाटत त्याची... त्यांना त्यांचं काम करू दे."

सोनियानं विषय बदलला. "तुमचं जेवण झालं का?"

"नाही... का?"

"आपण रात्री जेवायला जायचं का?"

"अं, हरकत नाही, चालेल... काही खास कारण?"

"म्हणजे... उद्याच्या प्रेझेंटेशनबद्दल काही महत्त्वाच्या मुद्द्यांवर मला चर्चा करायची आहे."

"मला पाहू दे." विजय त्याच्या नोंदी पाहू लागला. "मी आधी काम पूर्ण करतो. चालेल का?"

“ठीक आहे. मी हॉटेल लॉबीमध्ये तुमची वाट बघते आणि हॉटेलच्याच रेस्टॉरंटमध्ये आपल्यासाठी टेबल राखून ठेवते. ते ठिकाण छान आहे.” सोनियानं फोन ठेवला.

डॉ. रॉयचा अहवाल कार्यालयात ठेवावा का, असा विचार विजयच्या मनात आला, पण नंतर त्यानं तो त्याच्या बॅकपॅकमध्ये ठेवून दिला. सगळं ठीक असल्याची खात्री करण्यासाठी त्यानं कॉन्फरन्स रूमवर एक नजर फिरवली, नंतर तो बाहेर पडला.

सोनिया राहत होती ते अद्ययावत हॉटेल ताजमहालापासून आग्नेय दिशेला होतं, बीओए कार्यालयापासून पूर्वेला साधारण दोन किलोमीटर अंतरावर. तिथल्या महागड्या रेस्टॉरंटमध्ये आंतरराष्ट्रीय खाद्यपदार्थ मिळायचे आणि ते पर्यटकांमध्ये लोकप्रिय होतं. आज, रेस्टॉरंटमध्ये फारशी गर्दी नव्हती आणि विजय व सोनियाला बसायला पट्कन जागा मिळाली. स्थानिक बँड एक लोकप्रिय इंग्रजी गाणं वाजवत होता.

इफ यू डोण्ट नो मी बाय नाऊ
यू विल नेव्हर, नेव्हर नो मी
अर्थात
तू मला एव्हाना ओळखलं नसशील
तर तू मला कधीच ओळखणार नाहीस

“मला हे गाणं खूप आवडतं. मला वाटतं, ते गायला खूप अवघड आहे... असो. तर मग, आपल्याला कशावर चर्चा करायची आहे?” जयपूर थाळीवर ताव मारत विजयनं विचारलं. “वा, छान आहे.”

सोनिया मुद्द्यावर आली. “उद्याची बैठक कशी होईल याची मला चिंता आहे. लंडन दौऱ्यानंतर आपलं काही बोलणंही झालं नाही.” ती बोलताना थांबली. “खरं सांगू, आत्ता जे काही चाललंय त्यामुळे मला खूप काळजी वाटतेय.”

फिश कबाब खात ती विजयची प्रतिक्रिया बघत होती.

“हो... उद्या, बादशहानाम्यातल्या काही पानांचं भाषांतर करण्यासाठी मला तुझी मदत लागणार आहे.”

“हो, नक्कीच.” सोनियानं घसा खाकरला. “अं, विजयजी, मला तुम्हाला

विचारायचं होतं... तुम्ही लंडनमध्ये जी.एस.व्हीं.च्या घरी गेलात तेव्हा काय घडलं?... म्हणजे, आपल्याला डॉ. रॉयचा अहवाल का नाही मिळाला?''

''मला वाटतं, मी सगळ्यांना त्याबद्दल सांगितलं... पण, तुला ऐकायचं असेल तर काय घडलं ते पुन्हा सांगतो.'' विजयनं सगळा वृत्तान्त थोडक्यात सांगितला, पण डॉ. रॉयच्या अहवालाविषयी तो काही बोलला नाही. ''मी तिथे पोहोचण्यापूर्वीच जी.एस.व्हीं.चा मृत्यू झाला हा फार विचित्र योगायोग आहे,'' बॅकपॅकवर नजर टाकत तो म्हणाला.

''तुमची दुपार कशी गेली?'' सोनियानं पुन्हा एकदा विषय बदलत विचारलं.

''मी लाल किल्ल्यात गेलो होतो.''

''हो का?'' सोनियानं फार उत्सुकता न दाखवण्याचा प्रयत्न केला.

''तिथे भुयाराचं काम सुरू आहे नं.''

''तुम्हाला काय वाटतं?''

''तिथे खास आपल्या कामाचं काही मिळेल, असं मला वाटत नाही.''

इन्स्पेक्टर सिंगना त्यांच्या साहाय्यकाचा कॉल आला. विजय सोनियासोबत तिच्या हॉटेलमधल्या रेस्टॉरंटमध्ये रात्रीचं जेवण घेत असल्याचं त्यानं सिंगना सांगितलं. सिंगनी खातरजमा करायचं ठरवलं आणि विजयला फोन केला.

''विजय कुमार, तुम्ही आत्ता बोलू शकता का?''

विजयनं सोनियावर व रेस्टॉरंटमधल्या अन्य लोकांवर नजर टाकली. ''जरा थांबा.'' फोनवर हात ठेवून तो म्हणाला, ''सोनिया, मी आलोच. मला हा कॉल घ्यावा लागेल.'' तो उठला व रेस्टॉरंटमधल्या शांत ठिकाणी गेला.

''तर, तुम्ही आज दुपारी लाल किल्ल्यात होतात. तुम्हाला तिथे काय सापडलं?''

''विशेष नाही. इन्स्पेक्टर सिंग, मी फक्त तिथे नव्यानं सापडलेलं भुयार पाहत होतो.''

''काही खास?''

''फार काही नाही. भुयार किल्ल्यांतर्गत आहे.'' तो थांबला व मग म्हणाला, ''इन्स्पेक्टर सिंग, मी काही गोष्टींचा खुलासा लवकरच करीन. कृपया उद्याचा आरटीआय उत्तराचा अंतर्गत आढावा होऊन जाऊ द्या, आणि त्यानंतर आपण सविस्तर बोलू या.''

''तुम्ही सावध राहा... हे प्रकरण सुरू झाल्यापासून आतापर्यंत तीन मृत्यू झालेले आहेत.''

विजय जरा थांबला, मग म्हणाला, "मी समजू शकतो. धन्यवाद, इन्स्पेक्टर."

आपण बॅकपॅक जेवणाच्या टेबलावरच ठेवली असल्याचं विजयला तितक्यात आठवलं. "माफ करा इन्स्पेक्टर सिंग, पण मला आता जायला हवं." त्यानं कॉल संपवला व पुन्हा जेवणाच्या टेबलाकडे गेला. सोनिया तिथेच बसली होती, फोनवरून कुणाला तरी टेक्स्ट करत. विजयनं बॅकपॅककडे पाहिलं; ती त्यानं ठेवली होती तिथे जशीच्या तशीच होती. विजय खाली बसत असताना सोनिया त्याच्याकडे बघून हसली.

"अरे, तू बिल भरून टाकलंस?" विजयनं विचारलं. "तू कशाला दिलंस?"

"ठीक आहे... बिल युनेस्कोनं दिलं असं समजा. मला आता माझ्या खोलीत जायला हवं."

सोनियाचा गप्पा मारण्यातला रस अचानक संपल्याचं विजयला जरा नवल वाटलं. ती उठून उभी राहिली आणि जेवायला आल्याबद्दल त्याचे आभार मानले. मग तिने त्याला अलगद मिठी मारली व ती तिथून निघून गेली.

ती नजरेआड होताच विजयनं डॉ. रॉयच्या अहवालासाठी त्याची बॅग तपासली. अहवाल होता तसाच होता. हायसं वाटून त्यानं उसासा सोडला. नंतर तो विश्रामगृहाकडे निघून गेला.

त्या संध्याकाळी, अधीक्षक चोप्रांना इन्स्पेक्टर सिंगचा फोन आला.

"इन्स्पेक्टर?"

"चोप्राजी, तुम्हाला आज सोनिया किंवा विजय कुमार यांच्या वागण्यात काहीही विचित्र आढळलं किंवा जाणवलं का?"

"नाही, पण तुम्ही का विचारता आहात?"

"मी माझं काम करतो आहे."

"इन्स्पेक्टर सिंग... का माहीत नाही, पण मला वाटतं उद्याचा दिवस फार रोमांचक ठरणार आहे."

"मलाही असंच वाटतं..." सिंगनी फोन ठेवला.

विश्रामगृहात परतल्यावर विजयनं आरटीआय उत्तराच्या अंतिम अहवालावर काम करायला सुरुवात केली. तो काम करत असताना, त्याला डॉ. डेव्हिस यांचा ईमेल आला. ईमेलचा विषय होता, "ताजमहालाच्या कार्बन डेटिंगवरच्या वृत्तपत्रीय लेखाची लिंक."

विजयनं आतुरतेनं ईमेल उघडला व डॉ. डेव्हिस यांचा संदेश वाचला.

त्यांच्या संदेशाच्या तळाशी एक हायपरलिंक होती. त्या लिंकवरून वृत्तपत्रातला लेख वेब ब्राउजरमध्ये उघडला गेला. लेख वाचल्यानंतर, विजय स्वतःशीच बोलला, ''अचूक वेळ साधली गेलीय. धन्यवाद, डॉक्टर डेव्हिस.'' त्यानं लेखाचा स्क्रीनशॉट घेऊन तो बनवत असलेल्या प्रेझेंटेशनमध्ये पेस्ट केला आणि डॉ. डेव्हिस यांना ईमेलचं उत्तर पाठवत त्यांचे आभार मानले. थोड्या वेळानंतर, त्यानं काम आटोपतं घेतलं.

डॉक्टर रॉयना अखेरीस त्यांचं योग्य ते श्रेय मिळणार आहे... कदाचित, त्यानं विचार केला.

भाग ५

उलगडा

प्रकरण ४३

शुक्रवार, जून ९
सकाळी

सकाळचे नऊ वाजत आले होते. बीओए कार्यालयात गजबज सुरू झाली होती.

अधीक्षक चोप्रा व आरटीआय टीम पुन्हा एकदा कॉन्फरन्स रूममध्ये जमली होती. या बैठकीसाठी नवी दिल्लीहून दोन खास पाहुणे आले होते – बीओएचे महासंचालक डॉ. नायक आणि दिल्ली विद्यापीठाच्या सेवानिवृत्त मानद प्राध्यापक प्रोतिमा माथुर. विजय अजून आला नव्हता.

सोनिया, मलिक व समीर हे तिघे इंग्रजी यू आकाराच्या टेबलाच्या एका बाजूला बसले होते व त्यांनी विजयसाठी एक खुर्ची रिकामी ठेवली होती. समीरच्या पुढ्यात, आरटीआय उत्तराच्या मसुद्याच्या प्रती वाटण्यासाठी नीट रचून ठेवल्या होत्या. लॅपटॉप प्रोजेक्टरला जोडण्यात आला होता. वातावरणात एक प्रकारचा अस्वस्थपणा होता. चोप्रा, संचालक नायक व प्रा. माथुर एका कोपऱ्यात चहापान करत होते आणि कुजबुजल्या आवाजात चर्चा करत होते.

''चोप्रा, आज मला कोणतेही आश्चर्याचे धक्के अपेक्षित नाहीत,'' चहाचा घोट घेत डॉ. नायक म्हणाले. ते गृहस्थ एक बुटकेसे, जाडजूड व अनुभवी नोकरशहा होते.

''सर, सगळी परिस्थिती विचारात घेता, आम्ही सर्वतोपरी प्रयत्न केले आहेत,'' कोणाकडेही बघायचं टाळत चोप्रा म्हणाले.

''ताजमहालाचा इतिहास सर्वांना ठाऊक आहे. या आरटीआय याचिकेमुळे

त्यात काही फरक पडणार नाही,'' प्राध्यापक माथुर कपात ब्लॅक टी ओतत कठोरपणे म्हणाल्या.

''मॅडम, तुम्ही चहामध्ये थोडं दूध घेणार का?'' चोप्रांनी विचारलं.

''नाही, मला चहा कोराच आवडतो, इंग्लिश पद्धतीचा,'' प्रा. माथुर काळजीपूर्वक स्टाइल केलेल्या त्यांच्या आखुड, पांढऱ्या केसांवरून हात फिरवत म्हणाल्या.

चोप्रांनी घड्याळात बघितलं. विजय कॉन्फरन्स रूममध्ये आला आणि उशीर झाल्याबद्दल त्यानं माफी मागितली.

सगळे जण आपापल्या जागी बसले. चोप्रांनी बोलायला सुरुवात केली. सर्वप्रथम त्यांनी पाहुण्यांची ओळख करून दिली. ''विभागीय प्रकरणांमध्ये सहसा पाहुणे सहभागी होत नाहीत. परंतु, प्रा. प्रोतिमा माथुर यांना सहभागी करून घेण्याचा निर्णय मंत्रालयानं घेतला आहे. भारतीय इतिहासातल्या या कालखंडाविषयी त्या अधिकारवाणीनं बोलू शकतात. देशाच्या शैक्षणिक धोरणामध्ये त्यांनी दिलेलं योगदान सर्वश्रुत आहे. एका अतिशय संवेदनशील प्रकरणाच्या आढाव्यासाठी त्या दिल्लीहून आवर्जून इथे आल्याबद्दल त्यांचे आभार मानायला हवेत.''

समीर व सोनिया यांनी हळूच टाळ्या वाजवून तज्ज्ञ पाहुण्याबद्दल आदर व कौतुक व्यक्त केलं. प्रा. माथुर यांच्याकडे बघत विजयनं स्वीकारार्थ मान हलवली व मंद स्मित केलं.

''आणि डॉ. नायक यांची वेगळी ओळख करून द्यायला नको. ते आग्रा सर्किटमध्ये अधीक्षक पुरातत्त्वशास्त्रज्ञ होते, आणि आता ते नवी दिल्लीमध्ये बीओएचे महासंचालक आहेत.''

चोप्रांनी विजयला सुरुवात करण्यास सांगितलं.

समीरनं रचून ठेवलेल्या कागदपत्रांकडे हात नेला व विचारलं, ''मी आता सगळ्यांना अहवाल वाटू का?''

''कृपया, आणखी थोडा वेळ थांब,'' विजय म्हणाला. त्यानं लॅपटॉप प्रोजेक्टरशी जोडला व आरटीआय याचिकेचा मजकूर असलेली स्लाइड उघडली. ''आपणा सर्वांना ठाऊकच असेल की आम्हाला या प्रश्नांची उत्तरं देण्यास सांगण्यात आलं होतं.'' त्यानं आरटीआय याचिका मोठ्यानं वाचून दाखवली.

> ''(१) कृपया पुढीलबाबत देशाच्या नागरिकांना संपूर्ण, विश्वासार्ह, पडताळून पाहण्याजोगे आणि अधिकृत कागदोपत्री पुरावे द्यावेत अ) ताजमहाल असे नाव देण्यात आलेल्या वास्तूचे बांधकाम करण्याचा आदेश शहाजहाननं दिला आणि वास्तूचे बांधकाम पूर्ण केले, ब) मुमताझ आणि शहाजहान यांना ताजमहालमध्ये दफन करण्यात आले,

आणि क) बांधकामासाठी लागलेला कालावधी.
(२) कृपया देशाच्या नागरिकांना अलीकडच्या काळात आणि व्यावसायिक पद्धतीने केलेल्या पुरातत्त्वीय सर्वेक्षणाचा संपूर्ण तपशील द्यावा आणि सर्वेक्षण केलेले नसल्यास त्यामागची कारणे नमूद करावीत.
(३) कृपया देशाच्या नागरिकांना ताजमहालाच्या बाबतीत कार्बन डेटिंग किंवा वय निर्धारित करणारी अन्य कोणतीही प्रक्रिया केली असल्यास त्यातील निकालांची माहिती द्यावी.
(४) ताजमहाल अगोदर मंदिर होते का, हे जाणून घेण्याचा या याचिकेचा उद्देश नाही.''

उपस्थितांचं लक्ष असल्याची खात्री करण्यासाठी विजय बोलताना थांबला. त्यांच्या प्रतिक्रिया जाणण्यासाठी त्यानं सर्वत्र एक नजर फिरवली.

''ही याचिका एखाद्या सर्वसामान्य नागरिकानं नाही, तर अनुभवी वकिलानं बनवली असावी असं दिसतंय.'' प्रा. माथुरनी मत व्यक्त केलं व खोलीतल्या सर्वांकडे पाहिलं.

''आणि आता आम्ही आमचं उत्तर सादर करतो,'' विजय म्हणाला.

समीर उभा राहिला व तो अहवालाच्या प्रती सर्वांना देणार इतक्यात विजयनं त्याला थांबवलं. ''दुर्दैवानं, इथे हा दिसतोय तो अहवाल आम्ही आत्ता वापरणार नाही आहोत.''

डॉ. नायक चिडले. ''म्हणजे काय? मग हे काय आहे? आणि खरा अहवाल कुठे आहे?''

विजयनं टीमकडे पाहिलं व शांतपणे म्हटलं, ''टीम, माफ करा.'' त्यानं काही सुटे कागद बाहेर काढले आणि खोलीतल्या प्रत्येकाला एक कागद दिला. त्यानं तोच कागद इलेक्ट्रॉनिक स्वरूपात त्याच्या लॅपटॉपवर उघडला व स्क्रीनवर दाखवला. त्या कागदावर व त्याच्या स्लाइडवर मोजक्याच पण नीटनेटक्या मुद्द्यांच्या स्वरूपात काही मजकूर लिहिलेला होता. विजय उभा राहिला व ते मुद्दे वाचू लागला. ''याचिकेवर आमचं उत्तर हे असं आहे :

प्रति आरटीआय याचिकाकर्ता,

- शहाजहाननं ताजमहाल बांधला किंवा त्यानं नेमकं काय बांधलं असावं, हे सिद्ध करण्यासाठी आवश्यक असलेले पुरावे सध्या ब्यूरोकडे नाहीत.
- ताजमहालाच्या बांधकामाच्या घटनाक्रमाविषयी सध्या ब्यूरोकडे सुस्पष्ट माहिती उपलब्ध नाही.

- ताजमहालात कोणाला दफन केलं गेलं, हे सिद्ध करणारे पुरेसे पुरावे आत्ता ब्यूरोकडे नाहीत.
- ब्यूरोनं ताजमहालाचं व्यावसायिक पद्धतीनं संपूर्ण पुरातत्त्वीय सर्वेक्षणही अद्याप केलेलं नाही किंवा त्यावर कार्बन डेटिंग किंवा थर्मोलुमिनेसन्स अशी वास्तूचं वय निश्चित करणारी कोणतीही प्रक्रियाही केलेली नाही.
- शहाजहाननं ताजमहाल बांधल्याची खातरजमा करणारे किंवा त्यानं कोणती वास्तू बांधली असावी, ते स्पष्ट करणारे पुरावे शोधण्यासाठी ब्यूरोला आणखी संशोधन व विश्लेषण करावं लागणार आहे.''

विजय खुर्चीत बसला व म्हणाला, ''आणि आता, आरटीआयच्या या उत्तराला पूरक म्हणून आम्हाला आमचं सविस्तर विश्लेषण सादर करायचं आहे.'' काही क्षण खोलीत शांतता पसरली, आणि त्यानंतर बैठकीत एकच गोंधळ माजला.

सर्वांत पहिली प्रतिक्रिया चोप्रांनी व्यक्त केली. ''विजय कुमार, तुम्ही काय बोलत आहात ते तुम्हाला तरी कळतंय का?''

डॉ. नायक चिडले होते. ''हे उत्तर मान्य होण्यासारखं नाही.''

''काय चाललंय काय इथे?'' प्रा. माथुरनी विचारलं, आवाजातून त्यांचा राग स्पष्ट होत होता. ''काही कट शिजतोय का? डॉ. नायक आणि चोप्रा, मला तुमच्याशी जरा बोलायचं आहे.'' त्या उठून उभ्या राहिल्या.

समीर व सोनिया शांत होते, तर मलिकनी त्यांच्या हातातला कागद वाचला व खेदानं मान हलवली.

नायक व माथुर चोप्रांना खोलीबाहेर घेऊन गेले. त्यानंतर त्यांनी मलिकनाही बोलावून घेतलं.

थेट चोप्रांकडे बघत, डॉ. नायक कठोरपणे म्हणाले, ''हा काय प्रकार आहे? विभागाच्या इतिहासात आतापर्यंत असं कधीही घडलेलं नाही. तुम्ही असं घडूच कसं दिलं?''

चोप्रांना अपराध्यासारखं वाटत होतं. ''हे माझ्यासाठीही धक्कादायक आहे. मला आधी विजय कुमारशी बोलावं लागेल. मला थोडासा वेळ द्या.'' ते पुन्हा कॉन्फरन्स रूममध्ये गेले व विजयला एका कोपऱ्यात घेऊन गेले.

''विजय, तुम्हाला कळतंय का तुम्ही काय करत आहात?''

विजय शांत होता. ''चोप्रा सर, मला हे प्रेझेंटेशन पूर्ण करू द्या आणि

आमचं विश्लेषण मांडू द्या आणि त्यानंतर तुम्ही निर्णय घ्या. आम्ही उपलब्ध पुरावे तपासले आहेत आणि माझ्या व्यावसायिक अनुभवानुसार आमचं हे थोडक्यातलं उत्तर अचूक आहे.'' त्यानं सोनिया व समीरवर नजर टाकली.

''तुम्हाला असं म्हणायचंय की...''

''नाही, सर, मी काहीच म्हणत नाहीये, पुरावे आणि विश्लेषणच काय ते सांगेल. आम्हाला ते सादर करण्याची संधी द्या.''

चोप्रांचा नाइलाज होता. त्यांनी नायक व माथुर जवळ जाऊन त्यांना स्पष्टीकरण देण्याचा प्रयत्न केला. ''अं, आपण विजय व त्यांच्या टीमला त्यांचं विश्लेषण सादर करण्याची एक संधी द्यायला हवी, असं मला वाटतं. अर्थात, अंतिम निर्णय हा वरिष्ठांचाच असणार आहे, हे मी जाणतो.''

प्रा. माथुर संतापून बोलू लागल्या. ''चोप्राजी, हा पोरखेळ वाटला का? त्याची नोकरी टिकेल, असं मला वाटत नाही. बरोबर ना, डॉक्टर नायक?'' त्यांनी नायकांच्या नजरेला नजर दिली.

डॉ. नायक यांनी चोप्रांकडे पाहिलं, मग हळूच सहमती दर्शवली. ''अर्थातच, मॅडम, मी तर यासाठी नक्कीच प्रयत्न करीन... पण... बघू या, अजून या महाभागाला काय बोलायचं आहे ते.''

माथुर पुढे जे बोलत राहिल्या ते चोप्रांसाठी अनपेक्षित होतं. ''मलिकजी, अहवालाच्या लिखाणावर तुम्ही लक्ष ठेवून होतात ना? तुम्ही करत काय होतात?''

''मॅडम...'' चोप्रांना काहीतरी बोलायचं होतं.

मलिकनी त्यांची बाजू सावरायचा प्रयत्न केला. ''विजय कुमारनी दुसरा अहवाल तयार केला आहे हे मला माहीतच नव्हतं. ते लंडनहून आल्यावर काहीतरी बदललंय. पण आता, ते नक्की काय सादर करणार आहेत याची मलाही उत्सुकता वाटते आहे. गरज पडलीच तर आम्ही तयार केलेला अहवालही तयार आहे.''

नायकनी चोप्रांकडे पाहिलं व चोप्रांनी होकारार्थी मान हलवली. माथुर यांच्या रागाचा रोख आता मलिककडे वळल्याचं पाहून चोप्रांना हायसं वाटलं. त्यांनी माथुरकडे बघणं टाळलं.

चोप्रा, नायक, माथुर आणि मलिक कॉन्फरन्स रूममध्ये परतले व मेजापाशी बसले.

माथुर व नायक आक्रमक भूमिकेत होते. माथुर मेजावर कोपर टेकून नायक यांच्याकडे एकटक बघत होत्या.

विजयकडे वळून नायक म्हणाले, "विजय कुमार, केवळ सौजन्य म्हणून आम्ही तुम्हाला विश्लेषण सादर करू देणार आहोत, पण लक्षात ठेवा, तुमच्या कृतींचे परिणाम आता आमच्या हातात राहिलेले नाहीत... तुमच्या लक्षात आलं आहे ना? कृपया विश्लेषण सुरू करा."

माथुर म्हणाल्या, "विजय कुमार, सर्वमान्य इतिहासाबाबत आपण बोलतो आहोत. त्यामध्ये ढवळाढवळ करण्याचा किंवा त्याला सनसनाटी करण्याचा कोणताही प्रयत्न अनर्थकारी ठरेल. तुम्हाला याची कल्पना आहे का?"

माथुर यांच्या बोलण्यातल्या धमकीकडे विजयनं दुर्लक्ष केलं. विजयच्या बोलण्यामुळे निर्माण झालेला गदारोळ शांतपणे बघणाऱ्या समीर व सोनियावर त्यानं नजर टाकली.

विजय खुर्चीतून उठला व त्यानं प्रेझेंटेशनला पुन्हा सुरुवात केली. "आरटीआय याचिकेमध्ये मागितलेले पुरावे शोधण्यासाठी या टीमचं नेतृत्व करणं हे मला देण्यात आलेलं काम होतं. ताजमहालाबद्दलच्या कोणत्याही कल्पना वा मतं सिद्ध करण्याचा किंवा नाकारण्याचा, माझा कोणताही हेतू नाही. आम्ही केवळ पद्धतशीरपणे व शास्त्रीय दृष्टिकोनातून पुराव्यांचं मूल्यमापन करत आहोत. मी तर म्हणीन – तुम्हीच काय ते ठरवा. हे ठीक आहे ना?"

"पुढे बोलत राहा," नायक म्हणाले.

"सर्वप्रथम, आम्ही हे विश्लेषण करण्यासाठी अवलंबलेल्या आमच्या दृष्टिकोनाचा आणि रुपरेषेचा आढावा घेणार आहोत." काही दिवसांपूर्वी व्हाइटबोर्डवर काढलेल्या आकृत्यांकडे त्यानं निर्देश केला. पुराव्यांचे सात स्तर थोडक्यात स्पष्ट केल्यानंतर, आपण जसजसे वरच्या स्तराकडे जातो तसतशी पुराव्यांची विश्वासार्हता कमी होत असल्याचं त्यानं सांगितलं. वास्तव, शक्यता, संभवता, सिद्धान्त, विश्वास, अंदाज व मतं हे एकमेकांपासून विलग करणं हेच कायम आपलं उद्दिष्ट असल्याचं त्यानं म्हटलं.

विजय बोलताना थांबला व त्यानं प्रा. माथुरवर नजर टाकली. त्यांनी व्हाइटबोर्डकडे बघत काही नोंदी करून घेतल्या.

विजयनं पुन्हा बोलायला लागला. "तर, आपण पाहतोय, की आपण ताजमहालाचं पुरातत्त्वीय सर्वेक्षण आजपर्यंत केलेलं नाही, बरोबर? तसंच, ताजमहालाचा संकल्प, नियोजन, आर्थिक नियोजन, आखणी किंवा बांधकामाची पूर्तता यांकडे निर्देश करणाऱ्या शहाजहानच्या दरबारातल्या कोणत्याही अधिकृत नोंदी किंवा दस्तऐवज उपलब्ध नाहीत, बरोबर?... मग, माहितीचा विश्वासार्ह स्रोत ठरेल असा बादशहानामा, म्हणजे शहाजहानची बखर, अधिकृतपणे भाषांतरित करण्यात आलेला नाही. आपल्याकडे बादशहानाम्यातले काही संदर्भच केवळ

उपलब्ध आहेत.''

''मग, या सगळ्याचा अर्थ काय? यामध्ये अडचण काय आहे?'' नायकनी विचारलं.

''याचा अर्थ, ताजमहालाच्या सद्य इतिहासाशी संबंधित पुरावे सध्या केवळ तीन बाबींवर आधारित आहेत – १) पूर्वीच्या काळातल्या इतिहासकारांनी हवाला दिला आहे ती बादशहानाम्यातली विशिष्ट पानं, २) प्रवाशांचं लेखन, आणि ३) काही दरबारी फरमानं.''

''तुम्हाला नेमकं काय सांगायचं आहे हे मला अजूनही नीटसं कळलेलं नाही... पण तुम्ही सुरू ठेवा,'' नायक म्हणाले.

माथुर कुजबुजल्यागत नायकना काहीतरी म्हणाल्या. विजयनं पुन्हा सुरुवात केली. ''आपण आरटीआय याचिकेतल्या प्रत्येक मुद्द्याचा आढावा घेणार आहोत आणि त्या बाबतीत काय काय पुरावे उपलब्ध आहेत ते पाहणार आहोत आणि त्यानंतर, पुरावे पुरेसे आहेत की नाही ते तुम्हीच ठरवा. आमचं उत्तर बरोबर आहे का याचाही निर्णय तुम्हीच घ्या. चालेल का?''

विजयनं स्क्रीनवर आरटीआय याचिका परत एकदा उघडली. ''सर्वांत आधी, पुरातत्त्वीय सर्वेक्षण व वयनिश्चिती प्रक्रिया या प्रश्न क्रमांक २ व ३चं उत्तर स्पष्टपणे नाही असं आहे, आणि या प्रश्नांना आमचा प्रतिसाद वास्तववादी व अचूक आहे, हे तर आपण सर्वच जण मान्य कराल. म्हणजेच, आपण सर्वेक्षण केलेलं नाही किंवा वय निश्चित करणारी कोणतीही प्रक्रिया केलेली नाही, बरोबर?''

''मला वाटतं बरोबर आहे. ही वस्तुस्थिती आहे हे आपल्याला ठाऊक आहे.'' चोप्रा म्हणाले व त्यांनी नायक यांच्याकडे पाहिलं.

नायकनी मलिककडे पाहिलं. मलिक अडखळत बोलले, ''हो... पण...''

प्रा. माथुर मध्येच बोलल्या. ''पुरातत्त्वीय सर्वेक्षणाची अजिबात गरज नसल्याचं मला आजही वाटतं. वसाहतकालीन इतिहासकारांनी व पुरातत्त्वशास्त्रज्ञांनी या बाबतीत मोठं कार्य केलं आहे आणि आपलं काम सोपं केलं आहे.''

''मॅडम, तरीही हे उत्तर बरोबर आहे,'' समीर म्हणाला. प्रा. माथुरनी त्याच्याकडे पाहिलं, पण त्या काही बोलल्या नाहीत.

''मॅडम, आमच्या विभागाला ठाऊक असलेल्या वास्तववादी बाबीच मी केवळ मांडतो आहे.'' विजय ठामपणे बोलला व थांबला. प्रा. माथुरनी काही नोंदी केल्या. कोणीही शंका न विचारल्यानं विजयनं सादरीकरण सुरू ठेवलं. ''आता, क्रमांक १-ब, ताजमहालाच्या नावाची उत्पत्ती, या प्रश्नाचं उत्तर बघू या. यावर कदाचित मोठी चर्चा करावी लागेल. त्यामुळे, मी सुरुवात करण्यापूर्वी कोणालाही

थोडा ब्रेक घ्यायचा आहे का?''

"काही नको... आपण पुढे जात राहू,'' प्रा. माथुर उपहासानं म्हणाल्या.

"कृपया, मी बायो-ब्रेक घेऊ का?'' नायकनी विचारलं. "माझा जरा जास्तच चहा झालाय.''

माथुरनी अनिच्छेनं सहमती दर्शवली.

ब्रेकमध्ये एक टेक्स्ट मेसेज पाठवला गेला.

"आदाब – विजय कुमारनी आश्चर्याचा मोठा धक्का दिला आहे आणि एकच गोंधळ निर्माण केला आहे. पण, नायक व माथुर हे चालवून घेतील असं मला वाटत नाही. अपेक्षित स्पष्टीकरण असलेला अहवालच ते मान्य करण्याची शक्यता जास्त आहे.''

प्रकरण ४४

शुक्रवार, जून ९
सकाळचा मध्य प्रहर

चहाच्या ब्रेकनंतर विजयनं प्रेझेंटेशन पुन्हा सुरू केलं.

"ठीक आहे. आरटीआय याचिकेतला प्रश्न क्रमांक १-ब – ताजमहाल या नावाला आधार. वास्तूचं नाव ताजमहाल असल्याची खातरजमा करणारा कोणता पुरावा उपलब्ध आहे? वास्तूवरच ताजमहाल असं नाव कोरलेलं आहे का? कोणी सांगू शकेल का? मलिकजी?"

"एकही नाही, आणि नाही," मलिकनी उत्तर दिलं.

"मुघल दरबारी दस्तऐवजांमध्ये ताजमहाल नावाच्या इमारतीचा कुठे उल्लेख आहे का?"

"माझ्या माहितीप्रमाणे तरी नाही."

"बखरी, बादशहानामा, किंवा फर्मानं या चौथ्या स्तरातल्या दस्तऐवजांमध्ये कुठे ताजमहाल या नावाचा उल्लेख आढळला आहे का?" विजयनं व्हाइटबोर्डावर लिहिलेल्या सात स्तरांकडे निर्देश करत विचारलं.

"नाही."

"म्हणजे, कुठलाही पुरावा उपलब्ध नाही. असं असेल तर मग ताजमहाल हे नाव आलं कुठून याचा विचार करू या."

माथुर व मलिक एकाच वेळी बोलले.

"ताजमहाल म्हणजे क्राउन पॅलेस." "मुमताझ महाल या नावाचा अपभ्रंश

आहे तो.''

दोघांच्याही उत्तरांमध्ये तफावत आहे हे त्यांच्या लक्षात आल्यावर त्यांनी एकमेकाकडे पाहिलं.

विजयनं प्रेझेंटेशन सुरू ठेवलं. ''सोनिया, तुला पर्शिअन भाषा चांगली येते. पर्शिअनमध्ये क्राउन पॅलेसला काय म्हणतील?''

''ताज-ए-महल किंवा ताज-इ-महल.''

''ठीक. याची नोंद करूया. सुरुवातीच्या काळातले प्रवासी, पाचव्या स्तरातले पुरावे यांच्याबद्दल काय? त्यांनी या वास्तूचा उल्लेख कसा केला आहे? टॅव्हर्निएचं काय?'' विजय समीरकडे वळला.

समीरनं त्याच्या नोंदी चाळल्या. ''फ्रेंच व्यक्ती टॅव्हर्निएनं वास्तूचं नाव तासी-मकान असं लिहिलं आहे.''

''इंग्लिशमन व्यक्ती पीटर मंडीनं काय म्हटलं आहे?''

''रंजक बाब म्हणजे, मंडीनं शहाजहानच्या पत्नीचा उल्लेख ताजे मोहोल असा केलेला आहे.''

''हे घ्या,'' प्रा. माथुर म्हणाल्या.

''पण, हे जरा चमत्कारिक नाही का?'' विजयनं विचारलं. ''मंडीचं लेखन सन...'' विजयनं दस्तावेजात पाहिलं, ''सन १९१४ पर्यंत प्रकाशित झालं नव्हतं हे आपण लक्षात घ्यायला हवं. याचा अर्थ, त्यानं केलेला ताजे मोहोल असा उल्लेख तोपर्यंत तरी उपलब्ध नव्हता. आणि त्यानं मुमताझला ताजे मोहोल असं का म्हटलं? इमारतीचं नावं व व्यक्तीचं नावं यामध्ये त्याचा काही गोंधळ झाला का? म्हणजे, ताजमहाल हे केवळ एक वास्तूचं नाव आहे व त्याचा कुणा व्यक्तीच्या नावाशी काहीही संबंध नाहीये, असं समजायचं का?''

माथुरनी मलिककडे पाहिलं व मलिकनी प्रश्नाचं उत्तर दिलं, ''नाही, नाही, हे नाव खचितच मुमताझ महाल या नावावरून पडलं असावं.'' मलिक त्यांच्याकडच्या माहितीवर ठाम होते.

विजय पुढे बोलत राहिला. ''ठीक आहे, त्यावर चर्चा करू या. पुराव्यांच्या पहिल्या स्तरापासून चौथ्या स्तरापर्यंत मुमताझ महाल या नावाला काही पुरावा आहे का?''

''नाही,'' सोनिया म्हणाली व मलिककडे वळली.

''माझ्या मते नाही,'' मलिकनी उत्तर दिलं.

''तिचं खरं नाव काय होतं?''

याचं उत्तर मलिकनी दिलं. ''तिचं खरं नाव आरजुमंद बानू होतं, आणि नंतर तिला मुमताझ-उल-झमानी अशी उपाधी देण्यात आली. बोलताना त्याचा उच्चार

मुमताझ-उझ-झमानी असा होतो.''

''सोनिया, मुमताझ-उल-झमानीचा अर्थ काय?''

''अं... मुमताझ म्हणजे प्रतिष्ठित, खास, अप्रतिम, किंवा सर्वोत्कृष्ट, आणि मुमताझ-उल-झमानीचा अर्थ त्या काळातली सर्वांत उत्कृष्ट, प्रतिष्ठित.''

''अच्छा, ठीक आहे. मलिकजी, आपल्याला बादशहानामा जितका माहीत आहे त्यानुसार त्यामध्ये मुमताझबद्दल काय म्हटलं आहे?''

''तिचा उल्लेख आलिया बेगम असा आढळतो.''

''म्हणजेच, बादशहानामा विचारात घेता, मुमताझ महाल या नावाचा उल्लेख कुठेही आढळत नाही.''

''तुम्हाला यातून काय दाखवून द्यायचं आहे?'' प्रा. माथुर चिडल्या होत्या. ''तो शहाजहानची लाडकी पत्नी मुमताझसाठी बांधलेला महाल होता असंच म्हटलं गेलं आहे,'' त्या म्हणाल्या.

विजयला हे अपेक्षितच असल्याचं त्याच्या हावभावांवरून स्पष्ट दिसत होतं. ''बरं, ते तपासून बघू.'' त्यानं त्याच्या नोंदी तपासल्या. ''महान इतिहासकार व्हिन्सेंट स्मिथनं असं म्हटलं आहे.''

हूज टायटल मुमताझ महल, ऑर द चोझन वन ऑफ द पॅलेस,
वॉज करप्टेड इंटू ताज महल.
अर्थात
जिच्या मुमताझ महाल म्हणजे 'खास निवडलेली' ह्या उपाधीचा,
अपभ्रंश ताजमहाल असा झाला.

''मी तुम्हाला हे आधीच सांगितलं,'' माथुर म्हणाल्या व त्यांनी नायककडे पाहिलं. नायकनी होकारार्थी मान हलवली.

''पण, व्हिन्सेंट स्मिथनं कशाच्या आधारे तिला मुमताझ म्हटलं? आणि या नावाचा अपभ्रंश कसा झाला याचं कोणतंही स्पष्टीकरण त्यानं दिलंय का? त्यानंतर...'' पुन्हा नोंदी तपासत विजय म्हणाला, ''आणखी एक प्रसिद्ध इतिहासकार एच. जी. कीन यांनी तिला मुमताझ-ए/इ -महाल असं म्हटलंय. ज्याचा अर्थ त्यांनी, दि एक्झाल्टेड ऑफ द पॅलेस म्हणजे महालाची उच्चतम असा लावला.''

''सोनिया, पर्शिअन भाषेत मुमताझसाठी किंवा मुमताझचा महाल याला काय म्हणता येईल?''

''महल-ए/इ-मुमताझ,'' सोनिया म्हणाली.

''हे बघा, पण मुमताझ-ए-महल नाही ना?''

सोनियानं क्षणभर विचार केला. "हो, मुमताझ हे महालाचं विशेषण होईल, व्यक्तीचं नाही. मुमताझ महाल याचा अर्थ खास किंवा देखणा महाल असा असू शकतो."

विजय बोलू लागला. "मग, कीन व स्मिथ यांनी कशाच्या आधारे तिचं नाव मुमताझ महाल असल्याचं म्हटलं? याचा काही पुरावा आहे का?"

माथुरनी मलिककडे पाहिलं. ते म्हणाले, "एक जागा आहे नं. कबरीवर कोरलेल्या मजकुरावरून तिचं नाव मुमताझ महाल असल्यासारखं वाटतं. सोनिया, बरोबर आहे ना?"

"हं! बरोबर आहे," सोनिया म्हणाली. "आपण गेल्या आठवड्यात तिच्या कबरीवरचा एपिटॅफ पाहिला. पण, आधुनिक परिभाषेत मुमताझ महालचा अर्थ मुमताझचा निवास असा होऊ शकतो."

"तो ठीकही असेल," विजय म्हणाला. "पण त्याचा अर्थ काय असू शकतो, यावर विचार करू या. एखाद्या व्यक्तीचा मुमताझ महाल असा उल्लेख करण्यात आल्याचा तो कदाचित एकमेव संदर्भ असावा. केवळ एकच! काय वाटतं?"

माथुर व मलिक काहीतरी कुजबुजले, पण त्यांनी विजयच्या प्रश्नाचं उत्तर मात्र दिलं नाही.

विजयनं प्रेझेंटेशन सुरू ठेवलं. "आणि नावाचा अपभ्रंश केव्हा झाला? खरंतर," विजय त्याच्या नोंदी पाहू लागला, "एच. आर. नेविल या इंग्लिश व्यक्तीनं सन १९०५ मधल्या आग्रा गॅझेटीयरच्या पृष्ठ क्रमांक २१३-२१४ मध्ये म्हटलंय की,'

द नेम ताज महल इज ए करप्शन ऑफ हर नेम ॲन्ड इज
अननोन टू अर्ली रायटर्स
अर्थात
ताजमहाल हे नाव म्हणजे तिच्या नावाचा अपभ्रंश आहे आणि
ते पूर्वीच्या काळातल्या लेखकांना ठाऊक नव्हतं.

"पूर्वीच्या काळातल्या लेखकांना ठाऊक नव्हतं," विजयनं पुन्हा नमूद केलं. "पूर्वीच्या काळातले हे लेखक कोण असू शकतात? पीटर मंडीनं ताजे मोहोल आणि टॅव्हर्निएनं वास्तूला तासी-मकान असं म्हटल्याचं आपण आत्ताच पाहिलं. मग नेव्हिलनं जे लिहिलंय त्यातून आपण काय अर्थ घ्यायला हवा?"

"व्हिन्सेंट स्मिथनं म्हटल्याप्रमाणं आपण तिच्या नावाचा अपभ्रंश विचारात

घेतला तरी ‘मुम’ हा भाग का काढला गेला असेल व फक्त ‘ताझ महाल’ इतकंच का राहिलं असेल? याशिवाय, सोनिया, पर्शिअन भाषेत ‘ताझ’ व ‘ताज’ हे दोन्ही शब्द एकसारखेच आहेत का?’’

‘‘एकसारखे नाहीत. ताज म्हणजे मुकुट, आणि ताझ हा पूर्णपणे वेगळा पर्शिअन शब्द आहे. या शब्दाचा अर्थ फेरी किंवा दौड. दुसरं म्हणजे, ‘मुमताझ’ हा एक अखंड शब्द आहे. त्यातून ‘ताझ’ हा शब्द वेगळा काढता येणार नाही,’’ सोनियानं सांगितलं.

‘‘सोनिया, ही माहिती दिल्याबद्दल धन्यवाद,’’ विजय म्हणाला. ‘‘पुन्हा आरटीआय याचिकेकडे वळू या. ताजमहाल हा शब्द मुमताझ महाल यावरून तयार झाल्याचा स्पष्ट पुरावा आपल्याकडे आहे का?’’

समीर व सोनिया यांनी एकमेकांकडे पाहिलं. ‘‘मला वाटतं नाही,’’ सोनिया म्हणाली.

माथुर व मलिक या दोघांचीही अस्वस्थता वाढू लागली होती. चोप्रांना मात्र आता जरा निवांत वाटू लागलं होतं.

विजयनं प्रत्येकावर नजर फिरवली. ‘‘मग, ताजमहाल हे नाव आलं कुठून?’’

प्रा. माथुरचा वैताग आता स्पष्ट दिसू लागला होता. त्यांनी विचारलं, ‘‘विजय कुमार, ताजमहाल हे नाव कोणा ‘तेजो महालय’ या मंदिराच्या नावावरून पडलं असल्याची जी मूर्ख कल्पना आहे ती आता तुम्ही पुन्हा एकदा आम्हाला सांगणार आहात का? मी तुम्हाला बजावते आहे. आम्ही इथे कसलाही प्रचार ऐकायला बसलेलो नाही.’’

काही क्षण, तिथे शांतता पसरली होती.

विजयनं उत्तर दिलं, ‘‘नाही, मॅडम. मला नाही माहीत तुम्ही ‘तेजो महालय’चा उल्लेख का करत आहात. ‘तेजो महालय’सारख्या संदर्भांची खातरजमा करण्यामध्ये काहीही रस नसल्याचं आरटीआय याचिकेमध्ये स्पष्ट म्हटलेलं आहे.’’ त्यानंतर तो क्षणभर थांबला व म्हणाला, ‘‘पण, आता तुम्ही ‘तेजो महालय’चा उल्लेख केलाच आहे तर आपण काहीतरी तपासून बघू या. कृपया, थोडं सहकार्य करा.’’

विजयनं समीरला त्याचा लॅपटॉप प्रोजेक्टरशी जोडायला सांगितला व नंतर त्याला प्रश्न विचारला.

‘‘समीर, तू कृपया मॅप्स ॲप उघडशील का?... आता ताजमहाल शोध... सॅटेलाइट व्ह्यू निवड... झूम कर... आणखी थोडं... आणखी थोडं... ताजमहालाच्या डावीकडे जा थोडंसं. बस.’’ त्यानं खोलीतल्या सर्वांकडे पाहिलं. ‘‘तुम्हाला काय दिसत आहे?’’

सॅटेलाइट नकाशावर आता ताजमहालाच्या पश्चिम भिंतीजवळचं ठिकाण

दर्शवलं जात होतं. त्यावर नाव दिसत होतं:

ओल्ड तेजो महालय टेम्पल
अर्थात
प्राचीन तेजो महालय मंदिर

डॉ. नायक व चोप्रांनी आवंढा गिळला, तर माथुर यांनी काहीच प्रतिक्रिया दिली नाही.

"हे फारच रंजक आहे!" समीरनं मत नोंदवलं.

विजयनं मग विचारलं, "मॅप्स ॲप ताजमहालाच्या बाजूला हे नाव व हे ठिकाणही का दाखवतंय आहे हे कोणी सांगू शकेल का? हे नेमकं काय आहे? मॅप्स कंपनीनं बीओएसोबत काम केलंय का? बीओएनं त्यांना काही कळवलंय का?"

माथुर आता नायक व चोप्रांकडे रागानं बघत होत्या. नायक यांनी मान हलवली व चोप्रांनी खांदे उडवले.

मलिक वैतागले होते. "हा खोडसाळपणा आहे. मॅप्सनं हे नाव का वापरलं असावं?"

"हे नकाशे एका प्रसिद्ध कंपनीनं बनवले आहेत. ते असा खोडसाळपणा का करतील?" समीरनं विचारलं.

"आणखी एक रंजक बाब आहे. केवळ प्राध्यापक माथुर यांनी मंदिराचा उल्लेख केला म्हणून मी हा विषय काढतोय." विजयनं आधी प्रा. माथुरकडे व नंतर त्याच्या नोंदींकडे पाहिलं. "१८२५ या वर्षात, वसाहतकाळातल्या लष्करातले कर्नल हॉजसन यांनी ताजमहालाची मापं घेतली. १८४३ मध्ये, त्यांनी एशियाटिक सोसायटी ऑफ ग्रेट ब्रिटन ॲन्ड आयर्लंड, खंड ७ मध्ये त्यांचे निष्कर्ष प्रकाशित केले. त्यांनी परिशिष्ट सी, पृष्ठ क्रमांक ५६ वर एक विधान केलं आहे."

इट मस्ट बी रिमेंबर्ड दॅट धिस इज नॉट ए टेम्पल बट ए टूम्ब.
अर्थात
हे मंदिर नसून कबर आहे हे आपण ध्यानात ठेवले पाहिजे.

विजय काही क्षण बोलायचा थांबला. "कर्नल हॉजसन असं का म्हणाले असतील? हे मंदिर आहे की कबर असे प्रश्न निर्माण झाले होते का? असं म्हणण्याची गरजच का भासली?" खोलीत पुन्हा एकदा शांतता पसरली.

विजय म्हणाला, ''ठीक आहे, तर... या मुद्द्यावर आम्ही आरटीआय याचिकेला दिलेलं उत्तर रास्त आहे, बरोबर? आम्ही म्हटलं आहे, ताजमहाल या वास्तूच्या नावाच्या उत्पत्तीबद्दल आमच्याकडे सध्या माहिती उपलब्ध नाही.''

प्रा. माथुर उद्विग्न दिसत होत्या. त्यांनी त्यांची वही मेजावर आपटली, त्या खुर्चीतून उठून उभ्या राहिल्या, व कॉन्फरन्स रूमबाहेर निघून गेल्या. नायक त्यांच्या मागोमाग गेले, ''मॅडम... मॅडम!''

चोप्रांनी विजयकडे व त्याच्या टीमकडे पाहिलं. काही क्षणांनंतर, ते म्हणाले, ''ठीक आहे, टीम. जेवणाची सुट्टी थोडी लवकर घेऊ या.''

चोप्रा बाहेर गेले, पण लगेचच परत आले. ''मलिकजी, माथुर मॅडमना तुमच्याशीही बोलायचं आहे. कृपया, माझ्या केबिनमध्ये या.''

मलिक लगबगीनं चोप्रांच्या मागे गेले.

ती दोघं चोप्रांच्या केबिनमध्ये पोहोचताच, मलिकना पाहून माथुर किंचाळल्या. ''मलिक, इथे काय चाललंय काय? चोप्रा, कृपया दरवाजा बंद करा.'' चोप्रांच्या केबिनचं दार बंद करण्यात आलं. आतमध्ये गरमागरम चर्चा सुरू झाली.

कॉन्फरन्स रूममध्ये, काही वेळ कोणीच कोणाशी बोललं नाही. सोनिया व समीर दस्तऐवज, नोंदी चाळत होते व मधूनच एकमेकांशी टिपणांची देवाणघेवाण करत होते. विजय त्यांच्याकडे वळला. ''टीम, मला माफ करा... मी आज तुमचा अहवाल वापरला नाही म्हणून तुम्ही कदाचित नाराज झाला असाल,'' त्यानं प्रिंटआउटच्या गठ्ठ्याकडे निर्देश करत म्हटलं. ''पण, मला हा मार्ग पत्करणं गरजेचं वाटलं.''

समीर व सोनिया दोघेही हसले. समीर म्हणाला, ''सर, खरंतर, आम्ही तुमच्यासोबत आहोत. तुम्ही अतिशय तर्कशुद्ध मार्गानं जात आहात, बरोबर ना, सोनिया?''

''नक्कीच,'' सोनिया म्हणाली, ''पण मला आता चांगलीच भूक लागली आहे.''

''खास व्यक्तींसाठी खास जेवण!'' जेवणाचा ट्रे घेऊन सुभाष खोलीत आला. ''पाहुण्यांसाठीचं जेवण चोप्रा सरांनी त्यांच्या केबिनमध्ये मागवलं... सावकाश जेवा!''

प्रकरण ४५

शुक्रवार, जून ९
दुपारी
अन्वेषण विभाग

बीओए कार्यालयापासून काही किलोमीटर अंतरावर, इन्स्पेक्टर हरपाल सिंग त्यांच्या कार्यालयात दोन प्रकरणांवर काम करत होते. आतापर्यंत झालेल्या तपासाबद्दल ते समाधानी नव्हते. आलटून पालटून ते दोन्ही प्रकरणांच्या कागदपत्रांवर नजर टाकत होते, बाहेर बघत होते, व संगणकाकडे पाहत होते. 'काहीतरी जुळत नाहीये,' ते स्वतःशीच बोलले.

त्यांचा साहाय्यक माधवन त्याच्या लॅपटॉपसह तिथे आला. ''सर, तुम्ही जरा हे बघाल का?'' माधवननं त्याच्या लॅपटॉपची स्क्रीन दाखवली.

''काय आणलं आहेस?'' सिंगनी विचारलं.

''सर, आपल्याला सोनियाच्या हॉटेलमधून मिळालेल्या डिजिटल मीडियाचं विश्लेषण लॅबनं केलं आहे. तुम्हाला आठवतं का, सुरुवातीला, डिसिल्व्हा केवळ रेस्टॉरंटमध्ये खाण्यासाठी सोनियाच्या हॉटेलमध्ये गेला असावा, असं आपल्याला वाटलं होतं. पण, हे इतकंच नाहीये. मला वाटतं तो कोणत्या तरी मजल्यावर गेला व कोणाला तरी भेटला. हे बघा.'' माधवननं एक छोटासा व्हिडीओ सुरू केला. त्यामध्ये एक माणूस हॉटेलच्या एका मजल्याच्या मार्गिकेतून चालताना दिसला. माधवननं व्हिडीओ थांबवला व स्क्रीनवरच्या इमेजवर झूम केलं. ''पाहिलंत? हा डिसिल्व्हाच आहे. तो हॉलवेमधून चालतो आहे, कदाचित हॉटेलच्या खोलीकडे

जात असावा.'' माधवननं व्हिडीओ पुन्हा सुरू केला, आणि तो माहिती देत राहिला. ''आता तो थांबतो, आजूबाजूला बघतो, आणि त्यानंतर या खोलीचं दार उघडलं जातं. तो आत जातो, व दार बंद होतं.''

सिंगनी क्षणभर विचार केला. ''तो तिथे नक्की कोणाला तरी भेटायला गेला असणार... सोनिया तिथे राहते ते आपल्याला ठाऊक आहे, पण ही तिची खोली आहे का? तू हॉटेलमध्ये जा, तिथल्या व्यवस्थापकाशी बोल, आणि डिसिल्व्हा कोणत्या खोलीत गेला ते त्याला सांगता येतंय का बघ.''

''ठीक आहे, सर,'' माधवन म्हणाला. सिंगना आणखी काहीतरी आठवलं. ''ताजमध्ये घुसखोरी झाली त्या रात्रीचे सीसीटीव्हीचे फोटो पुन्हा एकदा दाखव बरं?''

''हो.'' माधवननं त्याच्या लॅपटॉपवर फूटेज उघडलं.

सिंगनी काळजीपूर्वक व्हिडीओ पाहिला. ''माधवन, त्या संध्याकाळी विजय तिथे असले तरी या फोटोतली व्यक्ती विजय आहेत, असं मला वाटत नाही. तसंच, हा फोटो रात्री उशिरा टिपलेला आहे... फोटोमध्ये चेहरा नीट स्पष्ट दिसत नाहीये. पण आकृतीवरून, माझ्या डोळ्यांसमोर कोणीतरी येत आहे.''

''ही व्यक्ती कोण असू शकेल?''

सिंगनी काही क्षण विचार केला. ''हं! मला सांगता येत नाहीये. असो, तू काम सुरू ठेव, आणि हॉटेलमधून आणखी माहिती मिळवण्याचा प्रयत्न कर.''

''हो... सर, मला एका गोष्टीचं आश्चर्य वाटतंय. विजय कुमारनी लंडन दौरा एकाएकी आवरता का घेतला असेल.''

''हो नं.' सिंगनी होकारार्थी मान हलवली. 'लंडनमधला आपला अहवाल काय सांगतो?''

''विजय कुमारना संध्याकाळी हॉटेलमध्ये कोणीतरी भेटलं. आणि त्यानंतर त्यांनी पुढच्या दोन ते तीन तासांत हॉटेलमधून चेक-आउट केलं. परंतु, या दोन्ही घटना एकमेकांशी निगडित आहेत का ते अजून स्पष्ट झालेलं नाही.''

''हो. चोप्रा किंवा विजय कुमार हे दोघंही आपल्याला नीट माहिती देत नसल्याचं दिसतंय. पण तू चांगला मुद्दा हेरला आहेस.''

साहाय्यक माधवननं मान हलवली, नंतर तो निघून गेला.

सिंगचा फोन वाजला. ''हॅलो, चोप्राजी.''

''इन्स्पेक्टर सिंग, दिल्लीतले काही वरिष्ठ अधिकारी इथे आले आहेत. ते आरटीआय कार्यकर्त्याचा मृत्यू आणि ताजमधील घुसखोरी याबद्दलची प्रगती विचारत आहेत. नवीन माहिती काय आहे?''

''आम्ही त्यावर काम करत आहोत,'' सिंगनी सांगितलं. ''काही धागेदोरे

मिळाले आहेत, आणि लवकरच आमच्याकडे काही माहिती असेल. आरटीआय कार्यकर्ता सुनील प्रसाद याच्या हत्येमध्ये डिसिल्व्हाचा हात आहे हे स्पष्ट आहे. आम्हाला हत्येचा उद्देश अद्याप समजलेला नाही, पण त्याचा संबंध आरटीआय याचिकेशी असू शकतो असा संशय आहे. तसंच, सर्च वॉरंट मिळवण्यासाठी न्यायालयात जायला आम्हाला परवानगी मिळाली आहे. आपल्याला ताजमहालातल्या तळघरातल्या खोल्या तपासाव्या लागतील. हे गुन्हेगारी प्रकरण आहे आणि काही विशेष हितसंबंध पोलिसांच्या तपासात व्यत्यय आणू शकत नाहीत. मला काय म्हणायचं आहे ते लक्षात आलं असेल.''

चोप्रांकडे बोलण्यासारखं काही नव्हतं. सिंगनी संधीचा फायदा घेत चोप्रांकडून माहिती मिळवण्याचा प्रयत्न केला. ''बरं, आरटीआय याचिकेचं उत्तर देणं कसं सुरू आहे? आरटीआय कार्यकर्त्याचा तर मृत्यू झालाय, मग आता अहवाल जाहीर केला जाईल का?''

''आमच्या अंतर्गत प्रक्रियेनुसार आम्हाला याचिकेचं उत्तर पूर्ण करावं लागणार आहे. वरिष्ठ अधिकारी व मंत्रालय काय तो अंतिम निर्णय घेतील. आमचं अंतर्गत सादरीकरण आज पूर्ण होईल. त्यासाठीच तर वरिष्ठ अधिकारी इथे आले आहेत. आमच्या चर्चेबद्दल मी तुम्हाला फारसं सांगू शकणार नाही, पण... विजय कुमारनी मात्र आज चांगलाच गदारोळ माजवला आहे.''

क्षणभर थांबून सिंगनी विचारलं, ''चोप्राजी, विजय कुमार लंडनमधून लवकर निघून आल्याचं मला कळलं. हे खरं आहे का?''

''खरं आहे ते. लंडनमध्ये आणखी वेळ वाया घालवण्यापेक्षा बुऱ्हाणपूरला जाणं आवश्यक वाटलं, असं विजय म्हणाले.''

''तुम्हाला त्यामध्ये काही विचित्र वाटलं का?''

''मला माहीत नाही... वरिष्ठ वाट बघत आहेत. माहितीबद्दल धन्यवाद, सिंग साहेब.'' चोप्रांनी फोन ठेवला व ते सिंगच्या प्रश्नावर काही क्षण विचार करत राहिले.

प्रकरण ४६

शुक्रवार, जून ९
दुपारी

जेवणादरम्यान, विजयला प्रेझेंटेशन सुरू ठेवू द्यावं, यासाठी चोप्रांनी कशीबशी डॉ. नायक व प्रा. माथुर यांची मनवळवणी केली. ते सर्व कॉन्फरन्स रूममध्ये परतले व आपापल्या जागी बसले. प्रा. माथुर यांनी विजयकडे पाहिलंही नाही.

चोप्रा म्हणाले, "विजय व टीम, पुढे जाऊ या.''

"तुमच्या कामाची व प्रयत्नांची आम्हाला कदर ठेवायला हवी,'' डॉ. नायक कोणाकडेही न बघता संथपणे म्हणाले.

"ठीक आहे. धन्यवाद सर.'' विजयनं समीर व सोनियाकडे पाहिलं व बोलायला सुरुवात केली. "पुढचा मुद्दा. ताजमहालमध्ये कोणाला दफन केलं गेलं याचे पुरावे आरटीआय याचिकेत मागितले आहेत.'' विजय बोलताना थांबला व त्याच्या अपेक्षेप्रमाणे माथुर मध्येच बोलल्या.

"हा काय प्रश्न झाला? तिथे कोणाला दफन केलं गेलं ते आपल्या सर्वांना माहीत आहे. नाही का?''

नायक हसले व त्यांनी होकारार्थी मान हलवली. माथुरही हसल्या.

"विजयजी, हे आपल्या सर्वांना ठाऊक आहे आणि त्यावर चर्चाही झालेली आहे,'' मलिक म्हणाले, "वरच्या दालनात मुमताझ व शहाजहानचा सेनोटॅफ आहे, आणि खालच्या दालनात किंवा क्रिप्टमध्ये, खऱ्या कबरी आहेत.''

"उत्तम,'' विजय म्हणाला. "पण, मृत्यूपासून दफनविधीपर्यंतचे पुरावे आपण

पाहूया. सर्वप्रथम, मुमताझ-उल-झमानी असा किताब मिळालेल्या आलिया बेगम किंवा आरजुमंद बानूचा मृत्यू बुऱ्हाणपुरात शाही किल्ल्यामध्ये झाला, बरोबर? तिच्या मृतदेहाचं काय करण्यात आलं?''

मलिक यांनी उत्तर दिलं. ''तिला नदीपलीकडे झैनाबाद गावात दफन करण्यात आलं.''

''तिला तिथे का दफन करण्यात आलं याची माहिती आपल्याकडे आहे का? मलिकजी? बाकी कुणाला काही ठाऊक?'' उत्तराची वाट बघत असताना, विजय वहीत लिहून ठेवलेल्या प्रश्नांवर नजर टाकत होता.

''हा मुद्दा खरंच तितका महत्त्वाचा आहे का?'' माथुर यांनी विचारलं. ''पण तरीही तुमच्या प्रश्नाचं उत्तर द्यायचं झालं, तर तात्पुरत्या दफनविधीसाठीही शहाजहानला मुघलांच्या प्रतिष्ठेला साजेल अशी सुंदर जागा हवी होती.''

''आणखी एक शक्यता आहे,'' समीर म्हणाला. ''शहाजहानला कदाचित त्याच्या साम्राज्याचा विस्तार तापी नदीच्या दक्षिणेकडे करायचा असेल.''

''समीर, तुझा मुद्दा चांगला आहे. पण, आपल्या चर्चेचा विषय मुघल साम्राज्याचा राजकीय किंवा लष्करी विस्तार हा नाहीये. एक मात्र नक्की, दफनविधी शाही किल्ल्याच्या आसपास न करता झैनाबादमध्ये करण्यात आला हे निश्चितच विचित्र आहे.'' विजय बोलताना थांबला, वहीतल्या नोंदी पाहून त्यानं विचारलं, ''म्हणजे, हा दफनविधी इस्लामी पद्धतींनुसारच झाला असणार, बरोबर?''

''विजयजी, मला तुमच्या प्रश्नाचा अर्थच कळला नाही,'' मलिक यांनी उत्तर दिलं, ''पण तरी अर्थातच, हो.''

''बरं मग, इस्लामी दफनविधीच्या रीतींविषयी आम्हाला थोडं सांगा.''

''दफनविधीच्या रीतींचा इथे काय संबंध?'' डॉ. नायकनी विचारलं व चोप्रांकडे पाहिलं.

मलिकनी माहिती द्यायला सुरुवात केली. ''इस्लामी रीतींप्रमाणे, सर्वप्रथम मृतदेह स्वच्छ केला जातो, नंतर स्वच्छ कापडामध्ये किंवा कफनमध्ये गुंडाळला जातो आणि तसाच जमिनीमध्ये सहा ते सात फूट खोल, मक्केकडे तोंड करून उत्तर-दक्षिण दफन केला जातो.''

''आणि या वेबसाइटनुसार,'' समीर त्याच्या लॅपटॉपमध्ये बघत होता, ''शवपेटी, खुणा वा चिन्हे, किंवा सजावटीचं साहित्य वापरलं जात नाही. दफनविधी साधासरळच असावा लागतो.'' मलिक यांनी समीरकडे पाहिलं.

''असं, मुमताझच्या मृतदेहाचं पुढे काय झालं?''

''ते तर स्पष्टच आहे,'' माथुर म्हणाल्या, ''तिचा मृतदेह सहा महिन्यांनी आगऱ्याला नेण्यात आला, तसं बादशहानाम्यात म्हटलं आहे.''

"धन्यवाद, मॅडम." माथुर यांनी दिलेल्या माहितीबद्दल विजयनं आभार मानले. "तर, चौथ्या म्हणजे बखरी व अन्य दस्तऐवजांच्या स्तरामध्ये आपल्याला काही उपयुक्त पुरावे दिसतायत... पण एक शंका आहे, सहा महिन्यांत मृतदेहाची अवस्था काय झाली असेल? मृतदेहाचं विघटन झालं असेल, मृतदेह कुजला असेल, हो ना?"

"आणि इस्लामी पद्धतीनं दफन करताना तर शवपेटीही वापरली जात नाही," समीरनं म्हटलं.

मलिक यांनी खांदे उडवले. "त्यांनी शवपेटी वापरल्याची शक्यता आहे आणि मृतदेह टिकवून ठेवण्यासाठी काही रसायन वापरलं असेल."

"असू शकेल, पण काझी किंवा मुल्लांनी यासाठी परवानगी दिली असेल?" विजयनं विचारलं. "दिली असली तरी आपली रूपरेषा बघा. मृतदेह टिकवण्यासाठी साहित्य वापरलं असेल, हा केवळ एक अंदाज आहे व त्याला पुरावा काही नाही. बरोबर ना? आधी निकाल गृहीत धरायचे आणि नंतर ते कसे घडले असतील याच्या अटकळी बांधायच्या, हे आपण करू शकत नाही. खरं काय आहे ते आपल्याला ठाऊक नाही."

चोप्रा खुर्चीमध्ये जरा ताठ बसले व त्यांनी व्हाइटबोर्डवरच्या आकृतीवर नजर टाकली.

"बरं ठीक आहे, मृतदेह आगऱ्याला आणल्यावर काय झालं?" विजयनं प्रश्न सुरू ठेवले.

मलिक यांनी याचं उत्तर दिलं. "अं... मृतदेह दुसऱ्यांदा तात्पुरता दफन करण्यात आला."

"आपल्याकडे याचा पुरावा आहे का?"

समीरनं त्याच्या नोंदी व काही कागद तपासले. "डॉक्टर देसाई व कौल यांचं १९८२ सालचं ताज म्यूझिअम गाइडबुक, पृष्ठ क्रमांक ५ किंवा पीडीएफ प्रतीचं पृष्ठ क्रमांक १२."

"अर्थातच, आपल्याला हे ठाऊक आहे. चोप्रा, बरोबर?" डॉ. नायक यांनी विचारलं.

"छान," विजय म्हणाला. "पुस्तिकेमध्ये नेमकं काय लिहिलं आहे? कृपया, मोठ्यानं वाचशील का?"

समीरनं वाचून दाखवलं.

"द डेड बॉडी वॉज इंटर्ड अंडर ए टेम्परररी डोम्ड स्ट्रक्चर, नाऊ ए स्मॉल एन्क्लोजर इन द नॉर्थवेस्ट कॉर्नर ऑफ द गार्डन, निअर द वेस्टर्न वॉल

ॲन्ड डाऊन द लार्ज वेल ऑफ द मॉस्क.''
अर्थात
सध्याच्या पश्चिम भिंतीजवळ, मशिदीच्या प्रशस्त आवारानजीक,
व उद्यानाच्या वायव्य कोपऱ्यात असलेल्या तात्पुरत्या घुमटाकार
वास्तूखाली मृतदेह दफन करण्यात आला.

विजयनं व्हाइटबोर्डवरची विश्लेषणाची चौकट न्याहाळली. ''हा पुरावा नंतरच्या काळातले इतिहासकार म्हणजे सातव्या स्तरातला आहे. पण हे विधान करण्यासाठी देसाई व कौल यांनी कोणते संदर्भ वापरले?''

खोलीत शांतता पसरली. प्रा. माथुर अस्वस्थ झाल्या होत्या. ''विजय कुमार, तुम्ही सरकारी विभागातल्या अभ्यासकांच्या कामावर शंका घेत आहात का?'' हे विचारून त्यांनी नायक व चोप्रांकडे पाहिलं.

''नाही, मॅडम,'' विजय शांतपणे म्हणाला. ''त्यांनी कशाच्या आधारे विधान केलं आहे, ते शोधण्याचा आमचा प्रयत्न आहे. याचा काहीएक पुरावा असेलही, पण त्याचा हवाला द्यायला ते विसरले का?'' विजयनं काही क्षण माथुरकडे पाहिलं व पुन्हा बोलणं सुरू केलं. ''म्हणजे, आपल्याकडे यासाठी पुरावा नाही... आणि त्यानंतर, या तात्पुरत्या घुमटाचं पुढे काय झालं आणि तिचा मृतदेह तिथे किती काळ ठेवण्यात आला?''

खोलीत पुन्हा शांतता पसरली. ''पुढे काय घडलं?'' विजय मलिक यांच्याकडे वळला.

''बादशहानाम्यानुसार, पुढच्या वर्षी तिला कायमस्वरूपी दफन करण्यात आलं,'' मलिक म्हणाले.

''बरं. बादशहानाम्यामध्ये मुमताझच्या दफनविधीबद्दल आणखी काय लिहिलं आहे? कुणाला ठाऊक आहे का?'' कोणीच काही बोललं नाही. सोनियाकडे वळून विजयनं तिला एक कागद दिला. ''माझ्याकडे बादशहानाम्यातल्या पृष्ठ क्रमांक ४०२ व ४०३ च्या दोन प्रती आहेत. ओळ क्रमांक ३५-३८ बघ. हा मजकूर पर्शिअन भाषेत आहे. सोनिया, कृपया, तो तू भाषांतरित करून सांगशील का?''

सोनियानं तो मजकूर एक दोन वेळा स्वतःशीच वाचला, जो उपस्थित सर्वांनी आतुरतेनं ऐकला... ''ही पर्शिअन भाषा सतराव्या शतकातली आहे.'' तिनं महत्त्वाच्या ओळी भाषांतरित केल्या व भाषांतर एका कागदावर लिहून काढलं.

“आफ्टर... अरायव्हल ऑफ... द बॉडी इन... ग्रेट सिटी... मस्ट बी आग्रा... ऑन १५ व्या जमात उल सान्या... नेक्स्ट इयर... दॅट लस्ट्रस... बॉडी ऑफ... क्वीन... लेड टू रेस्ट... पर ऑफिशिअल ऑर्डर... अंडर टॉल मोसोलिअम... दॅड हिड द... लेडी फ्रॉम द वर्ल्ड... इन ईमारत-ए-आलिशान ऑर द ब्युटिफुल बिल्डिंग... मॅग्निफिसंट... विथ ए डोम... इज ए मेमोरिअल... स्काय हाय...”

अर्थात

“एका महत्त्वाच्या शहरात... आग्रा असावं... मृतदेह आणल्यानंतर... पुढच्या वर्षी... १५ व्या जमात उल सान्याच्या दिवशी... राणीच्या... तेजस्वी... मृतदेहाला... अधिकृत आदेशानुसार... एका उंच मकबऱ्यामध्ये... चिरःशांती देण्यात आली... इमारत-ए-आलिशान किंवा अत्यंत सुंदर इमारतीत... तिला दफन करण्यात आलं... भव्य... घुमट असलेली... गगनचुंबी... ही इमारत स्मारक आहे...”

“थांबा.” माथुर यांनी सोनियाकडे संशयानं पाहिलं. “मलिकजी, तुम्हाला याबद्दल तर ठाऊक आहे. तुम्ही पर्शिअन लिपी जाणता. तुम्ही तपासाल का?”

मलिक वरमले. “मला उर्दू येतं आणि लिपीही वाचता येते, पण... मॅडम, मला मोजके काही शब्द वगळता पर्शिअन येत नाही.” खुर्चीमध्ये सरळ बसून त्यांनी विजयकडे बघितलं. “तुम्ही त्या विशिष्ट ओळीच का निवडल्या?”

“हे जाणणं खरंच गरजेचं आहे का?” विजयनं विचारलं. “इथे उपस्थित असलेल्या पर्शिअन भाषा-तज्ज्ञानं आत्ताच त्याचं भाषांतर केलं आहे.”

“हे घ्या, मलिकजी.” भाषांतर लिहिलेला कागद सोनियानं त्यांना दिला. मलिकनी तो माथुरना दाखवला व त्यांच्याशी हळू आवाजात संभाषण केलं.

कोणीच काही न बोलल्यानं विजयनं पुढे बोलणं सुरू केलं. “धन्यवाद सोनिया. आता, या भाषांतरातून आपल्याला काय समजलं? पुढील वर्षी, मुमताझला भव्य घुमटाखाली दफन केलं गेलं. हा घुमट कोणता असू शकतो? ताजमहालाचा घुमट? ते कसं शक्य आहे? याचा अर्थ, बादशहानाम्यामध्ये चुकीचं लिहिलं आहे, की ताजमहालाचा सुंदर घुमट १६३३ मध्ये, म्हणजे मुमताझच्या मृत्यूनंतर केवळ एका वर्षात, अस्तित्वात होता?”

माथुर व मलिक जणू स्तब्ध झाले होते, तर चोप्रा व नायक एकमेकांकडे बघत होते.

समीर म्हणाला, “अरे वा! फारच छान... याला म्हणतात खरं विश्लेषण.” चोप्रांनी समीरकडे दीर्घ कटाक्ष टाकला.

कोणाकडूनही प्रश्न न आल्यानं विजय बोलत राहिला. "गोंधळात टाकणारा भाग तर पुढे आहे." विजयनं त्याच्या नोंदींवर नजर टाकली. "समीर, तुझ्याकडे पीटर मंडींच्या पुस्तकाची प्रत आहे ना? १६३२ मध्ये तो आगऱ्यात होता."

"हो. माझ्याकडे पीडीएफ आहे. सर आर. सी. टेम्पल यांनी संपादित केलेलं पीटर मंडी – ट्रॅव्हल्स इन युरोप ॲन्ड एशिया. त्यातलं तुम्हाला काय हवं आहे?"

"मला त्यातली," वहीतल्या नोंदींकडे विजय म्हणाला, "पृष्ठ क्रमांक २०८-९ आणि २१३-१४ हवी आहेत."

चोप्रांनी आधी विजयच्या वहीकडे व नंतर सोनिया व मलिककडे कटाक्ष टाकला.

प्रा. माथुर यांनी विचारलं, "विजय कुमार, तुम्ही ही पानं कशी निवडली आहेत? मलिकजी, आपल्याला हे संदर्भ ठाऊक नाहीत का?" मलिक काहीच बोलले नाहीत.

क्षणभर थांबून विजयनं विचारलं, "मॅडम, कुणाचाही अनादर करण्याचा माझा हेतू नाही, पण संदर्भ अचूक असतील तर ते कसे निवडले हे खरंच तितकं महत्त्वाचं आहे का? तुमचा माझ्यावर किंवा समीरवर विश्वास नसल्यास तुम्ही स्वतः ही पानं बघू शकता." त्यानं माथुरकडे पाहिलं.

माथुर यांनी विजयकडे न बघता, डॉ. नायक यांना हळू आवाजात काहीतरी सांगितलं. त्यांनी दुरूनच विजयच्या नोंदींवर नजर फिरवली, पण ते काही बोलले नाहीत.

"समीर, कृपया ते तपासून बघ," विजय त्याच्या नोंदी वाचत म्हणाला. "पीटर मंडी म्हणतात,

द प्लेसेस टू सी इन आग्रा इन्क्लुड द टूम्ब ऑफ ताजे मोहोल

अर्थात

आगऱ्यातल्या प्रेक्षणीय स्थळांमधली एक म्हणजे ताजे मोहोलची कबर.

हे लेखन १६३२ मधलं आहे, मुमताझच्या मृत्यूनंतर जेमतेम वर्षभरातलं. ही बाब विचारात घेण्यासारखी नाही का? याचा अर्थ, तिचा मृतदेह आगऱ्याला आणल्यापासून वर्षभराच्या आतच तिची प्रेक्षणीय कबर बांधून झाली होती का?... आणि मंडींनी त्या कबरीला ताजे मोहोल असं का म्हटलं, की त्यांनी ताजमहालालाच उल्लेखून तसं म्हटलं? नंतर त्यांनी म्हटलं आहे,

देअर इज ए गोल्ड रेलिंग अराउंड हर टूम्ब

अर्थात
तिच्या कबरीभोवती सोन्याचं रेलिंग आहे.

हे सगळं त्यांनी १६३२ मध्ये लिहिलं आहे. परंतु, सद्य मान्यतेनुसार, १६३२ मध्ये ताजमहालाचं बांधकाम तर नुकतंच सुरू झालं असेल. मग आपण यातून नेमका काय अर्थ घ्यायचा? मंडींनी उल्लेख केलेली कबर कुठे होती? वरच्या दालनात, म्हणजे आता जिथे संगमरवरी रेलिंग बसवलेलं आहे, तिथे पूर्वी सोन्याचं रेलिंग होतं हे तर आपण सर्व जाणतो.'' विजय थांबला व सर्वांच्या प्रतिक्रिया निरखू लागला.

माथुर पुन्हा धुमसत होत्या. ''हे सगळं तात्पुरतं होतं. १६३२ मध्ये ताजमहाल किंवा घुमट अस्तित्वातच नव्हता... तेव्हा बांधकामाला नुकतीच सुरुवात झाली होती.''

विजय शांत होता. ''मॅडम, आपण पुढच्या सत्रामध्ये घटनाक्रमावर चर्चा करणार आहोत.'' त्यानं नोंदी चाळल्या. ''पण बादशहानाम्यानुसार असं दिसतंय की तिला एका भव्य घुमटाखाली दफन करण्यात आलं... त्यानंतर, पीटर मंडींनी १६३२ मध्ये पुढील वाक्य लिहिलं आहे.

द किंग इज बिल्डिंग ए सेपल्कर
अर्थात
राजा एक सेपल्कर बांधत होता.

सेपल्कर म्हणजे बंदिस्त कबर. त्यानंतर १६३३ मध्ये मंडी म्हणतात,

ताजे मोहोल्स टूम्ब इज नाउ ए बिल्डिंग
अर्थात
ताजे मोहोलची कबर आता एक इमारत बनली आहे.

त्यामुळे यातून काही नवे प्रश्न निर्माण होतात. बादशहानाम्यामध्ये जे म्हटलं आहे तेच पीटर मंडींच्या लेखनातूनही दिसून येत नाही का? तिला पुढच्या वर्षी दफन केलं गेलं, असं बादशहानामा सांगतो. पुढचं वर्ष १६३३ हे आहे. म्हणजेच, पुढच्या वर्षी, तिची कबर तात्पुरत्या ठिकाणावरून किंवा सोन्याचं रेलिंग असलेल्या वरच्या दालनातून खालच्या दालनातल्या सेपल्कर मध्ये हलवण्यात आली, नाही का?''

माथुर उभ्या राहिल्या व जवळजवळ ओरडल्या. "तुम्ही हे काय बोलत आहात? तुम्ही कहाणी रचत आहात."

विजय मात्र शांतच होता. "नाही, मॅडम, मी फक्त मंडींकडून मिळालेला व बादशहानामा या उपलब्ध पुराव्यांची तुलना करण्याचा प्रयत्न केला. हे दोन्ही पुरावे एकमेकांशी जुळणारे आहेत आणि घुमटाकर वास्तू अस्तित्वात असल्याचं व त्यामध्ये दफनविधी झाल्याचं सुचवणारे आहेत. आणि हे मॅडम, सध्याच्या कोणत्याही मान्यतेशी जुळणारं नाही... माझं कुठे चुकतंय ते मला सांगा."

माथुर खाली बसल्या व त्यांनी मदतीच्या अपेक्षेनं डॉ. नायक यांच्याकडे व नायक यांनी चोप्रांकडे बघितलं खरं, पण विजयच्या तर्काशी युक्तिवाद करण्यास असमर्थ असल्याचं त्यांनी हावभावातून दर्शवलं.

विजयनं पुन्हा सुरुवात केली. तात्पर्य, ताजमहालात कोणाला दफन करण्यात आलं? या आरटीआय याचिकेतल्या प्रश्नावर उत्तर देण्यासाठी पुढील गोष्टींवर पुरेसे पुरावे उपलब्ध नाहीत अ) मुमताझला झैनाबादमध्ये का दफन केलं गेलं? ब) तिचा मृतदेह का व कसा बाहेर काढून आगऱ्याला नेण्यात आला? क) तिला तात्पुरत्या स्वरूपात नेमकं कुठे दफन करण्यात आलं? आणि ड) तिला अंतिम ठिकाणी म्हणजे तिसऱ्यांदा कुठे दफन करण्यात आलं? आमचं उत्तर बरोबर आहे की नाही?"

माथुर आता मलिक यांच्याकडे बघू लागल्या. मान हलवत ते काही कागद चाळू लागले. काही क्षण कोणीच विजयच्या प्रश्नाचं उत्तर दिलं नाही.

"हे उत्तर बरोबर आहे." सोनिया म्हणाली. "किती विलक्षण! यापूर्वी कोणाच्याच हे कसं लक्षात आलं नाही?"

"आता, शहाजहानच्या दफनविधीचं काय? त्याचा काही पुरावा आहे का?" विजयनं उत्तराच्या अपेक्षेनं मलिक यांच्याकडे पाहिलं.

"अर्थातच, शहाजहानच्या कबरीवर स्पष्ट मजकूर कोरलेला आहे."

"बरं, तो पहिल्या स्तरातला पुरावा आहे. पुराव्यासाठी एखादं दस्तावेज उपलब्ध आहे का? मुमताझच्या बाजूला आपल्याला दफन करावं अशी शहाजहानची इच्छा होती का? हा औरंगजेबाचा निर्णय होता का? याच्या काही नोंदी आहेत का?"

मलिक यांनी उत्तर दिलं नाही.

"आपण इथे एक गोष्ट लक्षात घ्यायला हवी." विजयनं लॅपटॉपवर एक स्लाइड उघडली व प्रोजेक्टरवर दाखवली. "१९८९ मध्ये, बेगली व देसाई यांनी *'ताज महाल: द इल्युमिन्ड टोम्ब'* नावाचं पुस्तक प्रकाशित केलं. ताज म्यूझिअम गाइडबुकचे सहलेखक असलेले तेच हे देसाई. त्यामध्ये ही दोन चित्रं

आहेत.'' विजयनं ती स्क्रीनवर दाखवली. ''हे ताजमहालातल्या वरच्या दालनातल्या कबरींचं चित्र आहे. सेनोटॅफची कॅप्शन बघा.''

चोप्रांनी मान हलवली. ''ते बरोबर आहे. वरच्या घुमटाकार दालनात सेनोटॅफ किंवा खोट्या कबरी आहेत, आणि खालच्या दालनात खऱ्या कबरी आहेत. पण नेमका प्रश्न काय आहे?''

विजय पुढच्या स्लाइडवर गेला. त्यामध्ये आणखी एक चित्र होतं. ''त्याच पुस्तकात, बेगली व देसाई यांनी आणखी एक चित्र दिलं आहे. हे खालच्या दालनातल्या कबरींचं चित्र आहे. कॅप्शन पाहिलीत का?''

उपस्थित सर्व स्क्रीनवर दिसणाऱ्या चित्राकडे बघत होते. विजयनं घसा खाकरला. ''या दोन चित्रांनुसार, खालच्या दालनातल्या कबरीही सेनोटॅफ किंवा खोट्या खबरी आहेत की काय? असतील तर मग खऱ्या कबरी कुठे आहेत?''

''हे अति होतंय आता,'' माथुर अक्षरशः ओरडल्या. ''त्या कबरी खऱ्या आहेत. त्यावरील लेबल लिहिण्यात चूक झालेली असू शकते.''

''असं होऊ शकतं का? मॅडम, मला ठाऊक नाही.'' विजयनं उत्तर दिलं. ''मी केवळ पुराव्यांचं विश्लेषण करतो आहे. डॉक्टर देसाई चुकीचे होते का? तसंच, या सगळ्या कबरी खऱ्या असतील तर इस्लामी रीतींनुसार त्या जमिनीखाली असायला नकोत का?''

''नक्कीच, खऱ्या कबरी जमिनीच्या खालीच आहेत,'' मलिक वैतागले होते.

''असं का?'' विजयनं मलिक यांच्याकडे बघितलं. ''आपले रेसिडेंट सिव्हिल इंजिनिअर मोहंती यांच्याशी बोलू या. मी त्यांना इमारतीचे आराखडे तयार ठेवायला सांगितलं होतं.''

विजयनं दार उघडलं व एका व्यक्तीला आत बोलावलं. तिशीतला एक माणूस आत आला. त्याच्या हातात काही बाइंडर्स व कागदाच्या दोन गुंडाळ्या होत्या. तो विजयच्या बाजूला उभा राहिला.

विजयनं विचारलं, ''इंजिनिअर मोहंतीजी, जमिनीपासून किंवा उद्यानापासून वरच्या सेनोटॅफ दालनापर्यंत उंची किती आहे ते सांगू शकाल का?''

मोहंती गोंधळात पडल्याचं दिसत होतं. ''माफ करा, माझ्याकडे आत्ता ही आकडेवारी नाहीये. यापूर्वी कोणीही हा प्रश्न आम्हाला विचारला नाही... पण मी पाहतो.'' त्यानं काही कागद चाळले, कागदाची एक गुंडाळी उघडली व त्याच्या स्मार्टफोनवरचा कॅल्क्युलेटर उघडला. ''उद्यानापासून टेरेसपर्यंतचं अंतर चार फूट आहे, तिथून संगमरवरी चौथऱ्यापर्यंत एकोणीस फूट, संगमरवरी पायऱ्या तीन फुटांच्या आहेत, आणि मग आणखी एक पायरी किंवा एक फूट. हे एकूण अंतर

सत्तावीस फूट आहे.''

''आणि सेनोटॅफ दालनाच्या जमिनीपासून कबरींच्या दालनापर्यंत?'' विजयनं विचारलं.

मोहंतीनं पुन्हा एकदा कागद व तक्ते चाळले. ''सात, सात, आणि सात, म्हणजे एकूण एकवीस पायऱ्या, प्रत्येक पायरीची उंची नऊ इंच आहे. एकूण अंतर असेल... पंधरा फूट व नऊ इंच.''

''म्हणजे, ते उद्यान वा जमिनीपासून वर असेल की खाली?''

मोहंतीनं भुवया उंचावल्या. ''हं... मला वाटतं ते जमिनीपासून वर असणार, सर.'' त्यानं त्वरित आकडेमोड केली. ''उद्यानापासून अकरा फूट व तीन इंच वर, किंवा टेरेसपासून सात फूट व तीन इंच वर.''

विजयनं उपस्थितांवर नजर फिरवरली. ''कबरी जमिनीच्या वर आहेत. मोहंतींना कुणाला काही प्रश्न विचारायचे आहेत का?''

खोलीत अस्वस्थ शांतता पसरली होती.

विजय बोलत राहिला. ''मोहंतीजी, तुमच्याकडे ताजमहालाच्या क्रॉस-सेक्शनची आकृती आहे का?''

मोहंती फार अस्वस्थ झाला होता. त्यांनी नायक व चोप्रांकडे बघितलं. ''सर, आपल्याकडे त्या प्रकारची आकृती उपलब्ध नाही.''

''जरा थांबा,'' नायक म्हणाले, ''मोहंती, १९५० सालच्या सर बॅनिस्टर फ्लेचरच्या आकृतीचं काय? आपल्याकडे उपलब्ध आहे नं?''

''अरे हो, आहे ना... धन्यवाद, नायक सर.'' मोहंतीनं आणखी एक फाइल चाळली व आकृती शोधली. त्यानं उपस्थितांमधील सर्वांना आकृती दाखवली. कबरींच्या दालनाभोवती किंवा खाली काहीच नसल्याचं आकृतीत दिसत होतं, म्हणजेच कबरी जमिनीखाली होत्या.

विजय म्हणाला, ''इथे निश्चितच विसंगती दिसून येते. कबरींचं दालन जमिनीपासून वर असल्याचं आपण सोप्या गणिताच्या मदतीनं नुकतंच सिद्ध केलं.'' विजय मोहंतीकडे वळला. ''धन्यवाद, मोहंतीजी.'' इंजिनिअर मोहंती सगळे कागद गोळा करून निघून गेला.

विजय सर्व उपस्थितांकडे वळला. ''या क्रॉस-सेक्शनच्या काही पूर्वीच्या आवृत्ती उपलब्ध आहेत.'' विजयनं नोंदी चाळून आणखी एक स्लाइड उघडली. ''जे. बर्जेस यांच्या १९०१ सालच्या *मरेज हॅन्डबुक फॉर ट्रॅव्हलर्स*मधल्या पृष्ठ क्रमांक १७२ वर ही आकृती दिली आहे. जे. बर्जेस कोण होते हे आपल्यापैकी कोणाला ठाऊक आहे का?''

चोप्रांना माहीत होतं. ''ते पुरातत्त्व खात्याचे वसाहतकालीन महासंचालक

होते.'' त्यांनी डॉ. नायककडे पाहताच त्यांनी होकारार्थी मान हलवली.

''बरोबर,'' विजयनं बोलणं सुरू ठेवलं. ''या आकृतीत आपल्याला कबरींच्या दालनाभोवतीची संपूर्ण जागा दिसते आहे. हे बघा, इथे बांधकाम असल्याचं जाणवतंय. कृपया, याची नोंद घ्या, आणि आता, हे बघा.'' विजयनं दुसरी एक स्लाइड उघडली. ''जेम्स फर्ग्युसन यांच्या १८५५ सालच्या *इलस्ट्रेटेड हॅन्डबुक ऑफ आर्किटेक्चर* पुस्तकातली ही आकृती बघा.'' आकृतीमध्ये चहूकडे बांधकाम व कबरींच्या दालनाखाली एक संपूर्ण मजला स्पष्टपणे दिसत होता.

''मलिकजी, मला सांगा, इस्लामी रीतींनुसार अशा प्रकारचा दफनविधी मान्य आहे का?''

मलिकनी क्षणभर विचार केला. ''सर्वसाधारणपणे नाही, पण याला अपवाद असू शकतात. जसं की, मान्यवरांच्या किंवा पीर-फकीरांच्या कबरी,'' मलिक म्हणाले.

''आपण पुन्हा मूळ प्रश्नाकडे वळू या,'' विजय म्हणाला. ''आरटीआय याचिकेला आम्ही दिलेलं उत्तर बरोबर आहे की नाही?... नक्कीच, आपल्या सर्वांना त्या खऱ्या कबरी आहेत असंच वाटतं... परंतु, शहाजहान व मुमताझ यांची नावं कबरीवर कोरलेली आहेत, हे वगळता आपल्याकडे याचा कोणताही पुरावा नाही इतकंच.'' खोलीत पुन्हा शांतता होती, पण विजयचं अजून बोलून झालं नव्हतं.

''आपण या विषयाचा समारोप करण्यापूर्वी, आणखी एका बाबतीत मला तुमची मदत हवी आहे.'' विजय समीरकडे वळला. ''समीर, तू मौलवी मोईनुद्दीन यांचं १९२४ सालचं *ताज अॅन्ड इट्स एन्व्हॉयर्नमेंट्स* हे पुस्तक बघशील का?''

''हो बघतो ना, त्यातलं नेमकं काय हवं आहे?''

''पृष्ठ क्रमांक ४६, पीडीएफमधलं कदाचित ६६, दुसरा परिच्छेद. कृपया वाच.'' समीर मोठ्या आवाजात सावकाश वाचू लागला.

इन द सेंटर ऑफ दोज स्ट्रक्चर लाय द रिसेप्टेकल विच होल्ड
द अॅशेस ऑफ शहाजहान अॅन्ड मुमताझ महल.
अर्थात
त्या वास्तूच्या मध्यभागी असलेल्या पात्रात शहाजहान व
मुमताझ महल यांची रक्षा ठेवलेली आहे.

''काय? रक्षा?'' सोनियानं विचारलं.

''धन्यवाद, समीर,'' विजयनं पुन्हा सुरू केलं. ''शहाजहान व मुमताझ

महल यांची रक्षा यातून मौलवी मोईनुद्दीनना नेमकं काय म्हणायचं असू शकतं?''

"हा निव्वळ मूर्खपणा आहे,'' माथुर यांनी वैताग व्यक्त केला.

"हे बरोबर असू शकत नाही,'' मलिक यांच्याकडे बघत नायक म्हणाले. "म्हणजे, मुस्लिमांना अग्नी दिला जात नाही, असं मला म्हणायचं आहे.''

"सर व मॅडम, मलाही हेच वाटतं,'' विजय म्हणाला. "बऱ्याचशा लेखनाचा आपल्याला काही अर्थच लागत नाही. लागतो का? आणि त्यामुळे काय विश्वासार्ह आहे व काय नाही, हा प्रश्न निर्माण होतो.''

चोप्रांनी नकारार्थी मान हलवली.

"आता, या आरटीआय याचिकेत विचारलेल्या प्रश्नापलीकडे, मला इथे उपस्थित सर्व तज्ज्ञांना एक सर्वसाधारण प्रश्न विचारायचा आहे,'' माथुर व नायक यांच्याकडे बघत विजय म्हणाला. "वरच्या दालनातल्या दोन कबरींच्या व खालच्या दालनातल्या शहाजहानच्या कबरीच्या चबुतऱ्यावर सुंदर सजावट केलेली आहे, पण खालच्या दालनातली मुमताझची कबर मात्र इतकी साधी का आहे? कोणाला ठाऊक आहे का?''

"ते फारसं महत्त्वाचं नाही,'' माथुर संतापानं उद्गारल्या. "संचालक नायक, आपण यावर बोलणं गरजेचं आहे.'' माथुर व मागोमाग नायक उठून कोपऱ्यात गेले.

अस्वस्थ असलेल्या चोप्रांनी घसा खाकरला. "चला, चहासाठी विश्रांती घेऊ या आणि दहा मिनिटांनी पुन्हा भेटू या... विजय, तुम्ही माझ्यासोबत याल का?'' ते माथुर व नायक यांच्याकडे वळून म्हणाले, "मी चहा पाठवतो.''

चोप्रा व विजय चोप्रांच्या केबिनमध्ये आले. कार्यालय साहाय्यक सुभाष चहा घेऊन आला व लगेचच तिथून निघून गेला. चोप्रा काही क्षण खिडकीबाहेर बघत राहिले, मग मागे वळले. त्यांनी विजयवर कटाक्ष टाकला, आणि संयम राखत ते म्हणाले, "विजय, हे सगळं नेमकं काय सुरू आहे?... काही दिवसांपूर्वीपर्यंत तुम्हाला या कामात काहीही रस नव्हता, लंडन दौऱ्यात तुम्हाला महत्त्वाचं काहीही सापडलं नाही, आणि आता तुम्ही अचानक इतके प्रश्न व संदर्भ मांडत आहात. सांगा, माझ्या नजरेतून काय निसटतं आहे?''

क्षणभर थांबून विजयनं विचारलं, "सर, मी आतापर्यंत जे बोललो आहे त्यामध्ये काहीही चुकीचं किंवा अतार्किक होतं का? खरंतर, मी तज्ज्ञांसमोर केवळ प्रश्न उपस्थित केले.''

चोप्रा म्हणाले, "मी मान्य करतो, की मला असं काही आढळलं नाही. पण

फक्त...'' त्यांनी केवळ मान हलवली. ''संचालक नायक व प्राध्यापक माथुर अजिबात खूश नाहीत, हे स्पष्टच आहे. मला याचा त्रास होतो आहे.''

''सर, माझ्या संपूर्ण कारकिर्दीत, केवळ एकाच गोष्टीनं माझ्या कामावर प्रभाव पाडलाय – वास्तव, कारणमीमांसा व शास्त्रीय दृष्टिकोन. सर, नेहमी विज्ञानाचाच विजय होतो आणि सत्य... माफ करा, मला इथे कुठलं तत्त्वज्ञान सांगायचं नाही किंवा कोणती शिकवण द्यायची नाही.''

चोप्रांनी विजयच्या खांद्यावर हात ठेवला, पण ते काहीच बोलले नाहीत.

सोनियानं दार वाजवलं व चोप्रांच्या केबिनमध्ये वाकून सांगितलं. ''संचालक नायक व प्राध्यापक माथुर यांनी आपल्याला परत सुरू करायला सांगितलं आहे.''

प्रकरण ४७

शुक्रवार, जून ९
दुपारी

चोप्रा व विजय कॉन्फरन्स रूममध्ये परत येताच नायक म्हणाले, "चोप्रा, पुढे चला."

प्रा. माथुर यांनी सत्राची सुरुवात उपहासानं बोलत केली. "गेली अनेक वर्ष आपल्या सर्वांना ठाऊक असलेला ताजमहालाचा घटनाक्रम आता विजय कुमार आपल्याला शिकवणार आहेत, हो ना, संचालक नायक?" नायक काहीही न बोलता फक्त हसले.

विजयला अपमानास्पद वाटलं, पण माथुरकडे दुर्लक्ष करत तो नायक व चोप्रा यांना म्हणाला. "सर, एका नागरिकानं दाखल केलेल्या कायदेशीर याचिकेला उत्तर देण्यासाठी मी इथे केवळ पुरावे पडताळण्याचं व मांडण्याचं काम करतोय. पुरातत्त्व हे एक शास्त्र आहे. त्यामध्ये विश्लेषणाची व कारणमीमांसेची आवश्यकता असते. एखादी गोष्ट केवळ लिहिली आहे किंवा कोणीतरी म्हटली आहे म्हणून ती आपोआप खरी ठरत नाही." माथुरकडे वळून त्यानं सावधपणे विचारलं, "बरोबर ना, प्रा. माथुर?"

"पुढे सुरू ठेवा," माथुर म्हणाल्या.

"आपण ताजमहालाच्या घटनाक्रमाकडे वळू या. हे सत्र कदाचित सर्वांत उत्कंठावर्धक ठरणार आहे. त्यात आपल्याला यापूर्वी चर्चा केलेल्या मुद्द्यांपैकी काहींचा पुन्हा आढावा घ्यावा लागू शकतो. तर मग, आपल्याला ठाऊक असला

तरी सर्वप्रथम सर्वश्रुत घटनाक्रम पाहू या आणि मग त्यामागील पुराव्यांचं मूल्यमापन करू या. समीर व सोनिया, आपण पट्कन घटनाक्रम बघू या का? मला वाटतं त्यावर एक स्लाइड बनवलेली आहे."

"हो हो." सोनियाला घटनाक्रम चांगला परिचित होता व तिनं तो स्पष्ट करायला सुरुवात केली.

"मुमताझचा मृत्यू बुऱ्हाणपूरमध्ये १७ जून १६३१ रोजी झाला. सर्वप्रथम, तिला तापी नदीपलीकडील झैनाबादमध्ये दफन करण्यात आलं. सहा महिन्यांनी, एक डिसेंबर किंवा त्या सुमारास, तिचा मृतदेह उकरून बाहेर काढण्यात आला व आगऱ्याला पाठवण्यात आला. ताज म्यूझिअम गाइडबुकनुसार, मृतदेह २९डिसेंबरला किंवा ग्रेगोरियन तारखेनुसार ८ जानेवारीला आगऱ्याला पोहोचला. आणि त्यानंतर बावीस वर्षांमध्ये ताजमहाल बांधण्यात आला, असं म्हटलं जातं."

"धन्यवाद सोनिया," विजय म्हणाला. "ताजमहालाचं बांधकाम सुरू झाल्याचं नमूद करणाऱ्या कोणत्याही अधिकृत नोंदी दरबारी दस्तऐवजामध्ये नाहीत. बरोबर ना, मलिकजी? याचा प्राथमिक उल्लेख फ्रेंच व्यापारी टॅव्हर्निएच्या लेखनामध्ये व काही फर्मानांमध्ये आढळतो. बरोबर?"

"बरोबर," समीर म्हणाला. "टॅव्हर्निएचं प्रसिद्ध विधान असं आहे."

आय सॉ कमेन्समेंट ॲन्ड कम्प्लिशन ऑफ धिस बिल्डिंग. इट टूक २२ इयर्स ॲन्ड २०,००० लेबर्स.

अर्थात

मी या भव्य वास्तूचं बांधकाम सुरू झाल्याचं आणि पूर्ण झाल्याचं पाहिलं. बांधकामासाठी बावीस वर्षं आणि वीस हजार मजूर लागले.

"टॅव्हर्निएनं भारताचा, विशेषतः आगऱ्याचा प्रत्यक्ष दौरा कधी केला?" विजयनं विचारलं.

माथुर मध्येच बोलल्या. "त्यानं १६३१ पासून १६५५ पर्यंत अनेक दौरे केले, आणि त्यानं ताजमहाल बांधला जात होता ते पाहिलं. साधीसरळ बाब आहे ही."

"मॅडम, ते अर्धसत्य आहे." विजयनं नोंदी चाळल्या.

"१८८९ मध्ये टॅव्हर्निएच्या लेखनाचं भाषांतर फ्रेंचमधून इंग्रजीत करणारे डॉक्टर व्ही. बॉल यांच्या मते, टॅव्हर्निएनं १६४० व १६६५ या केवळ दुसऱ्या व सहाव्या दौऱ्यातच आगऱ्याला भेट दिली. जर मुमताझचा मृत्यू १६३१ मध्ये

झाला असेल आणि त्यानंतर थोड्यात दिवसांत बांधकाम सुरू झाल्याचं व १६५३ मध्ये पूर्ण झाल्याचं मानलं जात असेल तर टॅव्हर्निएनं बांधकामाची सुरुवात व पूर्तता कशीकाय पाहिली असेल?'' प्रतिक्रिया पाहण्यासाठी विजयनं उपस्थितांवर नजर फिरवली.

''हो, हा मुद्दा एकदम बरोबर आहे.'' समीर आता विजयच्या प्रश्नांचा आनंद घेऊ लागला होता.

''खुद्द प्रसिद्ध इतिहासकार एच. जी. कीन यांनीच आपल्या १९०९ सालच्या हॅन्डबुक ऑफ आग्रा पुस्तकात, टॅव्हर्निएच्या लेखनावर प्रश्न उपस्थित केला आहे. समीर, कृपया, पृष्ठ क्रमांक १५४ उघडशील का?''

समीरनं पुस्तक चाळलं.

''कीन म्हणतात.

'टॅव्हर्निए कमेन्स्ड हिज फर्स्ट व्हॉयेज इन १६३१... अॅन्ड रिटर्न्ड टू फ्रान्स इन १६३३. ही डिड नॉट देअरफोर सी दि कमेन्समेंट ऑफ दि ताज'

अर्थात

टॅव्हर्निएनं १६३१ मध्ये पहिल्या दौऱ्याला सुरुवात केली आणि तो १६३३ मध्ये फ्रान्सला परतला. त्यामुळे त्यानं ताजचं बांधकाम सुरू होताना पाहिलं नाही.

हे विधान कीनसारख्या विख्यात व्यक्तीनं केलेलं असल्यानं ते महत्त्वाचं ठरतं,'' समीर म्हणाला.

''अरेच्चा! आपण इतकी वर्षं वेगळंच काहीतरी समजत होतो,'' सोनियानं मत नोंदवलं.

''टॅव्हर्निए फक्त एक व्यापारी होता, इतिहासकार नव्हता हे आपण लक्षात घ्यायला हवं. आपण त्याच्या लेखनाकडे पूर्णत: दुर्लक्ष करत नाही आहोत, पण १६४० मध्ये त्यानं ताजमहालाच्या ठिकाणी आधीच सुरू असलेलं काहीतरी बांधकाम पाहिलं असावं, असं अनुमान आपण काढू शकतो. पण, ताजमहाल बांधण्यासाठी बावीस वर्षं लागल्याच्या टॅव्हर्निएच्या विधानाला समर्थन वा दुजोरा देणारा कोणताही पुरावा आपल्याकडे नाही.''

चोप्रांनी होकारार्थी मान हलवली, पण माथुर व नायक या दोघांच्याही चेहऱ्यावर नाराजी स्पष्ट दिसत होती. या वेळी प्रश्न नायकनी विचारला, ''विजय कुमार, सर्वमान्य असं ऐतिहासिक वास्तव आपण कसं अमान्य करू शकतो?''

''सर, हा निर्णय विभागानं घ्यायचा आहे. मी फक्त केवळ पुराव्यांची

पडताळणी करत होतो.'' तो काही क्षण थांबला. ''पण, सादरीकरण पुढे सुरू ठेवू म्हणाल तर टॅव्हर्निएच्या लेखनातला एक रंजक मुद्दा मला मांडायचा आहे. त्यानं म्हटलंय,

दि स्कॅफोल्डिंग इटसेल्फ कॉस्ट मोअर दॅन दि बिल्डिंग.
अर्थात
केवळ मचाणाचा खर्चच इमारतीच्या बांधकामापेक्षा अधिक होता.

आता, मला एक कळलं नाही. म्हणजे, बांधल्या जाणाऱ्या ताजमहालाच्या इमारतीपेक्षा मचाणाचाच खर्च जास्त कसा असू शकतो? मला तर नाही समजत हे.'' विजय क्षणभर थांबला. ''काही दुरुस्ती किंवा सुशोभीकरण सुरू असलेली व सभोवती मोठं मचाण असलेली वास्तू टॅव्हर्निएनं पाहिली असावी, अशी एक तार्किक शक्यता मला यामध्ये दिसते.

''मग, ताजमहाल बांधण्यासाठी १६३१-३२ ते १६५३-५४ अशी बावीस वर्षं लागल्याचं आपण गृहीत धरलं तरी आपल्याला आणखी एक बाब विचारात घ्यायला हवी. औरंगजेबनं शहाजहानला ताजमहालाबद्दल एक पत्र लिहिलं होतं. १९४६ मध्ये, एम. एस. वत्स यांनी हे पत्र भाषांतरित करून एन्शिएंट इंडिया नावाच्या प्रकाशनात छापलं.''

''हे प्रकाशन आमच्या लायब्ररीत पाहिल्याचं मला आठवतंय,'' डॉ. नायक म्हणाले.

''मीही पाहिलं आहे,'' चोप्रांनी सांगितलं.

''समीर, तुझ्याकडे पीडीएफ प्रत आहे ना? पीडीएफमधल्या पृष्ठ क्रमांक सोळावर किंवा मूळ दस्तऐवजातल्या पृष्ठ पाचवर जा. ताजमहालाच्या घुमटाला तडे गेल्याचं व त्यातून गळती होत असल्याचं औरंगजेबनं पत्रात म्हटलं आहे. आणि औरंगजेबनं हे पत्र केव्हा लिहिलं? १६५२... आहे की नाही चमत्कारिक बाब?''

''हो,'' समीर म्हणाला. ''ताजमहाल बांधण्यासाठी समजा बावीस वर्षं लागली, आणि त्यातला बराचसा भाग समजा चौदा ते सोळा वर्षांत बांधून झाला असेल तरी उत्तम स्थापत्यशास्त्राचा वापर करून बांधलेल्या वास्तूमध्ये इतक्या कमी कालावधीमध्ये तडे किंवा गळती निर्माण झाली असेल असं वाटतं का?' त्यानं चोप्रांकडे पाहिलं, पण त्यांनी काहीच प्रतिक्रिया दिली नाही.

'टॅव्हर्निएबद्दलची आपली चर्चा आटोपली का?'' डॉ. नायक यांनी अचानक विचारलं.

"खरं तर, एक महत्त्वाचा मुद्दा आहे," विजय म्हणाला, "टॅव्हर्निएनं वीस हजार मजुरांचा उल्लेख केला आहे. बांधकामाच्या विविध टप्प्यांनुसार मजुरांची संख्या बदलू शकते, हे आपण समजू शकतो, पण..." पुढे बोलण्यापूर्वी विजयनं त्याच्या नोंदींवर नजर टाकली. "पोर्तुगीज पाद्री सेबेस्टिअन मनरिके यांनी डिसेंबर १६४० ते जानेवारी १६४१ या काळात आगऱ्याला भेट दिली. याच दरम्यान टॅव्हर्निएनं पहिला दौरा केला. उद्यानात, वृक्षवाटिका इत्यादी लावण्याचे काम कामगार करत असल्याचा आणि महत्त्वाचं म्हणजे एक हजार पुरुष काम करत असल्याचा उल्लेख मानरिके यांनी केला आहे. मानरिके यांनी केवळ हजार कामगार पाहिले असताना, त्याच दरम्यान टॅव्हर्निएनं मात्र वीस हजार मजूर असल्याचं ऐकणं, हे शक्य तरी आहे का? म्हणजेच, टॅव्हर्निएचं आणि मानरिकेचं लेखन यामध्ये बरीच तफावत आहे आणि संख्येच्या बाबतीत दोघांचही लेखन विश्वासार्ह किंवा निष्कर्षाप्रत नेणारं नाही."

"हे विश्लेषण अगदी सुसूत्र वाटतं," सोनिया म्हणाली.

"आता, आपण कालावधी बघू या. डिसेंबर १६३१ च्या अखेरीस किंवा जानेवारी १६३२ च्या सुरुवातीला मुमताझचा मृतदेह आगऱ्याला आणल्याचं म्हटलं जातं. या दरम्यान शहाजहान कुठे होता?... इलियट आणि डॉसन यांनी १८७७ सालच्या *हिस्टरी ऑफ इंडिया अॅज टोल्ड बाय इट्स ओन हिस्टोरियन्स* च्या खंड ७ पृष्ठ क्रमांक ३१ वर बादशहानाम्यातल्या पृष्ठ क्रमांक ४२१ चा संदर्भ दिला आहे. त्यांच्या मते, मुमताझच्या मृत्यूनंतर वर्षभरानंतर व तिचा मृतदेह बुऱ्हाणपूरहून आगऱ्याला पाठवल्याच्या सहा महिन्यांनंतर शहाजहान जून १६३२ मध्ये आगऱ्याला आला. समीर, कृपया हे तपासून बघ."

समीरनं त्याच्याकडचे कागद चाळून म्हणाला, "तेवढंच नाही, तर बुऱ्हाणपूरमधल्या वास्तव्याला कंटाळून शहाजहान आगऱ्याला गेल्याचंही इलियट आणि डॉसन यांनी नमूद केलं आहे. जरा विचित्रच वाटतं ना?"

"खरंच? मुमताझ ही शहाजहानची सर्वांत आवडती पत्नी होती नं?" सोनियानं आश्चर्य व्यक्त केलं.

"सोनिया, आपल्याला त्या विषयात शिरायचं नाही," विजय म्हणाला. "आपण आधी ज्यांच्याविषयी बोललो त्या पीटर मंडींनी शहाजहान १२ जून १६३२ रोजी आगऱ्याला आल्याचं लिहिलं आहे. मग, शहाजहाननं ताजमहाल बांधायचं ठरवलं केव्हा आणि डिझाइन किंवा आर्किटेक्टची निवड केली केव्हा? आपल्याकडे या प्रश्नांची उत्तरं नाहीत. कारण आश्चर्य म्हणजे, आगऱ्याला आल्यानंतर तीन महिन्यांतच - सप्टेंबर १६३२ मध्ये - शहाजहाननं संगमरवर व गवंडी पाठवण्याबाबत राजा जय सिंगना पत्र किंवा फर्मान धाडलं. मलिकजी,

बरोबर ना?''

मलिकना फर्मानबाबत ठाऊक होतं. ''हो, शहाजहाननं ताजमहाल बांधल्याचं यातून स्पष्ट निर्देशित होतं. त्यानं संगमरवर व गवंडींची मागणी करत फेब्रुवारी १६३३ मध्ये व जून १६३७ मध्ये पुन्हा फर्मानं काढली''

''असं असेल तर यातून काही प्रश्न निर्माण होतात. आगऱ्याला परतल्यावर जेमतेम तीन महिन्यांनंतर, ताजमहाल बांधण्यासाठी संगमरवराची गरज भासणार आहे, हे शहाजहानला का वाटलं?'' विजयनं मलिककडे व नंतर अन्य उपस्थितांकडे पाहिलं. ''इथे हजर असणाऱ्या सर्वांनाच ठाऊक असेलच, पण आवरण म्हणून पांढरा संगमरवर व अन्य ठिकाणी वापरलेला लाल स्टॅन्डस्टोन सोडला तर ताजमहालात प्रामुख्यानं विटांचा वापर केला असल्याचं मला कळलंय.''

''हे खरं आहे? मला नव्हतं माहीत,'' समीर म्हणाला.

विजयनं धडाका सुरू ठेवला. ''आपण अगोदर संदर्भ घेतला त्या पीटर मंडींच्या लेखनाचा आढावा घेऊया. १६३२ मध्ये, आगऱ्यातल्या प्रेक्षणीय स्थळांमध्ये ताजे मोहोलच्या कबरीचा समावेश असल्याचं त्यांनी म्हटलं आहे. तिच्या कबरीभोवती सोन्याचं रेलिंग असल्याचंही लिहिलंय. घटनाक्रमाच्या दृष्टिकोनातून हे सगळं थोडं विचित्र वाटत नाही का? जून महिन्यापर्यंत शहाजहान बुऱ्हाणपूरहून आगऱ्याला आलाही नव्हता आणि तरीही पीटर मंडींनी मुमताझची कबर व सोन्याच्या रेलिंगचा उल्लेख केला आहे?''

''तुम्ही एका गोष्टीकडे दुर्लक्ष केलं आहे,'' माथुर यांनी आपला मुद्दा मांडत म्हटलं. ''बांधकामामध्ये मोठ्या संख्येने मजूर गुंतले होते, हेही मंडींनी नमूद केलेलं आहे. हो ना, समीर? कृपया हे तपास.''

''मॅडम, तुमचं बरोबर आहे.'' समीरनं काही उत्तर देण्यापूर्वीच विजयनं मान्य केलं. ''शहाजहान जूनमध्ये आगऱ्यात आला, सप्टेंबरमध्ये त्यानं संगमरवर मागवलं, आणि त्याच्याकडे तेव्हा कदाचित आराखडाही नव्हता तर मग मंडींनी १६३२ मध्ये पाहिलेलं बांधकाम कशाचं असू शकेल?''

''पण, राजा आता सेपल्कर बांधतो आहे, हे मंडींनी म्हटलेलं आहे आणि आपणही यावर चर्चा केली आहे,'' समीरनं सांगितलं.

''आपण यापूर्वी बोललो आहोत, पण सेपल्कर या शब्दाचा अर्थ शब्दकोशात कोणीतरी बघेल का? सेपल्कर म्हणजे संपूर्ण स्मारक वा मकबरा नव्हे. ते एक छोटंसं, बंदिस्त कबरीचं दालन असतं. सेपल्कर हे ताजमहालातलं खालच्या भागातलं कबरींचं दालन असेल तर पायाचं आणि उर्वरित बांधकाम १६३२ मध्ये सुरू होणं शक्य तरी झालं असेल का?''

''असं असल्यास पीटर मंडींनी नेमका कशाचा उल्लेख केला आहे?''

चोप्रांनी विचारलं.

“सर, तुम्ही खूप महत्त्वाचा प्रश्न विचारला आहे.” विजयनं चोप्रा यांच्याकडे बघून मान हलवली. “पीटर मंडी सप्टेंबर १६३२ ते जानेवारी १६३३ या कालावधीत आगऱ्याबाहेर होते आणि त्यानंतर मार्च १६३३ मध्ये ते आगऱ्याहून निघाले. तरीही त्यांनी नोंद केली व आपण त्यावर चर्चा केली – *ताजे मोहोलची कबर आता एक इमारत बनली आहे.*” विजय बोलताना थांबला.

“म्हणजे, १६३३ मध्ये ताजमहाल आधीच बांधून झाला होता?” सोनियानं विचारलं.

“शहाजहान जेव्हा आगऱ्यात परतला तो १६३२ सालचा जून महिना आणि पीटर मंडी परत जायला निघाले तो १६३३ सालचा मार्च महिना किंवा शहाजहान काश्मीरला जायला निघाला तो १६३३ सालचा उन्हाळा या दरम्यानही काही बांधकाम झाल्याची शक्यता तरी असू शकते का? आपल्याला याचं उत्तर द्यायची गरज नाही – इंजिनिअर मोहंतीना पुन्हा बोलवू या.’ विजयनं मोहंतीला यायला सांगितलं.

मोहंती आता काय? या हावभावानं पुन्हा एकदा कॉन्फरन्स रूममध्ये आला. विजयनं विचारलं, “मोहंतीजी, ताजमहालाचा केवळ पाया रचण्यासाठी किती कालावधी व प्रयत्न लागले असतील ते तुम्ही सिव्हिल इंजिनिअरिंगच्या ज्ञानाच्या आधारे सांगू शकाल का?”

मोहंती स्पष्ट करीन म्हणाले, “ताजमहालाच्या पायासाठी मोठ्या फाउंडेशन वेल्स बांधलेल्या आहेत. ताजमहाल नदीपात्रापासून जवळ असल्यानं पाया खोलवर, अगदी तीस ते चाळीस फूट असणं आवश्यक आहे. कालावधीचा विचार करता, या परिसरात मान्सूनमुळे भरपूर पाऊस होत असल्यानं सप्टेंबरच्या अगोदर बांधकाम सुरू करता येत नाही, असं मला वाटतं. नुसता पाया बांधायलाच सहा ते बारा महीने लागू शकतात.”

“धन्यवाद, मोहंतीजी.” विजयनं मोहंतीला जाऊ दिलं आणि मग बोलायला सुरुवात केली. “या सगळ्या बाबी ध्यानात घेता, आपण पीटर मंडींच्या लेखनातून नेमका काय अर्थ घ्यायला हवा? त्यांचं लेखन विचारातच घ्यायला नको का? किंवा, वास्तू आधीपासूनच अस्तित्वात असल्याचं त्यांच्या लेखनातून सूचित होतं?”

माथुर यांनी हस्तक्षेप केला, “नाही, हे खरं नाही. प्रथम, उद्यान असलेली जागा जय सिंगकडून ताब्यात घेण्यात आली आणि त्यानंतर त्या जमिनीवर ताजमहालाची इमारत बांधण्यात आली.”

नायक यांनी त्यांना दुजोरा दिला. “हो, नेविल यांनी १९०५ सालच्या आग्रा

गॅझेटमध्ये हे स्पष्ट लिहिलेलं आहे. मला वाटलं तुम्हाला ते ठाऊक असेल.''

''विजयजी, मीही काही दिवसांपूर्वी तुम्हाला याविषयी बोललो होतो,'' मलिक म्हणाले.

''हे बरोबर आहे. धन्यवाद.'' नोंदी चाळत विजयनं सहमती दर्शवली. ''पण नेविलनी कोणताही संदर्भ दिला आहे का किंवा प्राथमिक स्रोताचा हवाला दिला आहे का?''

''त्यांनी संदर्भसूचीमध्ये लतिफच्या १८९६ सालच्या *आग्रा हिस्टोरिकल अॅन्ड डिस्क्रिप्टिव्ह* पुस्तकाचा उल्लेख केला आहे.'' मलिकनी माहिती दिली.

''संदर्भसूचीमध्ये! हे पुरेसं आहे का? असं असेल तर, लतिफच्या लेखनात काय म्हटलं आहे?'' विजयनं त्याच्या नोंदी चाळल्या. ''समीर, कृपया हे जरा तपासून बघ... लतिफच्या १८९६ सालच्या *'आग्रा हिस्टोरिकल अॅन्ड डिस्क्रिप्टिव्ह'* पुस्तकातल्या पृष्ठ क्रमांक १०५ वर म्हटलं आहे,'' विजयनं उपस्थितांवरून नजर फिरवून म्हटलं,

साइट सिलेक्टेड फॉर द मॉसलिअम वॉज टू द साउथ ऑफ द सिटी. इट वॉज ओरिजनली ए पॅलेस ऑफ राजा मान सिंग, बट इट वॉज द प्रॉपर्टी ऑफ हिज ग्रँडसन, राजा जय सिंग.

अर्थात

स्मारकासाठी निवडलेली जागा शहराच्या दक्षिणेकडे होती. मुळात, तो राजा मान सिंग यांचा राजवाडा होता, पण तो मान सिंगचे नातू राजा जय सिंग यांच्या मालकीचा होता.

''लक्षात घ्या, लतिफनं उद्यान असा उल्लेख केलेला नाही; त्यानं राजवाडा असा शब्द वापरला आहे. मग, नेविलनी 'जागा' किंवा 'राजवाडा' याऐवजी 'उद्यान' असं का म्हटलं असेल? हे आपल्याला माहीत नाही. कदाचित, तिथे राजवाडा असलेलं उद्यान होतं, असा एक दावा कोणी करू शकतो, बरोबर ना?''

माथुर यांनी मलिक यांच्याकडे पाहिलं. त्या उभ्या राहिल्या व जवळजवळ ओरडल्या, ''नाही, लतिफकडून काहीतरी चूक झाली असेल... त्या ठिकाणी उद्यानच होतं, राजवाडा कधीही नव्हता.''

''त्या म्हणाल्या ते बरोबर आहे, विजय कुमार,'' नायक म्हणाले.

''लतिफची काही चूक झाली असेल हे आपण कसं ठरवू शकतो? त्याचा प्राथमिक स्रोत काय होता? बादशहानाम्याचं तर पूर्णपणे भाषांतरही करण्यात

आलेलं नाही, नाही का?'' त्याचं बोलणं सर्वांना कळेपर्यंत विजय जरा थांबला. ''पण आता, लतिफनी कदाचित उल्लेखिलेल्या बादशहानाम्यातल्या मजकुराचं भाषांतर आपण करू या.''

विजयनं सोनियाला एक कागद दिला. त्यावर पर्शिअन भाषेतील मजकूर होता. ''सोनिया, कृपया, हे वाचशील का? मी ओळ क्रमांक लिहिले आहेत... क्रमांक २७-३०, आणि नंतर या ओळींचं भाषांतर करशील का?''

सोनियानं वाचायला सुरुवात केली. ''मी आधी म्हटल्याप्रमाणे, ही जुन्या काळातली पर्शिअन भाषा आहे.'' तिनं महत्त्वाचे शब्द एका कागदावरही लिहून काढले.

जमीन ए दर... निहायत रिफात...जुनूब...पेश...मंझिल-ए-राजाह मान सिंग... वदारी वक्त बा राजाह जय सिंग...नबिरे ताल्लुक...बरा-ए-मदफन...मुवात्तन बर...दर आवाझ आन आली मंझिल-ए...बदू मरहम्मत

सोनियानं थांबून डोळे विस्फारले.

''ठीक आहे, आता कृपया त्याचं भाषांतर कर,'' विजय म्हणाला. सोनियानं सुरुवात केली.

द प्लेस वॉज... विथ... व्हेरी नाइस प्लॉट ऑफ लँड... टू द
साउथ ऑफ... द टाउन ॲन्ड देअर... वॉज... नेक्स्ट टू द बिल्डिंग
ऑर हाउस... ऑफ राजा मान सिंग... प्रेझेंट टाइम... विथ
राजा जय सिंग... ग्रँडसन बाय रिलेशन... वॉज सिलेक्टेड फॉर...
बरिअल... इन एक्स्चेंज ऑफ दॅट ग्रँड बिल्डिंग...

अर्थात

ती जागा... शहराच्या... दक्षिणेकडे... अतिशय सुंदर जमीन होती...
आणि तिथे... प्रासाद किंवा इमारत... मान सिंगची... आता
जय सिंगच्या ताब्यात... मान सिंगचा नातू ... दफनासाठी निवडली...
त्या भव्य इमारतीच्या बदल्यात.

''अरे बाप रे! याचा अर्थ, शहाजहाननं मुमताझच्या दफनासाठी राजा मान सिंगकडून 'भव्य इमारत' घेतली. त्या भव्य इमारतीचं पुढे काय झालं?'' समीरनं आश्चर्य व्यक्त केलं व नजर इकडेतिकडे फिरवली.

काही क्षण तसेच गेल्यानंतर प्रा. माथुर उठून उभ्या राहिल्या. ''हे भाषांतर चुकीचं आहे. आगऱ्यामध्ये राजा मान सिंगच्या मालकीचा असा कोणता राजवाडाही नव्हता व भव्य इमारतही नव्हती... मुमताझचा मृत्यू झाला तेव्हा इतका मोठा

घुमट असणारी इमारत अस्तित्वातच नव्हती... तिथे केवळ उद्यान होतं.'' संथपणे त्या खाली बसल्या व डोकं धरून गप्प बसून राहिल्या.

विजयनं त्यांच्याकडे पाहिलं आणि पुढे बोलायला सुरुवात केली. ''आपण पुराव्यांचा ताळेबंद घातल्यास काय आढळतं? नेविलचं म्हणणं आहे की उद्यान घेण्यात आलं. लतिफनं बादशहानाम्याचा उल्लेख केला आहे, पण विशिष्ट संदर्भ दिलेला नाही आणि तो राजा मान सिंगचा राजवाडा असल्याचं म्हटलं आहे. आणि आपण नुकत्याच भाषांतरित केलेल्या बादशहानाम्यात उद्यान नव्हे, तर आली मंझिल किंवा भव्य इमारत किंवा राजवाडा असा निर्देश केला आहे.''

''आणि त्यात म्हटलं आहे, की...'' सोनियानं तिच्या नोंदी बघत म्हटलं, ''इमारत-ए-आलिशान किंवा आलीशान इमारत.''

''आणि त्यानंतर,'' समीरनं माहिती देण्याचा प्रयत्न केला. ''देसाई व कौल यांनी, ताज म्यूझिअम गाइडबुकमध्ये, पृष्ठ क्रमांक ४-५ वर साधारणपणे असंच भाषांतर दिलं आहे. त्यांनी असं म्हटलं आहे.''

द साइट सिलेक्टेड फॉर द बरिअल वॉज अॅन एक्स्ट्रीम्ली प्लेझंट अॅन्ड लॉफ्टी लँड सिच्युएटेड टू द साउथ ऑफ द सिटी ऑन विच, टिल देन स्टूड द मॅन्शन (मंझिल) ऑफ राजा मान सिंग अॅन्ड विच वॉज, अॅट दॅट टाइम, इन पझेशन ऑफ द लॅटर्स ग्रँडसन, राजा जय सिंग.

अर्थात

दफनासाठी निवडलेली जागा शहराच्या दक्षिणेला होती आणि अतिशय सुंदर व प्रशस्त होती. तोपर्यंत त्या जागी राजा मान सिंगचा राजवाडा होता व त्या वेळी तो त्यांचा नातू राजा जय सिंगच्या ताब्यात होता.

''अरे वा! माझं भाषांतरही या भाषांतराच्या जवळ जाणारं आहे. छान!'' सोनियानं अभिमानानं म्हटलं.

''त्यानंतर,'' विजय म्हणाला, ''आपण नुकत्याच ऐकलेल्या भाषांतरातल्या ३३-३८ क्रमांकाच्या ओळींमध्ये घटनाक्रम दिला आहे. तो पीटर मंडीच्या निरीक्षणाशी जुळणारा आहे. तो म्हणजे, पुढच्या वर्षी, १६३३ मध्ये, ताजे मोहोलचं स्मारक एक इमारत बनलं होतं.'' विजयनं निष्कर्ष सांगितला.

अजूनही डोक्याला हात लावून बसलेल्या प्रा. माथुर पुटपुटल्या, ''नाही, तिथे अगोदर राजवाडा किंवा इमारत नव्हती, आणि १६३३ पर्यंत तिथे मकबराही नव्हता.'' त्यांनी नकारार्थी मान हलवली.

विजय जरा थांबला. ''एका डच व्यापाऱ्यानं लिहिलेलं व फारसं प्रसिद्ध

नसलेलं एक प्रवासवर्णन आहे. त्याचं नाव होतं फ्रान्सिस्को पेलसार्ट.'' विजयनं संदर्भासाठी पुन्हा त्याच्या कागदांवर नजर टाकली. ''त्यानं १६२० ते १६२७ या कालावधीत आगऱ्याला भेट दिली. *रेमॉन्स्ट्रेंटी* या त्याच्या प्रवासवर्णनाचं भाषांतर डब्लू. एच. मोरलॅन्ड यांनी १९२६ मध्ये *'जहांगीर्स इंडिया'* या नावानं प्रकाशित केलं. रेमॉन्स्ट्रेंटी म्हणजे इंग्रजीत रिमॉन्स्ट्रन्स याचा अर्थ प्रतिवाद. मोरलॅन्डनी या भाषांतराला 'जहांगीर्स इंडिया' असं शीर्षक का दिलं, ते ठाऊक नाही, पण असो. पेलसार्टनं पृष्ठ क्रमांक १-५ वर आग्रा शहराचं वर्णन केलं आहे. चौथ्या पानावर त्यानं असं लिहिलं आहे.'' विजयनं स्लाइड उघडून वाचलं :

आफ्टर पासिंग द फोर्ट, देअर इज द नाखास, ए ग्रेट मार्केट, व्हेअर इन द मॉर्निंग हॉर्सेस, कॅमल्स, ऑक्सन, टेंट्स, कॉटन, गुड्स, अँड मेनी अदर थिंग्ज आर सोल्ड. बियाँड इट लाय द हाउसेस ऑफ सम ग्रेट लॉर्ड्स, सच अॅज मिर्झा अब्दुल्ला, सन ऑफ खान आझम (३००० हॉर्स; आगा नूर प्रोव्होस्ट ऑफ द किंग्ज आर्मी (३००० हॉर्स); जहान खान (२००० हॉर्स); मिर्झा खुर्रम सन ऑफ खान आझम (२००० हॉर्स); महाबत खान (८००० हॉर्स); खान आलम (५००० हॉर्स); खान आझम (५००० हॉर्स); राजा बेट सिंग (३००० हॉर्स); द लेट राजा मान सिंग (५००० हॉर्स); राजा माधो सिंग (२००० हॉर्स)

अर्थात

किल्ला ओलांडून पुढे गेल्यावर, नाखास म्हणजे एक बाजारपेठ लागते. तिथे सकाळी घोडे, उंट, बैल, तंबू, कापूस, वस्तू, आणि अन्य अनेक वस्तू विकल्या जातात. त्यापुढे काही बड्या लोकांची घरं आहेत, जसं खान आझमचे चिरंजीव मिर्झा अब्दुल्ला (३००० घोडे); राज्याच्या सैन्याचा प्रबंधक आगा नूर (३००० घोडे); जहान खान (२००० घोडे); मिर्झा खुर्रम, खान आझमचे चिरंजीव (२००० घोडे); महाबत खान (८००० घोडे); खान आलम (५००० घोडे); खान आझम (५००० घोडे); राजा बेत सिंग (३००० घोडे); दिवंगत राजा मान सिंग (५००० घोडे); राजा माधो सिंग (२००० घोडे)

''इथे आपण पाहत आहात, पेलसार्टनं बड्या लोकांच्या घरांचं वर्णन केलं आहे, आणि परिच्छेदाच्या शेवटी, त्यानं राजा मान सिंगच्या घराचा उल्लेख केला आहे. त्यामुळे, मुमताझच्या मृत्यूच्याही पूर्वी, डच प्रवासी पेलसार्टनं राजा मान

सिंगचा राजवाडा पाहिला होता. तो गेला कुठे?... आपण पेलसार्टचं लेखन विचारात घेतलं तर लाल किल्ला व ताजमहाल यांच्या दरम्यान असे अनेक राजवाडे वा प्रासाद होते. ते सगळे कुठे गेले?'' विजयनं उपस्थितांवर नजर टाकली.

प्रा. माथुर काही वेळ नुसतंच बघत राहिल्या. ''बीओएकडे ही सगळी माहिती असायला हवी.'' त्या नायक व चोप्रांकडे वळल्या. नायक यांनी त्यांच्याकडे पाहण्याचं टाळलं.

चोप्रा म्हणाले, ''हे संदर्भ मी यापूर्वी पाहिलेले नाहीत हे मी मान्य करतो.''

''आरटीआय याचिकेतल्या घटनाक्रमाविषयीच्या प्रश्नाकडे पुन्हा वळू या, पण त्यापूर्वी,'' नोंदी चाळत विजय म्हणाला. ''घटनाक्रमावरच्या या चर्चेचा समारोप करण्यासाठी आपण न्यू यॉर्क टाइम्समधला हा लेख बघू या. लेखाचं शीर्षक आहे 'सेपरेटिंग द ताज महाल फ्रॉम लेजंड' व तारीख आहे, जानेवारी ९, १९९२. समीर, मी तुला आत्ताच लिंक पाठवली आहे. तुला मिळाल्यावर खाली स्क्रोल करत जा. त्यांनी लेखाचा केवळ काही भागच दिला आहे.''

समीर लॅपटॉपवर लेख उघडेपर्यंत विजय बोलत राहिला. ''यू.के. किंवा यू.एस.मधल्या कुणा एका प्राध्यापकाला ताजमहालावर कार्बन डेटिंग प्रक्रिया करायची इच्छा होती, असं मला या टीमकडून काही दिवसांपूर्वी कळलं. सरकारनं त्या प्राध्यापकाची ही विनंती स्वीकारली नाही. मला त्याच्या कारणामध्ये आत्ता शिरायचं नाही आणि ही व्यक्ती तीच आहे का हेही ठाऊक नाही, पण या लेखामध्ये, मार्विन मिल्स यांनी पुढील मजकूर लिहिला आहे.'' समीरनं वेबसाइट व त्यावरचा लेख उघडला होता. लेखात म्हटलं होतं :

द ओरिजिन ऑफ द ताज कॅन बेस्ट बी डिटरमाइंड थ्रू सायण्टिफिक डेटिंग बाय कार्बन-१४ ॲन्ड थर्मो-ल्युमिनिसेन्स, विच इंडिया शुड बी अर्ज्ड टू अंडरटेक. द डाटा विल मोस्ट लाइकली गिव्ह क्रेडिट टू द मोगल्स फॉर हॅविंग प्रिझर्व्हड, बट नॉट बिल्ट, धिस आर्किटेक्चरल मास्टरपिस. मार्विन एच. मिल्स, व्हाइट प्लेन्स, डिसेंबर २०, १९९१ द राइटर इज ॲन आर्किटेक्ट.

अर्थात

कार्बन-१४ व थर्मो-ल्युमिनिसेन्स या शास्त्रीय डेटिंगद्वारे ताजच्या निर्मितीबद्दल निष्कर्ष काढता येऊ शकतो आणि भारतानं ही प्रक्रिया करून घ्यायला हवी. या प्रक्रियेचा निकाल स्थापत्यकलेच्या या अलौकिक रचनेचं जतन केल्याचं श्रेय मुघलांना देईल कदाचित, पण त्याच्या

निर्मितीचं नक्कीच नाही. मार्विन एच. मिल्स, व्हाइट प्लेन्स, डिसेंबर २०, १९९१. लेखक एक आर्किटेक्ट आहेत.

''कोण आहे हा लेखक? आपण त्याची मतं का गृहीत धरायची?'' नायक यांनी विचारलं.

चोप्रांनी लेखातली नोट काळजीपूर्वक वाचली. ''सर, मला वाटतं, आपण दोन गोष्टी ध्यानात घ्यायला हव्यात. ब्यूरोनं जे केलेलं नाही त्याची शिफारस या लेखामध्ये केलेली आहे, आणि लेखकानं असा अंदाज व्यक्त केला आहे, की... ताजमहाल अस्तित्वात होता...''

नायक यांनी चोप्रांचं बोलणं तोडत म्हटलं, ''चोप्रा, आपण बाहेरच्या लोकांची खातरजमा न केलेली मतं आणि टिप्पणी विचारात घेणार नाही आहोत. समजलं?'' सहमतीसाठी त्यांनी माथुर यांच्याकडे पाहिलं.

''सर, बाहेरचे म्हणजे कोण हे मला नेमकं कळलं नाही,'' विजयनं उत्तर दिलं. ''आपण आतापर्यंत युरोपातल्या नामवंत व्यक्तींसह बाहेरच्या लोकांच्या लेखनाचाच आढावा घेत आहोत. नाही का?... असो, मला उपस्थितांना फक्त हा लेख दाखवायचा होता. आता पुन्हा आरटीआयच्या उत्तराकडे वळू या. घटनाक्रमाबाबत आमचं उत्तर बरोबर आहे का? आम्ही म्हटलं ताजमहाल बांधकामाच्या घटनाक्रमाबद्दल ब्यूरोकडे कोणतीही सुस्पष्ट माहिती उपलब्ध नाही.''

समीर व सोनिया यांनी हात उंचावले, पण तोच प्रा. माथुर नायकांशी काहीतरी पुटपुटल्यानं दोघांनीही हात खाली घेतले. क्षणभर विचार करून नायक हळूच चोप्रांना काहीतरी म्हणाले. चोप्रांनी घसा खाकरला. ''विजय व टीम, कृपया आम्हाला एकांतात चर्चेसाठी थोडा वेळ द्याल का?''

विजय, समीर व सोनिया बाहेर निघून गेले. ''मलिकजी, तुम्ही कृपया थांबाल का?'' माथुर यांनी विचारलं.

तिघे बाहेर जाताच, सोनियाचा फोन वाजला. फोन घेण्यासाठी ती एका बाजूला गेली व हळू आवाजात बोलू लागली, ''केव्हा?... आज?... कृपया मला कळवत राहा... नाही... कृपया टेक्स्ट कर.''

प्रकरण ४८

शुक्रवार, जून ९
दुपारी उशिरा

चोप्रांनी विजय, सोनिया व समीर यांना आत यायला सांगितलं. तिघे आपापल्या जागी बसल्यावर संचालक नायक यांनी प्रा. माथुर यांच्याकडे पाहिलं व बोलायला सुरुवात केली.

"आग्रा सर्किट टीमनं दिलेलं प्रेझेंटेशन चांगलंच रंजक आहे, आणि आरटीआय याचिकेचं उत्तर अस्वस्थ करणारं आहे, किंबहुना, आमूलाग्र वेगळं आहे, असंच मला म्हणावं लागेल. अंतिम उत्तर ठरवण्यासाठी आपल्या विभागाला यावर अंतर्गत चर्चा करावी लागेल. पण चोप्रा, विजय कुमार व टीम, तुमच्या मते, ताजमहालाबद्दलचे सध्या उपलब्ध पुरावे कोणत्याही निष्कर्षाकडे नेणारे नसतील तर आरटीआय दिलेल्या या उत्तराव्यतिरिक्त तुमची शिफारस काय आहे?''

चोप्रांनी क्षणभर विचार केला. "मी हे विजय कुमार व टीम यांच्यावर सोपवतो. विजयनीच या संपूर्ण प्रकरणाचं नेतृत्व केलं आहे.''

विजय बोलू लागला. "सर्वांचा आदर ठेवून, सर, ताजमहालाच्या इतिहासाचं व पुरातत्त्वाचं पूर्णपणे नव्यानं संशोधन केलं जावं, अशी माझी विभागाला शिफारस आहे. आपण पुरातत्त्वीय सर्वेक्षण आणि कार्बन डेटिंग, थर्मो-ल्युमिनिसेन्स, किंवा डेंड्रोक्रोनोलॉजी अशा वय निश्चित करणाऱ्या प्रक्रिया करून घ्याव्यात. आपण बादशहानाम्याचं संपूर्ण भाषांतर करायला हवं आणि तळघरासह ताजमहालातल्या सर्व खोल्या, मजले व भागांचा अभ्यास करावा व सूचि तयार

करावी यासाठी प्रस्ताव लिहायला मला आवडेल.''

माथुर मध्येच बोलल्या. ''विजय कुमार, त्याची काही आवश्यकता नाही. तुम्ही विचारात न घेतलेलेही बरेच पुरावे आहेत. मी असे अनेक मुद्दे सांगू शकते.''

''मॅडम,'' त्यांच्याकडे बघत विजय म्हणाला, ''फक्त आरटीआय याचिकेला उत्तर देता यावं, यासाठी पुराव्यांचं मूल्यमापन मी करतो आहे. तुमच्याकडे एखादा वेगळा मुद्दा असेल तर तो जाणून घ्यायला मला आवडेल. तथापि, आपण वास्तव, शक्यता, संभाव्यता, व सिद्धान्त वेगवेगळे ठेवावेत, इतकीच माझी विनंती आहे. आपण गृहीतकं, अंदाज, व मतं विचारात घेऊ शकत नाही. सर्वांत महत्त्वाचं म्हणजे, काहीतरी गृहीत धरणं व नंतर ते सिद्ध करण्यासाठी अंदाज बांधणं, हा दृष्टिकोन आम्ही अंगीकारलेला नाही.''

माथुर यांनी काही नोंदी काढल्या होत्या. त्यांनी विजय व टीमवर नजर फिरवली. ''ही टीम पद्धतशीर व तर्कशुद्ध असल्याचं कसं दाखवत आहे आणि न घाबरता कशी मतं मांडत आहे, ते मी पाहतेच आहे. हे कौतुकास्पद आहे.'' परंतु, त्यांनी पहिला प्रश्न विचारला, ''टॅव्हर्निएनं जे पाहिलं त्याचं काय? त्यानं मचाणं पाहिल्याचं तुम्ही सांगितलं. याचा अर्थ, तेव्हा ताजमहालाचं बांधकाम सुरू होतं असा होत नाही का?''

''मला वाटलं आपली त्या मुद्द्यावर चर्चा झाली आहे.'' उगाच वाद घालायचा म्हणून तर माथुर बोलत नाही ना, विजयला वाटलं. ''मॅडम, तार्किक विचार करता, टॅव्हर्निएनं जे पाहिलंच नाही, त्याबद्दल खोटं लिहिण्याचं काही कारण दिसत नाही, म्हणजेच टॅव्हर्निएनं काहीतरी पाहिलं असावं, असा निष्कर्ष आपण काढू शकतो. त्यानं १६४० मध्ये कुराणातल्या मजकुराचं कोरीवकाम, संगमरवरानं भरलेल्या कमानी, किंवा त्यासारखं काहीतरी पाहिलेलं असू शकतं. आपण पाहू शकतो, की कुराणातला मजकूर हा विशिष्ट चौकोनी धाटणीमध्ये कोरलेला आहे आणि बाकीच्या फुलांच्या चित्राच्या तुलनेत ते जरा विचित्र वाटतं. कमान बांधण्यासाठी वापरलेला संगमरवर आणि कमानींदरम्यानच्या भागात वापरलेला संगमरवर यांच्या रंगात थोडासा फरक आहे. पण पुन्हा एकदा, या केवळ टॅव्हर्निएनला काय दिसलं असावं, याच्या मला दिसलेल्या शक्यता आहेत. आपल्याला त्याचा संपूर्ण शास्त्रीय पद्धतीने अभ्यास करावा लागेल.''

माथुरनी पुढचा प्रश्न विचारला. ''शहाजहानच्या मुमताझवरच्या निस्सीम प्रेमाचं काय? त्यासाठीच ताजमहाल बांधला गेला नाही का?''

विजय हसला. ''मॅडम, आपण इतिहासकार व पुरातत्त्वशास्त्रज्ञ आहोत, काल्पनिक कथालेखक नाही. मला एक प्रश्न विचारावासा वाटतो, मुमताझ

म्हणजे आलिया बेगमनं तिच्यासाठी मकबरा बांधावा असं सांगितल्याचा, किंवा त्यानं तिला मकबरा बांधण्याचं आश्वासन दिल्याचा कोणताही पुरावा आहे का?... माझ्या मते तरी नाही, पण या बाबतीत आपणा सगळ्यांना माझ्यापेक्षा जास्त ठाऊक आहे.''

यावर कोणीच न बोलल्यानं विजय पुढे गेला. ''शहाजहाननं नक्कीच तिच्यासाठी ताजमहालाच्या स्वरूपात एक सुंदर मकबरा 'साकारला,' पण स्वतः एक मकबरा बांधत असल्याचा दावा त्यानं कधी केला का? साधारण तीस लष्करी मोहिमा बजावत असताना, बांधकाम करून घेण्याचा किंवा त्यावर देखरेख ठेवण्याचा वेळ त्याच्याकडे होता का? बरोबर ना, समीर?''

समीरनं उत्तर दिलं नाही.

''प्रेमकथेबद्दल म्हणाल तर, शहाजहानला अनेक पत्नी होत्या आणि त्याचा मोठा जनानखाना असल्याचे अनेक संदर्भ उपलब्ध आहेत. ताजमहालाच्या संकुलातच आपल्याला फतेहपुरी बेगम, सरहिंदी बेगम, अकबराबादी बेगम, इतकंच काय जनानखान्याची प्रमुख सतुन्निसा यांच्या कबरी दिसतात.''

माथुर म्हणाल्या, ''पण मुमताझ शहाजहानची सर्वांत लाडकी पत्नी होती.''

''असेल कदाचित. लोकांना हव्याशा वाटणाऱ्या या चिरंतन प्रेमाच्या कल्पकथेला नाकारणारा किंवा तिच्या शक्यतेला प्रश्न करणारा मी कोण? अंततः ती केवळ एक रसाळ लोककथा बनून राहिली आहे!'' विजयनं इकडेतिकडे पाहिलं. ''या बाबतीत कोणाला काही नमूद करायचं आहे का? कारण आपण आता वास्तव व पुरावे यापासून दूर जाऊन गृहीतकं व शक्यतांमध्ये शिरलो आहोत.''

''आणखी एक रंजक गोष्ट आहे,'' काही दस्तावेज चाळत समीर म्हणाला, ''औरंगजेबाच्या दरबारी असलेल्या बर्निए या फ्रेंच डॉक्टरनं शहाजहान व त्याची मुलगी जहान आरा यांच्यातल्या संबंधांबद्दल लिहिलं आहे...''

विजयनं हात उंचावून त्याला थांबायला सांगितलं. ''समीर, कृपया, त्या विषयाला अजिबात हात घालू नकोस.''

''कृपया, त्याचं म्हणणं ऐकून घेऊया का?'' सोनियानं विचारलं.

''समीर, तू बोल,'' चोप्रा म्हणाले.

समीर पुढे बोलू लागला. ''ठीक आहे. *ट्रॅव्हल्स इन मोगल एम्पायर* या पुस्तकातल्या पृष्ठ क्रमांक ११ वर, पीडीएफमधल्या क्रमांक १७ वर, बर्निएनं म्हटलं आहे...'' क्षणभर समीरला कसंसंच वाटलं, ''तुम्ही स्वतःच बघा.'' त्यानं स्क्रीनवर उघडलेल्या पानामध्ये म्हटलं होतं :

बेगम-साहेब, द एल्डर डॉटर ऑफ चाह-जेहान, वॉज व्हेरी हॅन्डसम, ऑफ

लाइव्हली पार्ट्स, अ‍ॅन्ड पॅशनेटली बिलव्हेड बाय हर फादर. रूमर
हॅज इट दॅट धिस अ‍ॅटॅचमेंट रिच्ड ए पॉइंट विच इज डिफिकल्ट
टू बिलिव्ह, द जस्टिफिकेशन विच रेस्टेड ऑन द डिसिजन
ऑफ द मुल्लाज, ऑर डॉक्टर्स ऑफ देअर लॉ. अ‍ॅकॉर्डिंग टू देम,
इट वुड हॅव बीन अनजस्ट टू डिनाय द किंग द प्रिव्हिलेज ऑफ
गॅदरिंग फ्रूट फ्रॉम द ट्री ही हॅड हिमसेल्फ प्लँटेड.

अर्थात

बेगम साहेब, चाह-जहानची थोरली मुलगी अतिशय सुंदर,
पुष्ट अंगाची व तिच्या वडिलांची अतिशय आवडती होती.
तिच्याबद्दलचं प्रेम विश्वास बसणार नाही अशा पातळीला पोहोचल्याच्या
वावड्या उठल्या होत्या, आणि याचं समर्थन मुल्लांच्या म्हणजे त्यांचे
कायदेतज्ज्ञ यांच्या निर्णयावर अवलंबून होतं. त्यांच्या मते,
राजानं स्वतः लावलेल्या झाडाची फळं चाखण्याचा अधिकार
त्याला न देणं हे अन्यायकारक ठरू शकतं.

"याचा अर्थ... शहाजहान... त्याची मुलगी जहान आरासोबत?... किती लाजिरवाणं आहे." सोनियानं नाक मुरडत म्हटलं.

"याचा इथे काय संबंध?" नायक ओरडले.

"लक्षात ठेवा, इटालिअन प्रवासी निकोलाव मनुचीनं बर्निएची निरीक्षणं साफ फेटाळली आहेत, विशेषतः 'या' बाबतीतली," माथुर म्हणाल्या.

"मॅडम, मी तुमच्याशी सहमत आहे," विजय म्हणाला. "पण, शहाजहानच्या 'या' बाबतीतल्या वागण्याबद्दल स्वतः मनुचीनं देखील लिहिलं आहे. पण, शहाजहानच्या चारित्र्याचं मूल्यमापन करण्यासाठी वेगळं चर्चासत्र ठेवावं लागेल. परंतु, मॅडम, योग्य परीक्षण केल्याशिवाय आंधळेपणे प्रवाशांचं लेखन हा विश्वासार्ह ऐतिहासिक पुरावा म्हणून गृहीत धरता येणार नाही, या माझ्या भूमिकेची तुम्हीच आत्ता पुष्टी केलीत.

शांत राहण्याचा प्रयत्न करत माथुर म्हणाल्या, "ताजमहालाचा आर्किटेक्ट असलेल्या इटालिअन जेरोनिमो व्हेरोनिओबद्दल काय सांगाल?"

विजय म्हणाला, "मॅडम, टॅव्हर्निएनं १६४० मध्ये पाहिल्याप्रमाणे, तिथे नक्कीच काहीतरी काम सुरू होतं आणि राजा जय सिंगकडून काही संगमरवर मागवलं होतं. त्यामुळे, ताजमहालाचं कोणतंही काम करण्यासाठी, मग ते मजकूर कोरण्याइतकं किंवा खालच्या दालनाचं रूपांतर सेपल्करमध्ये करण्याइतकं लहानसं असलं तरी त्यासाठी गवंडी व आर्किटेक्टची गरज भासणार याची मला

खात्री आहे. पण इटलीहून आर्किटेक्ट आल्याबाबत, देसाई व कौल यांनी १९८२ सालच्या ताज म्यूझिअम हॅन्डबुकमध्ये काय म्हटलं आहे ते बघू या.'' विजयनं त्याच्या नोंदी पाहिल्या. ''पृष्ठ क्रमांक ६ वर, इटलीहून आर्किटेक्ट आल्याचे दावे निराधार असल्याचं त्यांनी लिहिलं आहे. समीर, कृपया तपासून बघ.''

चिडलेल्या माथुर उभ्या राहून ओरडल्या, ''विजय कुमार, ताजमहालाबद्दल सध्या स्वीकारलेला इतिहास तुम्ही बदलून टाकाल, असं जर तुम्हाला वाटत असेल तर तुम्ही चुकता आहात.''

''थांबा,'' मलिक बोलले, ''मॅडम, ते बरोबर सांगत आहेत.''

चकित झालेल्या माथुर व विजय मलिक यांच्याकडे एकटक बघू लागले. मलिक म्हणाले, ''तुम्हाला माहीत नसल्यास सांगतो, अहमद लाहोरी नावाच्या आर्किटेक्टनी मकबरा बांधल्याचं आता सर्वमान्य असल्याचं देसाई व कौल यांनी त्याच पुस्तकात म्हटलं आहे.''

समीरनं ताज म्यूझिअम गाइडबुकची प्रत तपासली. ''हो, मलिकजींचं बरोबर आहे. इथे तसंच लिहिलं आहे.''

''धन्यवाद, मलिकजी, मला ते ठाऊक होतं,'' माथुर म्हणाल्या.

''त्यांनी नेमकं काय म्हटलं आहे आणि त्यासाठी काय पुरावा दिला आहे ते बघू या. कृपया, मला ते पान दाखव.'' विजयनं ते पान चाळलं. ''देसाई व कौल यांच्या मते, उस्ताद अहमद लाहोरींच्या चिरंजीवांनी एका कवितेद्वारे हा दावा केला आहे, आणि त्यातल्या एका कडव्याचं भाषांतर पुढीलप्रमाणे आहे.''

ही बिल्ट, ॲट द ऑर्डर ऑफ वर्ल्ड-कॉन्करिंग किंग,
ए मॉसलिअम फॉर मुमताझ महल.
अर्थात
जगजेत्या राजाच्या आदेशावरून, त्यानं मुमताझ महलसाठी मकबरा बांधला.

क्षणभर विचार करून विजयनं विचारलं, ''मूळ कडव्यामध्ये त्यानं मकबऱ्याला काय म्हटलं आहे?''

''रौदा. रौदा-इ-मुमताझ महल.'' समीरनं उत्तर दिलं.

''मुमताझ महल हे नाव सुरुवातीच्या काळात वापरलं नव्हतं हे आपण थोड्याच वेळापूर्वी पाहिलं. त्यानं व्यक्तीचा उल्लेख केला आहे की इमारतीचा? सोनिया, रौदाचा अर्थ काय?''

''मला विचार करू द्या,'' असं बोलून सोनियानं काही क्षण विचार केला.

"रौदा हा शब्द अरबी आहे. त्याचा अर्थ उद्यान. पर्शिअन भाषेत हा शब्द रौझा असा आहे."

"धन्यवाद, सोनिया. अहमद लाहोरी या व्यक्तीनं ताजमहालासाठी केव्हातरी उद्यान तयार केलं असेल हे शक्य आहे. जरी तसं असेल, तर हे तो ताजमहालाचा मूळ आर्किटेक्ट होता, असं म्हणण्यासारखं आहे का? संपूर्ण ताजमहालाचं आर्किटेक्चर कोणी केलं, याचा परिपूर्ण पुरावा म्हणजे कवितेतलं केवळ एक कडवं असू शकतं का?" इकडेतिकडे बघून विजयनं निष्कर्ष काढला, "तुम्हीच ठरवा."

मलिक शांत होते. माथुर नायककडे वळून बोलल्या, "नायक व चोप्रा, इथे जे काही सुरू आहे ते भयंकर आहे. विजय कुमार जाणूनबुजून बाकी सर्वांना चुकीचं ठरवण्याचा प्रयत्न करत आहेत." त्यांनी विजयकडे पाहिलं. "खरं ना?"

विजयच्या आवाजात आता थोडा त्रागा जाणवत होता. "नाही, मॅडम. ते माझं विश्लेषण होतं, आणि मी आणखी पुराव्यांचं मूल्यमापन करायलाही तयार आहे. आपल्याकडे यापेक्षा अधिक पुरावे आहेत का?"

"नक्कीच आहेत." माथुरनी सोबत आणलेल्या फाइलमधले काही कागद चाळले व त्यातला एक कागद बाहेर काढला. "ही पर्शिअनमधली मूळ कविता आहे. देसाईंच्या पुस्तकात तिचं भाषांतर दिलं आहे. नवव्या कडव्यामध्ये स्पष्ट लिहिलेलं आहे की शहाजहानच्या आदेशावरून, त्यानं – अहमद लाहोरीनं – मुमताझ महलच्या कबरीची वास्तू बांधली... तुम्हाला आणखी पुरावे हवे आहेत का?" माथुरनी आव्हान दिलं.

विजयनं क्षणभर विचार केला. "धन्यवाद, मॅडम. तुमच्याकडे पर्शिअन भाषेतल्या ओळी आहेत का?"

माथुरनी त्याला पर्शिअन मजकूर दाखवला. विजय सोनियाकडे वळला. "सोनिया, कृपया, तू आधी पर्शिअन भाषेतल्या ओळी वाचशील का आणि नंतर त्या भाषांतरित करशील का?"

सोनियानं वाचलं,

"कर्द बे-होक्म-ए शाह-ए-केश्वर गोशा
रौझा-ए-मोमताझ-ए-महल, रा बन्ना
अर्थात
जगजेत्या राजाच्या आदेशावरून,
त्यानं मुमताझ महलचं उद्यान किंवा सेपल्कर बांधलं"

"धन्यवाद, सोनिया," विजय म्हणाला. "पण मी गोंधळलो आहे. एक म्हणजे, गाइडबुकमध्ये रौदा असं म्हटलं आहे, तर कडव्यामध्ये रौझा असा उल्लेख आहे. मॅडम माथुर यांनी दिलेल्या भाषांतरामध्ये मला 'वास्तू' हा शब्दही आढळला नाही."

सोनियानं जरा विचार केला. "रौदा" हा अरबी शब्द असेल तर त्याचा अर्थ उद्यान असा होतो. "रौझा" हा पर्शिअन शब्द असेल तर त्याचा अर्थ उद्यान, सेपल्कर किंवा धार्मिक स्थळ असा होऊ शकतो. आणि 'द मोमताझ महल' याद्वारे, या कडव्यात व्यक्तीचा नाही, तर भव्य इमारतीचा उल्लेख केलेला असावा. कडव्यात व्यक्तीचा निर्देश केलेला असता तर आपल्याला ठाऊक असल्यानुसार, मुमताझ-उल-झमानी असा तिच्या उचित उपाधीनं केला असता." सोनियानं माथुरकडे पाहिलं. "मला अनादर करायचा नाही, पण मॅडम माथुरनी भाषांतर कुठून मिळवलं माहीत नाही."

विजयनं माथुर व मलिककडे पाहिलं. "आपल्याला कवितेचा मूळ स्रोत माहीत आहे का?"

"नेमका माहीत नाही," मलिक म्हणाले.

माथुर म्हणाल्या, "हे पेशावर ब्रिज शिलालेखामध्ये सापडलं आहे. तो आता कुठे ठेवला आहे ते ठाऊक नाही. बीओएला माहीत असायला हवं." त्यांनी नायक व चोप्रा यांच्याकडे नजर रोखली.

समीरनं संभाषणात उडी घेतली. "म्हणजे, देसाईंच्या स्वतःच्याच भाषांतरामध्ये तफावत आहे. १९८२ सालच्या ताज म्यूझिअम गाइडबुकमध्ये, त्यांनी मकबरा असं म्हटलं आहे, तर मॅडमने दाखवलेल्या भाषांतरामध्ये, कबरीची इमारत, असा उल्लेख आहे. गाइडबुकमध्ये, त्यांनी 'रौदा' असं म्हटलं आहे, पण कवितेच्या कडव्यामध्ये त्यांनी 'रौझा' असं लिहिलं आहे. 'मुमताझ महलसाठी' असं गाइडबुक म्हणतं, तर सोनियाच्या भाषांतरानुसार 'मुमताझ महलचं.' मला या विसंगतीचं नवल वाटतं."

"मलाही नेमकं हेच म्हणायचं आहे," विजय म्हणाला. "अहमद लाहोरी नावाचा आर्किटेक्ट असावा आणि त्यानं इमारतीसमोरचं उद्यान किंवा सेपल्कर किंवा खालच्या दालनातला चबुतरा बांधला असावा, ही शक्यता नाकारता येत नाही. परंतु, या एका कडव्याचा पुरावा पुरेसा, विश्वासार्ह आणि अहमद लाहोरी हा संपूर्ण ताजमहालाचा आर्किटेक्ट असल्याच्या निष्कर्षाप्रत नेणारा आहे का? पुन्हा एकदा, मला हेच म्हणायचं आहे की..." विजयनं नायक व माथुरकडे बघितलं, "तुम्ही काय ते ठरवा."

माथुर यांचा राग आता स्पष्ट दिसून येत होता. "नायक, आपल्याला आता

दिल्लीत तातडीची बैठक घ्यावी लागणार आहे. त्या बैठकीला आपल्याला मंत्र्यांना आणि आरटीआय आयुक्तांना बोलवावं लागेल.''

विजयनं नायक व चोप्रांकडे पाहिलं. ''सर, आम्ही तयार केलेल्या उत्तरावर निर्णय घेण्याचा अधिकार तुमच्याकडे आहे. आरटीआय याचिकेच्या माझ्या उत्तरावर मी ठाम आहे. ते तर्कशुद्ध, कारणमीमांसा असलेलं व वास्तवावर आधारित आहे. काहीही सिद्ध करण्याचा आमचा प्रयत्न नाही, आम्ही केवळ पुराव्यांचं मूल्यमापन केलं आहे. आणि ताजमहालाबद्दलच्या सध्या प्रचलित व सर्वश्रुत माहितीला पुष्टी देणारे पुरेसे पुरावे आम्हाला आढळले नाहीत... विभागानं यापुढे काय करावं याबद्दल मी प्रामाणिक शिफारसही केली आहे... आणि ऐतिहासिक पुराव्यांचा पुन्हा आढावा घेण्याची संधी आपला विभाग या देशाच्या नागरिकांना नाकारणार असेल तर... तर,'' विजय बोलताना थांबला.

''तर काय, विजय कुमार?'' माथुर किंचाळल्या.

विजय सावकाश बोलला. ''तर... आपण किंवा कुणीतरी देशातल्या सर्वोच्च न्यायालयात जावं, आणि हे अत्यावश्यक असलेलं संशोधन करण्याचा आदेश विभागाला द्यावा.'' खोलीत काही वेळ शांतता पसरली. विजयनं चोप्रा यांच्याकडे बघितलं.

नायक ओरडले. ''विजय कुमार, हे चालणार नाही. विभागानं काय करायचं आणि न्यायालयात जायचं की नाही, ते तुम्ही सांगायचं नाही.''

जरा थांबून विजय म्हणाला, ''सर, प्रसिद्ध लेखिका आयन रँडनं असं म्हटलं आहे.''

'वुई कॅन इग्नोर द रिॲलिटी, बट वुई कॅन नॉट इग्नोर द कॉन्सिक्वेन्सेस ऑफ इग्नोरिंग रिॲलिटी'

अर्थात

आपण वास्तवाकडे दुर्लक्ष करू शकतो, पण वास्तवाकडे दुर्लक्ष करण्याच्या परिणामांकडे दुर्लक्ष करू शकत नाही

''भयानक आहे हे!'' निराश व संतप्त माथुर उठल्या आपल्या सगळ्या वस्तू गोळा करून त्यांनी निघायची तयारी केली. नायक यांनी थांबवण्याचा प्रयत्न केला. ''मॅडम... मॅडम, तुम्ही कुठे चालला आहात?''

''सरळ दिल्लीला.''

''आत्ता? पण आपण आज संध्याकाळी टीम डिनर ठरवलं होतं. बरोबर ना चोप्रा?''

चोप्रांनी होकारार्थी मान हलवली.

"ते काही मला माहीत नाही. मी निघाले. गाडी व चालकाला बोलवा." खोलीतून बाहेर जात माथुर म्हणाल्या. नायकही त्यांच्या वस्तू घेऊन निघाले. त्यांनी थांबून चोप्रा यांच्याकडे बघितलं. "चोप्रा, मी तुमच्याशी लवकरच बोलतो." विजयकडे रोखून बघत ते निघून गेले. त्यांच्या मागून मलिकही गेले.

बीओएची उर्वरित टीम शांत बसून होती. चोप्रांनी विजयकडे पाहून नकारार्थी मान हलवली व नजरेतून निराशा व्यक्त केली. नंतर ते सावकाश उठून कॉन्फरन्स रूममधून त्यांच्या केबिनमध्ये निघून गेले.

थोड्या वेळानं विजय समीर व सोनियाकडे वळला. "तुम्हाला काय वाटतं? त्यांनी आपल्याला पुराव्यांचं मूल्यमापन करायला सांगितलं. आपण अचूकपणे नेमकं तेच केलं. आणि आता हे सगळे माझ्यावरच रागावले आहेत."

समीर व सोनियानं आधी एकमेकांकडे व नंतर विजयकडे पाहिलं. दोघंही हसले व हळूच उठून टाळ्या वाजवू लागले. "मस्त! मस्त! खूप छान, सर."

समीरनं विचारलं, "विजयजी, आता पुढे काय होईल?"

"माहीत नाही, मला खरंच माहीत नाही. जे आहे ते आहे. त्यांना जे हवं ते ठरवू देत. खरं सांगू, दुसरं गूढ उकलण्याचा मी प्रयत्न करणार आहे – ताजमहालातली घुसखोरी आणि मृत्यू."

सोनियानं विचारलं, "केव्हा? कसा?"

"ठाऊक नाही... माझ्याकडे उद्या कदाचित काही उत्तरं असतील, पण सगळ्यात आधी, मला चोप्रांशी बोलायला हवं." विजयनं उठून त्याचा लॅपटॉप व दस्तऐवज सोबत घेतले. "आपण उद्या भेटूया. आरटीआय उत्तराशी संबंधित काही औपचारिकता असल्यास आपण त्या पूर्ण करून टाकू."

जाता जाता तो थांबला. "तुमच्यापैकी कुणाला पुढच्या आठवड्यात माझ्याबरोबर लखनौला यायचं आहे का?"

"लखनौमध्ये काय आहे?"

विजय फक्त हसला व चोप्रांच्या केबिनकडे निघून गेला.

विजय चोप्रा यांच्या केबिनमध्ये जात असताना, कॉरिडॉरमधल्या त्याच्या सहकाऱ्यांना आज काहीतरी महत्त्वाचं घडल्याचं व दिल्लीहून आलेले वरिष्ठ अधिकारी नाराज होऊन निघून गेल्याचं समजल्याचं त्यांच्या नजरेतून कळत होतं. विजयनं चोप्रा यांच्या केबिनच्या दारावर टकटक केली, पण त्यांनी आत बोलवण्याची वाट न बघताच तो आत गेला.

चोप्रा त्यांच्या खुर्चीत बसून खिडकीबाहेर बघत होते. खिडकीबाहेर, आकाश ढगाळ झालं होतं व वादळाची चाहूल देत होतं.

"चोप्रा सर," विजय म्हणाला. चोप्रा मागे वळले.

"विजय, तुम्ही केवढं वादळ निर्माण करून ठेवलं आहे."

विजयनं त्यांच्याकडे पाहिलं. "सर, मला माफ करा. पण मी काय चुकीचं केलं आहे?... तुम्हाला माझी बदली करायची असेल तर करा. मी राजीनामा द्यावा, असं तुम्हाला वाटत असेल मी तेही करीन."

चोप्रांचा आवेश हळूहळू निवळला. त्यांनी उठून विजयच्या खांद्यावर हात ठेवून म्हटलं, "विजय... तुम्ही जे केलं आहे ते करण्याचं साहस आजवर कुणीही दाखवलेलं नाही. तुमचं विश्लेषण व कारणमीमांसा निर्विवाद आहे. आम्ही यापूर्वी ताजमहालाच्या पुराव्यांचं अशाप्रकारे विश्लेषण कधीही केलं नाही. तुम्ही इतक्या कमी वेळामध्ये या विश्लेषणाची जुळवाजुळव कशी केलीत?"

विजय हसला. "सर, महान शास्त्रज्ञ आयझॅक न्यूटननं काय म्हटलं आहे ठाऊक आहे का?"

'इफ आय हॅव्ह सीन फर्दर, इट इज बाय स्टँडिंग
ऑन द शोल्डर्स ऑफ जाएंट्स'
अर्थात
'मी पुढचं पाहिलं असेल तर ते थोरांच्या खांद्यावर उभं राहूनच'

"तुम्हाला नेमकं काय म्हणायचं आहे?" चोप्रांनी विचारलं.

"सर, माझं योगदान केवळ थोडंसंच आहे. ताजमहालावरचं खरं संशोधन या महान व्यक्तीनं केलं." त्यानं डॉ. रॉयचा अहवाल बॅकपॅकमधून बाहेर काढला. "डॉक्टर रॉय! आणि डॉ. रॉयच्या अहवालात आपल्या निष्कर्षांची भर टाकणारा लंडनमधला त्यांचा तितकाच विद्वान मित्र, जी. एस. विश्वनाथ. आणि सर, डॉ. रॉयच्या अहवालाचं काय झालं ते तुम्हाला सांगण्याचं आश्वासन मी दिलं होतं. हो ना?... हे पहा. हा आहे डॉ. रॉयचा अहवाल."

चोप्रांचा त्यांच्या डोळ्यांवर विश्वासच बसत नव्हता. "तुम्हाला डॉ. रॉयचा अहवाल खरंच मिळाला? तुम्हाला भेटण्यापूर्वीच विश्वनाथचा मृत्यू झाला ना?... पण तुम्ही आधी का नाही?..."

"सर, विश्वनाथच्या पत्नीनं मोठ्या मनानं मला हा अहवाल दिला. तो हिंदीत आहे. हा अहवाल किती संवेदनशील व मोलाचा आहे याची त्यांना कल्पना नव्हती. काही लोक या अहवालाच्या मागावर असल्याचं मला समजलं."

“काय सांगता?”

“हा अहवाल मी जशाच्या तसा मांडला असता तर त्यावरून आणखी वादविवाद झाले असते. म्हणूनच मला अहवालातले निष्कर्ष तर्कशुद्ध पद्धतीनं, पूर्णतः समर्थन करता येतील, असे मांडावे लागले, आणि ते आरटीआय याचिकेशी जुळवावे लागले. मला वाटतं मी तेवढंच केलं.”

“असं आहे तर.” चोप्रांनी मान हलवली. “हे काम तुम्ही अत्यंत चोखपणे बजावलं,” असं बोलून ते क्षणभर थांबले. “विजय, आता तुम्हाला काय वाटतं?... ताजमहालाची सध्याची कहाणी विश्वासार्ह आहे का?... खरी कथा काय आहे?”

“सर, सध्या सर्वश्रुत असलेल्या कथेबद्दल पुरावे, किंबहुना अपुरे पुरावे, पुरेसे बोलके आहेत. कदाचित आणखी एखादा ठोस पुरावा असू शकतो. असलाच तर तो कुठे आहे? तुम्हाला बहुतेक आठवत असेल, आज मी प्रेझेंटेशनची सुरुवात ‘तुम्हीच काय ते ठरवा’ अशी केली.”

“पण, माझ्यासह सर्वांनीच निःपक्षपाती व तटस्थ असावं, असं तुम्हाला वाटत नाही का?”

“लोक शक्यतो तटस्थ राहणंच पसंद करतात याची मला कल्पना आहे, पण पुरावे स्वतःच बोलत आहेत.” विजयनं क्षणभर खिडकीबाहेर बघितलं. “सर, इटालिअन कवी डांटेनं त्याच्या ‘डिव्हाइन कॉमेडी’ या महाकाव्यात जे म्हटलं आहे त्याचा कुणीतरी पुनर्उल्लेख केल्याचं मला आठवतं.”

‘द डार्केस्ट प्लेसेस इन हेल आर रिझर्व्हड फॉर दोज हू स्टे
न्युट्रल इन द टाइम ऑफ मॉरल क्रायसिस.’

अर्थात

नरकातल्या सर्वांत अंधाऱ्या जाचक जागा या नैतिक पेचप्रसंगामध्ये
तटस्थ राहणाऱ्यांसाठी राखून ठेवलेल्या असतात.

“हो, मला ठाऊक आहे. मी ऐकलं आहे त्याबद्दल. हे इन्फर्नो कांटोमधलं आहे. इन्फर्नो म्हणजे नरक.” इतकं बोलून चोप्रा थांबले व शांत होत म्हणाले, “मी मनाची तयारी केली आहे.”

“सर, तुम्ही काय ठरवलं आहे ते मला माहीत नाही, पण हा डॉ. रॉयचा अहवाल वाचा. तुम्हाला यामुळे नक्कीच मदत होईल. त्यांनी बादशहानाम्यातल्या महत्त्वाच्या पानांचं भाषांतर दिलं आहे. मला डॉ. रॉयच्या अहवालाचा थेट वापर करायचा नव्हता किंवा हवाला द्यायचा नव्हता. उलट, सोनियासारख्या तटस्थ व्यक्तीला मला त्या मजकुराचं भाषांतर करायला लावायचं होतं. आणि हे तुम्ही

पाहायला हवं...''

विजयनं काळजीपूर्वक गुंडाळलेली एक लहानशी वस्तू बॅकपॅकमधून बाहेर काढली. चोप्रा उत्सुकतेनं बघत असताना त्यानं ती मोकळी केली. ''काय आहे ते?''

''हा डॉ. रॉयनी प्रत्यक्ष ताजमहालातून घेतलेल्या लाकडाचा तुकडा असण्याची शक्यता आहे.''

''लाकडाचा तुकडा? ताजमहालातला?''

''हो, डॉ. रॉयच्या अहवालानुसार, ताजमहालाच्या तळघराच्या भिंतीला लाकडी दार होतं. नंतर कुणीतरी ते विटांनी बंद केलं असावं. त्यांनी हा लाकडाचा तुकडा लंडनला पाठवला होता. तुम्हाला जी.एस.व्ही.चं पत्र आठवतं का? जी.एस.व्ही.नं या लाकडाच्या तुकड्यावर कार्बन डेटिंग प्रक्रिया करून घेतली होती.''

''माझा विश्वासच बसत नाहीये. त्यांना या लाकडाच्या तुकड्याचं वय निश्चित करता आलं का?'' चोप्रांनी उत्सुकतेनं विचारलं.

विजय हसला. ''सर, तुम्ही हा अहवाल वाचा व स्वतःच शोधून काढा... आणि त्यानंतर, तुम्हीच ठरवा!''

नुकतंच जे काही ऐकलं ते पचवायला चोप्रांना थोडासा वेळ लागला. ''पण तुम्हाला ठाऊक आहे का, विजय, आपल्या आरटीआय उत्तराचं पुढे काय करायचं ते आता त्यांच्यावर अवलंबून आहे – संचालक नायक, प्राध्यापक माथुर, वरिष्ठ अधिकारी व मंत्री. तुम्ही सुचवलेला तपास आपला विभाग आत्ता किंवा यापुढे कधीही हाती घेईल का ते मला माहीत नाही.''

''सर, मी हा अहवाल तुमच्या ताब्यात देतो आहे आणि त्याचं पुढे काय ठरवायचं ते तुमच्यावर सोपवतो आहे.'' त्यानं अहवालातली दोन पानं बाहेर काढली. ''ही दोन पानं वगळता... ही दोन्ही पानं मी तुम्हाला उद्या देईन.''

''या दोन पानांमध्ये असं काय आहे? आणि उद्या का?''

''मला आणखी एक गूढ उकलायचं आहे... खालच्या दालनात झालेला शिरकाव व मृत्यू... सर, कदाचित उद्या माझ्याकडे त्याची उत्तरं असू शकतील. पण आत्ता म्हणाल, तर मला संध्याकाळी लाल किल्ल्यात जाऊन लाइट अ‍ॅन्ड साउंड शो बघायचा आहे.''

चोप्रांना केबिनच्या दाराबाहेर कसलासा आवाज ऐकू आला. ''कोण आहे तिथे?'' त्यांनी विचारलं. विजयनंही तिकडे बघितलं. चोप्रा खुर्चीतून उठून दाराकडे गेले. तिथे कोणीच नव्हतं. त्यांनी कॉरिडॉरच्या दोन्ही बाजूंवर नजर टाकली व नकारार्थी मान हलवत ते केबिनमध्ये परतले.

"काय झालं?" विजयनं विचारलं.

"दाराजवळ कोणीतरी असल्याचं मला जाणवलं... माहीत नाही कोण. मला वाटलं सोनिया असावी."

"सोनिया? सर, मला तुम्हाला आवर्जून सांगायचं होतं, की संशोधनात आणि आजच्या प्रेझेंटेशनमध्ये मला सोनियाची मोठी मदत झाली, विशेषतः पर्शिअन शब्द व मजकुराचं भाषांतर करण्यासाठी."

"ते ठीक आहे... पण मला असं वाटतंय की."

"काय झालं, सर?"

"विजय, मला चुकीचं समजू नका, पण लंडन दौऱ्यात, ती अचानक आजारी पडली आणि तुमच्यासोबत ब्रिटिश लायब्ररीत आली नाही. दुसऱ्या दिवशी तिला बरं वाटलं, पण तरीही ती लायब्ररीत गेली नाही. शिवाय, समीरच्या जीपीआर यंत्रावरच्या नोंदी कशा गायब झाल्या ते मला अजूनही कळलेलं नाही... कदाचित मी अति विश्लेषण करतो आहे."

विजयनं क्षणभर विचार केला. "हो, मलाही वाटतं आपण याचा फार विचार करू नये."

"तुम्ही बरोबर बोलता आहात. आजचा दिवस खूप दगदगीचा होता. पुढचं नियोजन उद्या सकाळी करू या."

"माझ्या मुलीला भेटण्यासाठी मी कदाचित उद्या सकाळी लवकर दिल्लीला जायला निघेन."

"ठीक आहे. मी समजू शकतो."

"आणि पुढच्या आठवड्यात कदाचित लखनौला जाणार आहे."

"लखनौला कशासाठी?"

"बाराव्या शतकातला बटेश्वरचा शिलालेख तिथल्या वास्तुसंग्रहालयात ठेवला आहे."

"अरे हो, बरोबर. मी तो कधीच पाहू शकलो नाही."

"कदाचित तो शिलालेख ताजमहालाच्या खऱ्या कथेशी संबंधित असू शकतो," असं म्हणून विजय हसला. "सर, उद्या भेटू या."

एक फोन आला आणि एक स्त्री टर्किश भाषेत बोलू लागली. "कृपया, त्याच्यावर नजर ठेवा. या संध्याकाळी तो कुठे जातोय ते मला कळवा."

साहाय्यक माधवन इन्स्पेक्टर सिंग यांच्या केबिनमध्ये आला.

"सर, एक विशेष घडामोड आहे." माधवननं त्याच्या लॅपटॉवर सिंग यांना एक अहवाल दाखवला. सिंगच्या भुवया उंचावल्या गेल्या.

"आणि माधवन, हे इथे त्याहीपेक्षा जास्त चिंताजनक असं आहे..." सिंग आता त्यांच्या संगणकाकडे बघत होते. "हे बघ. हे आत्ताच युनेस्को व इंटरपोलकडून आलं आहे."

साहाय्यक माधवननं सिंगच्या लॅपटॉपमध्ये पाहिलं. त्याचा चेहर गंभीर झाला.

"सर, हे फार गंभीर दिसतं आहे."

"आहेच. चोप्रांना कॉल करूया. आपल्याला त्यांना तातडीनं कळवायला हवं. आणि विजय कुमारचा ठावठिकाणा शोधायला हवा."

प्रकरण ४९

शुक्रवार, जून ९
त्या संध्याकाळी

बीओए कार्यालयातून निघाल्यावर विजय विश्रामगृहाला गेला व तिथे त्यानं कॅन्टीनमध्ये थोडा नाश्ता केला. कपडे बदलून ट्रॅकसूट व स्नीकर्स घातले, बॅकपॅक घेतला, आणि त्यात पुरातत्त्व किटमधली काही गॅजेट्स घातली. त्यानं डिजिटल कम्पास बाहेर काढला. फोनमध्ये त्यानं ताजमहालाचं कोऑर्डिनेट्स शोधले, आणि ते कम्पासमध्ये घातले. त्यानंतर त्यानं हेडलॅम्पची बॅटरी तपासली. सगळं ठीक वाटत होतं. स्विस आर्मी नाइफ शोधून त्यानं ती कडेच्या कप्प्यात ठेवली. तिथे त्यानं एक लहानशी पाण्याची बाटलीही ठेवली होती. डॉ. रॉयच्या अहवालातल्या चोप्रांना न दिलेल्या दोन कागदांची त्यानं व्यवस्थित घडी घातली आणि ते पुढच्या कप्प्यात ठेवले. बीओए बॅज सोबत घेतल्याची त्यानं खात्री करून घेतली.

संध्याकाळचे सात वाजले होते. लाल किल्ल्यातला लाइट ॲन्ड साउंड शो लवकरच सुरू होणार होता. त्यामुळे त्यानं टॅक्सी मागवली.

त्याचा फोन वाजला. इन्स्पेक्टर सिंगचा कॉल होता. त्यानं क्षणभर विचार केला व फोन न उचलायचं ठरवलं. त्यानं घड्याळात पाहिलं. टॅक्सी येईपर्यंत त्याच्याकडे थोडा वेळ होता व तोपर्यंत नंदिनीला कॉल करावा, असं त्याला वाटलं.

"हाय, नंदिनी. कशी आहेस? माफ कर, मला काल तुला कॉल करायला जमलं नाही."

"बाबा, मी ठीक आहे. प्राध्यापक माथुरबरोबरचं सत्र कसं झालं?"

"जणू अनर्थच. त्या अतिशय वैतागून दिल्लीला निघून गेल्या. तू विद्यापीठात त्यांना कधी भेटलीस तर तू माझी मुलगी आहेस हे सांगू नकोस हं." विजय हसत म्हणाला.

"काय झालं?"

"ती फार मोठी गोष्ट आहे. मी तुला नंतर सविस्तर सांगेन. मला आज संध्याकाळी काहीतरी धमाल करायचं आहे. कोण जाणे, कदाचित त्यातून काहीतरी महत्त्वाचं हाती लागेल. आणि हो, तू फार गडबडीत नसशील तर मी उद्या दुपारपर्यंत दिल्लीला पोहोचण्याचा आणि रविवारी संध्याकाळी इथे परतण्याचा विचार करत होतो. तुला चालणार आहे का?"

"चालू शकेल."

"ठीक आहे तर, मला दुसरा कॉल येतो आहे. काळजी घे, नंदिनी."

"हो, बाबा."

टॅक्सी आली. विजयनं एकदा खोलीत सर्वत्र नजर फिरवली आणि बॅकपॅक घेऊन तो बाहेर पडला.

विश्रामगृहाबाहेर उभ्या केलेल्या गाडीमध्ये बसलेला एक माणूस त्याच्या मोबाइलवर बोलला. "तो बाहेर निघाला आहे... मला वाटतं, लाल किल्ल्याकडे जाणाऱ्या रस्त्याकडे जातो आहे."

इन्स्पेक्टर सिंगनी चोप्रांना कॉल केला. चोप्रांनी उचलला नाही.

"काय चाललं आहे, माधवन?" सिंगनी त्यांच्या साहाय्यकाला विचारलं. "चोप्रा, सोनिया, विजय... कोणीही फोन उचलत नाही आहेत."

"ताबडतोड वायरलेस कम्युनिकेशन्स डिपार्टमेंटशी संपर्क कर. त्यांचे फोन सध्या कुठे आहेत ते ट्रेस करा."

सात वाजून काही मिनिटं झाली होती. आगऱ्याच्या लाल किल्ल्यातला लोकप्रिय लाइट अॅन्ड साउंड शो नुकताच सुरू झाला होता. लाल किल्ल्याच्या आतल्या भागात हा शो मोकळ्या जागेत आयोजित केला जात असे. विजयनं सुरक्षारक्षकासमोरून जाताना त्याला आपला बीओए बॅज दाखवला. रक्षकानं होकारार्थी मान हलवली.

उशिरा आलेले व्हिजिटर्स त्यांच्या आसनांकडे जाण्यासाठी लगबगीनं विजयच्या बाजूने पुढे निघून गेले. विजय बीओए कर्मचारी व त्यांचे पाहुणे यांच्यासाठी राखीव असलेल्या आसनांच्या दिशेनं गेला. अनेकदा ही आसनं रिकामीच असायची. तो मार्गिकेच्या जवळची खुर्ची पाहून बसला.

विजय सुरक्षारक्षकाजवळून निघाल्यापासून जेमतेम दोन मिनिटांत, एक व्यक्ती रक्षकाजवळ आली व तिनं बीओएचा बॅज दाखवला. रक्षकानं मानेनंच त्या व्यक्तीलाही जाऊ दिलं व हळूच आपल्या सहकाऱ्याला म्हटलं, "आज दोन-दोन बीओए अधिकारी कसे काय आले? काही विशेष आहे का?" दुसरा रक्षकही यावर हसला.

लाइट ॲन्ड साउंड शो रंगू लागला होता. माहिती देणारा उत्साहानं शहाजहान व मुमताझ यांच्यातल्या निस्सीम प्रेमाबद्दल सांगत होता. मोठ्या स्क्रीनवर विशाल ताजमहाल दाखवला जात होता. दोन कुशल कथ्थक नर्तिकांनी टाळ्यांच्या गजरात आपलं सादरीकरण समाप्त केलं. आता विशाल रंगमंचावर, दोन पात्रांनी मुमताझच्या मृत्यूचं दृश्य साकार करायला सुरुवात केली. मुमताझ प्राण सोडत असताना शहाजहाननं तिचा हात धरून ठेवला होता.

विजयनं आजूबाजूला नजर फिरवली व त्याच्याकडे कोणी बघत नसल्याची खात्री केली. तो तिथून हळूच सटकला व त्यानं जहांगीर महालाकडे जाणारा रस्ता शोधला. आदल्या दिवशी, त्यानं किल्ल्याच्या त्या भागाची चांगली माहिती करून घेतली होती.

तो भुयाराच्या उत्खनन भागात गेला. त्याच्या उजव्या बाजूला, ताजमहालाकडे तोंड असलेली उंच तटबंदी होती. बीओएनं लावलेले 'काम प्रगतिपथावर' व 'दूर राहावे' हे फलक अजूनही तिथे होते आणि त्या परिसरात पर्यटक किंवा बीओए कर्मचारी असे कुणी नव्हतेच. विजय तटबंदीवर गेला व त्यानं ठिकाण पक्कं लक्षात राहील अशा तऱ्हेनं ताजमहालाचं दृश्य नजरेनं टिपून घेतलं. त्यानं कम्पास तपासला. त्यातली सुई सरळ ताजमहालाकडे निर्देश करत होती.

तटबंदीवरून खाली उतरून तो भुयाराच्या उत्खनन परिसरात गेला. भुयाराकडे जाणाऱ्या पायऱ्या जिथे सुरू होतात तिथे एक बीओए कर्मचारी खुर्चीत डुलक्या घेत होता. विजय निसटला व पायऱ्या उतरू लागला. एक व्यक्ती आपला पाठलाग करत असल्याचं मात्र त्यानं पाहिलं नाही.

हेडलॅम्प सुरू करून विजय भुयारात पूर्वेकडे चालू लागला. काल भुयारात तो जिथून मागे फिरला होता तिथे तो पोहोचला. प्रवेश निषिद्ध असा बीओएनं लावलेला फलक ओलांडून तो खोबणीत शिरला. डावीकडे त्याला ते फसवं प्रवेशद्वार दिसलं व त्यातून तो दुसऱ्या खोबणीत शिरला. उजवीकडे वळून त्यानं

समोरचा भाग हेडलाइटनं तपासला. काल त्यानं पाहिलेलं लाकडी दार आता त्याला दिसत होतं. त्यानं दार ढकललं तोच छतातनं काही दगड-विटा कोसळल्या. विजय झट्कन थोडा मागे झाला आणि मग सावधपणे सगळ्या पायऱ्या उतरून खाली गेला. आता त्याच्यासमोर एक लांब अंधारं भुयार उघडलं होतं. त्यानं पुन्हा एकदा कम्पास व घड्याळ तपासलं. तेव्हा पावणेआठ वाजले होते. त्याला अंदाजे दोन किलोमीटर अंतर जायचं होतं. त्यासाठी तीस मिनिटं लागतील, असं त्याला वाटलं. बॅटरी वाचवण्यासाठी त्यानं मोबाइल फोन बंद केला, पाण्याचे थोडे घोट घेतले, व चालायला सुरुवात केली.

भुयारात काहीच अडथळा नव्हता. त्यानं चालायची गती वाढवली. मागनं कसलासा आवाज आल्याचं त्याला क्षणभर वाटलं. त्यानं थांबून मागे वळून पाहिलं व हसून पुन्हा चालायला सुरुवात केली.

थोड्या वेळापूर्वी, चोप्रा त्यांच्या फ्लॅटच्या ड्रॉइंग रूममध्ये ड्रिंकचे घोट घेत बसले होते. त्यांच्या पत्नीची रात्रीच्या जेवणाची तयारी सुरू होती. चोप्रा काहीसे अस्वस्थ होते.

"तुम्हाला बरं वाटतंय ना?" पत्नीच्या या प्रश्नाचं त्यांनी उत्तर दिलं नाही. आणखी एक गूढ उकलण्याबद्दल विजय त्या संध्याकाळी काय म्हणाला होता ते त्यांना आठवलं. त्यांनी ड्रिंकचा आणखी एक घोट घेतला, तोच त्यांचा फोन वाजला. इन्स्पेक्टर सिंग होते.

"चोप्राजी, आहात कुठे तुम्ही? मी कधीपासून तुमच्याशी संपर्क करण्याचा प्रयत्न करतो आहे."

"काय झालं?" सिंगना तातडीनं काहीतरी बोलायचं असल्याचं चोप्रांना त्यांच्या आवाजातून जाणवलं.

"खूप तातडीचं आहे. पण सर्वप्रथम, विजय कुमार कुठे आहेत?"

"मला ठाऊक नाही. लाल किल्ल्यात लाइट अ‍ॅन्ड साउंड शो बघायचा आहे असं सांगून ते कार्यालयातून बाहेर पडले. काय झालं आहे?"

"काळजीपूर्वक ऐका," सिंग पटपट पण जपून बोलत होते. "ताजमहालात ज्या माणसाचा मृत्यू झाला तो डिसिल्व्हा... सोनियाला ओळखत होता असं आम्हाला आढळलं आहे."

"काय?"

"हो, आम्ही हॉटेलमधलं सीसीटीव्ही फुटेज बघितलं आहे. डिसिल्व्हा एका मजल्यावर जाताना व कोणाशीतरी बोलताना दिसला. ती खोली सोनियाची होती

याची खातरजमा हॉटेलच्या सुरक्षाव्यवस्थेनं केली आहे. ताजमहालातल्या घुसखोरीशी तिचा काहीतरी संबंध असावा आणि तिला कदाचित डिसिल्व्हाच्या मृत्यूबद्दल माहिती असावी.''

"म्हणजे... बाप रे!...'' चोप्रांना सुचेनासं झालं. "प्राचीन खजिन्याच्या शोधात एक टोळी युनेस्कोमध्ये घुसघोरी करत असल्याची इंटरपोलची सूचना खरी असावी.''

"इतकंच नाही, आम्हाला इंटरपोल व युनेस्को दोन्हीकडून नव्या घडामोडी कळवण्यात आल्या आहेत. त्या सोनियाबद्दल आहेत. सोनिया बनावट नावानं वावरत असल्याचा संशय त्यांना आहे. ती इराणी नाही, तुर्कस्तानी वंशाची असावी, आणि तिचं ब्रिटिश नागरिकत्वही संशयास्पद आहे. त्यांनी ब्रिटिश अधिकाऱ्यांनाही सूचित केलं आहे.''

"हे फारच धक्कादायक आहे.''

"हो. आज संध्याकाळी ती हॉटेल सोडून जाताना दिसली आहे. तिच्या फोनचा आता माग लागत नाही. विजयनी काही शोधून काढलं असेल तर त्यांच्या जिवाला धोका असू शकतो, अशी भीती मला वाटते. ते कुठे आहेत?''

आता अस्वस्थ झालेले चोप्रा म्हणाले, "विजयनी जर काही शोधलं असेल तर तो कबरींच्या दालनात जाणारा मार्ग असू शकतो.''

"आम्ही त्यांच्या फोनचा ठावठिकाणा शोधण्याचा प्रयत्न केला. तुम्ही सांगितलं त्याप्रमाणे काही वेळापूर्वी ते लाल किल्ल्यात होते. पण आता काहीच पत्ता नाही.''

"पत्ता नाही म्हणजे? मला वाटतं तुम्ही कोणाला तरी लाल किल्ल्यावर पाठवावं, आणि आपण ताजमहालात जाऊ या. मी लवकरच तिथे पोहोचतो.'' चोप्रांनी फोन ठेवला व समीरला कॉल केला.

"समीर, विजय कुठे आहेत ते तुला ठाऊक आहे का? मला वाटतं त्यांना धोका आहे.''

"मला खरंच माहीत नाही. पण मला वाटतं त्यांना कबरींच्या दालनाकडे जाणारा मार्ग किंवा भुयार सापडलं असावं. जीपीएसवर कसलासा भूमिगत मार्ग दिसत असल्याचं मला आठवतं... पण कोणीतरी त्या नोंदी पुसून टाकल्या. केवळ सोनिया व मलिकच तिथे होते.''

"असं आहे का? इन्स्पेक्टर सिंग आणि मी ताजमहालात जातो आहोत. तूही आमच्यासोबत येशील का?''

भुयार अंधारं होतं. विजय पटपट चालत राहिला. आतापर्यंत त्याला कोणताही अडथळा आढळला नव्हता. त्याला एक किंवा दोन खोबणी दिसल्या आणि त्यामध्ये कुठेही न जाणाऱ्या पायऱ्या होत्या. डच व्यापारी पेलसार्टनं तिथे जे महाल अस्तित्वात असल्याचं निरीक्षण नोंदवलं होतं त्याच महालांच्या तळघराकडे जाणाऱ्या त्या पायऱ्या असतील, असं त्याला वाटलं. विजयनं कम्पास व घड्याळ पाहिलं. भुयार जर योग्य दिशेनं गेलं, तर आणखी पंधरा एक मिनिटांत, तो ताजमहालाच्या तळघरात पोहोचला असता. कम्पास किंचित उजवीकडे निर्देश करत होता. त्यानं डॉ. रॉयच्या अहवालातलं नकाशाचं पान उघडलं आणि भुयार यमुनेच्या किनाऱ्यालगत वळत असल्याचं ताडलं.

तो पुढे जाऊ लागताच, पाय कशाला तरी अडखळून तो खाली पडला. त्याचा हेडलॅम्प फडफडत विझून गेला. त्याच्यावर काही वेळा अलगद चापट्या मारल्यावर तो पुन्हा सुरू झाला. विजयची नजर पायांकडे गेली तसा तो दचकून ओरडला. तिथे एक मानवी हाडांचा सापळा होता. थोडा वेळ तसाच गेल्यावर विजय काहीसा सावरला. त्यानं तो सापळा बाजूला ढकलला. त्याला उठायचं होतं, पण तोच त्याला फूत्काराचा आवाज ऐकू आला. काही क्षण तो निपचित पडून राहिला.

आजूबाजूला काळजीपूर्वक नजर फिरवून तो उठला व चालू लागला. काही मिनिटातच तो इच्छित ठिकाणाच्या दिशेनं जात असल्याचं कम्पासनं दर्शवलं. त्याच्या समोर जेमतेम दिसू शकणारं एक लोखंडी दार होतं. ते उघडून तो काही पायऱ्या चढून गेला. कम्पासनं तो इच्छित ठिकाणी जवळजवळ पोहोचल्याचं दाखवलं. ताजमहालाच्या पश्चिम टोकाशी असलेल्या खालच्या तळघरात तो पोहोचला होता.

त्यानं डॉ. रॉयच्या अहवालातला नकाशा उघडला. त्यामध्ये पूर्वेकडून पश्चिमेकडे जाणारा ३०० फूट लांब कॉरिडॉर होता. त्याच्या टोकांशी, दोन कॉरिडॉर उत्तर दक्षिण जात होते आणि त्यांचे प्रवेशद्वार बंद केलेले होते. कॉरिडॉरच्या मध्यभागी आणखी एक बंद केलेलं प्रवेशद्वार होतं. ते प्रवेशद्वार कबरींच्या खालच्या दालनाखाली असलेल्या खोलीकडे जात असल्याचं नकाशात दाखवलं होतं.

डावीकडे त्याला नदीकाठच्या बाजूने असलेल्या बंद खोल्या दिसत होत्या व नंतर पहिल्या मजल्याकडे जाणाऱ्या पायऱ्या आढळल्या. त्या चढून गेल्यावर त्याला आणखी एक कॉरिडॉर दिसला. त्या कॉरिडॉरच्या मध्यभागाकडे जात तो एका वर्तुळाकार भिंतीशी आला व थांबला. हेच कबरींचं खालचं दालन होतं का?

तिथे एखादं दार दिसतंय का पाहण्यासाठी विजयनं त्या भिंतीभोवती एक फेरी मारली. आदल्या दिवशी त्यानं दालनामध्ये भिंतीत थोडे आंत गेलेले

चौकोनी संगमरवर पाहिल्याचं त्याला आठवलं व भिंतीमध्ये जमिनीलगत त्यानं ते चौकोन शोधण्यास सुरुवात केली. त्याला गाइड रेल्समध्ये बसवलेल्या संगमरवरी फरशा आढळल्या. त्यानं एक फरशी हलवण्याचा प्रयत्न केला, पण स्टॉपर्समुळे कोणत्याही लाद्या हलत नसल्याचं त्याच्या लक्षात आलं. त्यानंतर त्याला बाराच्या ठोक्याच्या स्थितीतली एक स्टॉपर नसलेली फरशी दिसली आणि त्यानं ती हलवण्याचा प्रयत्न केला. फरशी डावीकडे सरकल्याचं आणि एक चौकोनी मार्ग उघडल्याचं त्याला आश्चर्य वाटलं. तिथे एक माणूस आत जाऊ शकेल इतकी जागा होती. तो आत शिरला व सरळ उभा राहिला. आता तो ताजमहालाच्या कबरींच्या दालनात पोहोचला होता. समोर, त्याच्या हेडलॅम्पच्या प्रकाशात दोन संगमरवरी कबरी चकाकत होत्या.

विजयनं कबरींभोवती फेरी मारली आणि तो त्यातल्या लहान कबरीजवळ गेला. कबरीचं झाकण उघडण्याचा त्यानं प्रयत्न केला, पण त्याला ते जमलं नाही. कबरी व सेनोटॅफ उघडण्याबद्दल डॉ. डेव्हिसनी काय सांगितलं होतं ते त्याला आठवलं. त्यानं कबरीचा वरचा भाग तपासायला सुरुवात केली. काल, त्यानं एक लहानशी गोलाकार फरशी पाहिली होती. थोडंसं निरखून पाहिल्यावर, त्याला ती सापडली. फरशीच्या कडेभोवती त्यानं हात फिरवला. त्यानं स्विस आर्मी नाइफ बाहेर काढली व गोलाकार फरशीभोवती फिरवली. फरशी जराशी बाहेर आली. त्यानं नाइफ आणखी आत नेली व फरशी ढकलली. फरशी हलली खरी, पण मध्यभागी घट्ट मार्बल पिन बसवलेली असल्यानं त्याला ती हळूहळू बाहेर सरकवावी लागली. त्यानं ती पिन तपासली. ती बाहेरून जोडली नसल्याचं त्याच्या लक्षात आलं. फरशी व पिन हे दोन्ही एकाच दगडातून घडवलेले होते. त्यानं मार्बल पिन अलगदपणे चबुतऱ्यावर ठेवून स्विस नाइफ दुमडली व पुन्हा बॅकपॅकमध्ये ठेवली. त्यानं पुन्हा झाकण सरकवण्याचा प्रयत्न केला. या वेळी गडगड आवाज करत झाकण थोडंसं उघडलं गेलं व थांबलं. उत्साह दुणावून विजयनं झाकण पूर्णपणे एका बाजूला ढकललं.

थरथरत तो थोडासा जवळ गेला. कबरीतून लख्ख प्रकाश बाहेर येत होता. त्यानं काही क्षण हळूच आत वाकून पाहिलं. त्याचे डोळे विस्फारले गेले व त्याच्या चेहऱ्यावर एक विकट हास्य झळकलं.

तितक्यातच, भिंतीतल्या ज्या भोकातून तो आत शिरला होता तिथे काही हालचाल झाल्याचं त्याला जाणवलं. त्यानं त्वरेनं कबरीच्या मागे लपण्याचा प्रयत्न केला, पण कोणीतरी आधीच दालनात प्रवेश करतं झालं होतं. त्यानं त्या व्यक्तीला ओळखलं.

"सोनिया?... तू इथे कशी आलीस?" तिनंही हेडलॅम्प लावल्याचं विजयनं हेरलं.

“मी लाल किल्ल्यापासून तुमचा पाठलाग करत आले.”

काय प्रतिक्रिया द्यावी ते विजयला कळेना. “म्हणजे... तू कमाल आहेस... मला आधी माहीत असतं तर बरं झालं असतं.”

सोनियानं टाळ्या वाजवल्या. “नाही, विजय, कमाल तर तुम्ही केली आहे. जे कधीच कोणी शोधू शकलं नाही ते शेवटी तुम्ही शोधून काढलतंच... म्हणजे जवळजवळ कोणीच नाही. मला सुरुवातीपासूनच तुमच्याबद्दल खात्री होती, आणि त्याचीच मला भीती होती.”

“जवळजवळ कोणीच नाही म्हणजे तुला म्हणायचं काय आहे?”

“डिसिल्व्हाचा मृत्यू इथे झाला, बरोबर? आणि कुणीतरी त्याची जवळजवळ हत्याच केली, हो ना?”

“म्हणजे काय?”

“बिचारे मलिक. त्याला मारण्याचा त्यांचा हेतू नव्हता कदाचित.”

“काय सांगतेस काय? मलिक? त्यांना खजिन्याविषयी ठाऊक होतं, आणि ते इथे आले होते? त्यांनी डिसिल्व्हाला मारलं?”

“नाही, नाही. मलिक दीन-ईमानवाले आहेत. त्यांना खजिन्याबद्दल काहीही माहीत नव्हतं. कबरींच्या दालनात जाणारा गुप्त मार्ग मात्र त्यांना ठाऊक आहे. कबरींचं संरक्षण करण्याची शपथ घेतलेल्यांचे ते वंशज आहेत. म्हणूनच त्यांना पुराव्यांचा पुन्हा तपास होऊ द्यायचा नव्हता. त्या दिवशी योगायोगानंच ते इथे आले असावेत, कदाचित इंटरपोलची सूचना तपासण्यासाठी, आणि इथे डिसिल्व्हाला त्यांनी पाहिलं असावं. डिसिल्व्हानं तोपर्यंत काही सोन्याची नाणी उचललेली होती. त्यानं पळण्याचा प्रयत्न केला, पण मलिकनी त्याची मानगुट पकडली. त्यांनी डिसिल्व्हाला कदाचित मारूनही टाकलं असतं, पण मला वाटतं, रात्रीच्या सुरक्षारक्षकांचा आवाज ऐकल्यावर त्यांनाही तिथून निसटायचं असावं आणि त्यासाठी त्यांनी डिसिल्व्हाला ढकलल्यावर त्याचं डोकं टोकावर आपटलं... इथे.” सोनियानं चबुतऱ्याच्या टोकाकडे बोट दाखवलं. “मलिक जसे आले तसेच पळून गेले. इथे येण्याचा अजून एक गुप्त मार्ग आहे आणि बहुतेक तो केवळ त्यांनाच ठाऊक आहे.”

काय बोलावं विजयला कळत नव्हतं. “सोनिया, हे सगळं तुला कसं ठाऊक, आणि हे तू आम्हाला आधी का नाही सांगितलंस?”

सोनिया हसली. “तुम्हाला नीट कळलं नाही विजय. त्या दिवशी डिसिल्व्हा त्याच्या एका साथीदारासोबत होता. ती व्यक्ती यातल्या एका कबरीच्या मागे लपली व मलिकनी डिसिल्व्हाची मानगूट पकडताच इथून पळून गेली. तिथे आणखीही कोणीतरी आहे, असा संशय मलिकना आला, पण त्यांनी त्या

व्यक्तीला ओळखलं नसावं. आणि अर्थातच, हे सगळं ते पोलिसांना कसं सांगणार, नाही का?''

विजयच्या अंगातून शिरशिरी गेली. ''आणि डिसिल्व्हाची साथीदार... तू होतीस?... मी गुप्त मार्ग शोधून काढीन हे तुला कसं माहीत?''

''तुमच्या अजूनही लक्षात आलेलं नाही. विजय, तोच एकमेव स्रोत. डॉक्टर रॉय यांचा अहवाल. तुम्हाला जे हवं आहे ते मिळालं असेल तर प्रभाकरनं लंडन सोडून जायला सांगितलं आणि तुम्ही निघून आलात. तेव्हाच आम्हाला कळलं की तुम्हाला अहवाल मिळाला आहे आणि त्या अहवालाच्या मदतीनं तुम्ही हा मार्ग नक्की शोधून काढाल. डॉ. रॉयच्या अहवालाची आणखी एक प्रत अस्तित्वात असल्याचं आम्हाला ठाऊक नव्हतं कारण मूळ प्रत आमच्याकडे होती. ती प्रत आधी ब्रिटिश सरकारकडे होती. हा अहवाल किती मोलाचा आहे याची तिथे कोणालाच कल्पना नव्हती, आणि काही वर्षांपूर्वी ती प्रत फुटली.''

''थांब, थांब,'' विजयनं तिला अडवलं. ''आणि डिसिल्व्हानं आरटीआय कार्यकर्ता सुनील प्रसादला मारलं? का?''

''तुम्ही हुशार आहात,'' सोनिया म्हणाली. ''आरटीआय याचिका खरी होती, खोडसाळ होती, की सरकारनं जाणीवपूर्वक पेरली होती याची आम्हाला नीट कल्पना नव्हती. सुरुवातीला, आम्हाला त्याची फारशी चिंता नव्हती आणि ताजमहालाच्या कथेसाठी पुरावे खणून काढण्यामध्ये काहीच स्वारस्य नव्हतं. पण नंतर आम्ही तपासाचा तुमचा दृष्टिकोन पाहिला आणि मग आम्हाला कोणताही धोका पत्करायचा नव्हता. याचिकाकर्ताच मरण पावला तर ही याचिकाही रद्द होईल असं आम्हाला वाटलं. पण चोप्रांनी याचिकेवर काम सुरूच ठेवलं, आणि तुम्ही अखेरीस सगळं शोधून काढाल, याची आम्हाला खात्री होती. पण हे आज घडेल याची अपेक्षा नव्हती. असो!''

''म्हणजे, तुला भुयाराबद्दल माहीत होतं, भिंतीतला हा गुप्त मार्ग तुला ठाऊक होता, तुला दोन्ही मृत्यूंबद्दलही माहीत होतं आणि तरी... तू हे सगळं का केलंस, सोनिया? तू या टोळीबरोबर काम करत आहेस का? पण का?''

सोनिया खुनशी हसली. ''जरा कबरीच्या आतमध्ये डोकावून तर बघा... मोजताही येणार नाही इतका खजिना आहे तो.''

विजयनं कबरीवर नजर टाकली. ''नाही, सोनिया, ही संपत्ती देशाची आहे.'

'विजय, विचार करा याबद्दल. तुम्ही गडगंज श्रीमंत व्हाल. कोणालाही कळणार नाही.''

विजय आता सावध झाला होता. ''सोनिया, तू माझ्यासोबत आत्ता लगेच पोलिसांकडे चल.'' विजय तिच्या दिशेने सरकला.

“मागे व्हा, विजय.” सोनियानं रिव्हॉल्व्हर बाहेर काढलं व विजयवर रोखलं.

विजयकडे आता पर्याय नव्हता. तो कबरीच्या दिशेनं थोडा मागे सरकला. तो अजूनही चबुतऱ्यावर होता, उघड्या कबरीकडे पाठ करून.

तेवढ्यात त्यांना वरच्या दालनातून हलकेसे आवाज ऐकू येऊ लागले कोणी तरी ओरडण्याचाही आवाज आला. “विजय, तुम्ही तिकडे आहात का?... सोनिया, तू तिथे आहेस का?... रक्षक, दार उघडा, पट्कन.”

वरच्या सेनोटॅफ दालनात, चोप्रा, इन्स्पेक्टर सिंग, त्यांचा साहाय्यक माधवन, समीर आणि एक रक्षक खालच्या कबरींच्या दालनाचं दारं उघडण्यासाठी धावले.

“मला वाटलं मला गोळी झाडल्याचा आवाज आला,” असं म्हणून माधवननी दाराला कान लावला.

चोप्रा ओरडत राहिले, “विजय... विजय... रक्षक, लवकर.”

रक्षकानं शेवटी दार उघडलं. इन्स्पेक्टर सिंगनी सर्वांना शांत राहायला सांगितलं व त्यांनी रिव्हॉल्व्हर बाहेर काढलं. माधवननंही तसंच केलं. सिंग हळूहळू दालनाच्या पायऱ्या उतरू लागले. बाकीचेही त्यांच्या मागून गेले. सिंगनी इशारा केला अन रक्षकानं कबरीच्या दालनातले दिवे सुरू केले. सिंग आता पायऱ्यांच्या तळाशी पोहोचले.

तिथे कुणीच नव्हतं आणि दालन व कबरी नेहमीसारख्याच दिसत होत्या.

इन्स्पेक्टर सिंग कबरींभोवती फिरले त्यांनी भिंतींना हात लावून पहिला आणि मग चोप्रांकडे पाहिलं.

“काय? मी खात्रीनं सांगू शकतो की इथून मला आवाज ऐकू आले... की मला भास झाला?” चोप्रा म्हणाले.

“की ते मुमताझचं भूत होतं?” घाबराघुबरा होऊन समीरनं विचारलं.

“कुठे आहेत विजय? सोनिया कुठे आहे?” कापऱ्या आवाजात चोप्रांनी विचारलं.

सोनिया भुयारातनं जवळजवळ धावत होती. तिचा हेडलॅम्प आता धूसर होत चालला होता आणि बॅटरी संपण्याची भीती तिला वाटत होती. तिला मागून एक विचित्र आवाज ऐकू आला. काय आहे ते बघण्यासाठी ती मागे वळली व अडखळून खाली पडली. खाली पडलेली असताना, तिनं मागे अंधाऱ्या भुयारावर नजर टाकली. काही अंतरावर, एक धुरकट आकृती दिसल्यासारखं तिला वाटलं. विजय असतील का? तिनं मान हलवली व पुन्हा एकदा पाहिलं. राजघराण्यातली

वाटावी अशी श्वेत वस्त्रांतील स्त्री तिला दिसली. दुरूनही, ती अतिशय सुंदर दिसत होती. सोनियानं कापऱ्या आवाजात विचारलं, ''कोण आहे तिथे?'' ती श्वेतांबरा तिच्या दिशेनं येऊ लागली.

सोनियानं उठण्याचा प्रयत्न केला, पण तिला पायाच्या घोट्याजवळ काही तरी डसल्यासारखं वाटलं. पायांकडे पाहता तिला एक साप सळसळत जाताना दिसला. तिनं बॅकपॅकमधून एक रूमाल बाहेर काढला व जिथे साप चावला होता त्याच्या थोडंसं वर नडगीवर तो घट्ट बांधला. तिनं लहानसा चाकू बाहेर काढला, आणि विष वाहून जाईल या आशेनं जखमेच्या जागी चाकूनं कापलं. तिला असह्य वेदना झाल्या, पण तिचा नाइलाज होता. ती जोरात किंचाळली व त्या धूसर आकृतीकडे पाहत काही क्षण तिथेच पडून राहिली.

कशीबशी उठून ती भुयारातनं लंगडत चालू लागली. तिला थकवा येऊ लागला होता, पण वेदना सहन करत, भुयाराच्या भिंतीचा आधार घेत, थरथरत, धडपडत ती चालत राहिली. तिनं मागे वळून पाहिलं तर श्वेत वस्त्रांतील ती स्त्री अजूनही तिच्यामागनं येतच होती. आपल्याला भ्रम होतोय, हे तिला कळत होतं. पण स्वतःला ओढत पुढे जाण्याची धडपड तिनं सुरू ठेवली. विष हळूहळू तिच्या शरीरात भिनू लागलं होतं. भुयाराच्या लाल किल्ल्यातल्या टोकापासून ती अजूनही पाव एक किलोमीटर दूर होती.

पायातलं त्राण संपून ती कोसळली. सोन्याची नाणी भुयाराच्या जमिनीवर विखुरली गेली. भिंतीत बोटं-नखं रोवून तिनं पुन्हा एकदा उभं राहण्याचा प्रयत्न केला, पण तिला ते जमलं नाही. ती खाली पडली.

कबरींच्या दालनातला घडलेला प्रसंग तिच्या अंधूक डोळ्यांसमोर तरळू लागला.

थोड्याच वेळापूर्वी, कबरींच्या खालच्या दालनात, सोनियानं विजयला मागे वळायला व उघड्या कबरीकडे तोंड करायला सांगितलं होतं.

चबुतऱ्यावर चढून ती थोडं विजयजवळ सरकली.

''सोनिया, असं करू नकोस.''

नंतर तिनं रिव्हॉल्व्हर पुन्हा त्याच्या कानाशी धरलं. ''माफ करा, विजय, मला हे करावंच लागेल.''

त्यानं तिला आपल्या कोपराने मारण्याचा प्रयत्न केला, पण तिनं ट्रिगर ओढला. विजय लगोलग उघड्या कबरीमध्ये पडला. सोनियानं त्याचे दोन्ही पाय पकडले व त्याला पूर्णपणे कबरीत ढकलून दिलं. तिनं कबरीतून काही नाणी घेतली, झाकण लावलं, आणि स्टॉपर पिन पुन्हा बसवली. वरच्या दालनातले आवाज आता आणखी मोठ्यानं ऐकू येऊ लागले होते. दार आता कुठल्याही

क्षणी उघडलं जाईल, हे तिला कळून चुकलं होतं. लवकरात लवकर तिला तिथून सटकायचं होतं. ती भिंतीतल्या त्या भोकाकडे गेली व पट्‌कन तिथून बाहेर पडली आणि फरशी पूर्वस्थितीत सरकवून तिनं प्रवेशाची जागा बंद केली. कबरींचं दालन पूर्वी होतं तसंच दिसत होतं आणि तिथे काहीही घडल्याच्या खुणा राहिल्या नव्हत्या.

आता, सोनिया भुयारातल्या जमिनीवर निश्चल पडली होती. तिथून काही फुटांवर, त्या दडलेल्या लाकडी दाराभोवती व मागे मोठा आवाज करत दगड-विटा पडू लागल्या. बाहेर, लाल किल्ल्यात, लाइट अॅन्ड साउंड शो नुकताच संपला होता आणि आतषबाजी सुरू झाली होती. थोड्याच वेळात, विटा-दगड-मातीनं झाकलं जाऊन भुयारात जाण्याचं ते लाकडी दार आणि तिथलं प्रवेशद्वार कायमचं बंद होणार होतं.

तिथे एक दार होतं, आणि त्या पलीकडे एक भुयार होतं, हे आता कधीच कुणाला कळणार नव्हतं.

प्रकरण ५०

दोन दिवसांनी
रविवार, जून ११

ती रविवारची सकाळ होती. चोप्रा चहाचे घुटके घेत टीव्हीवरच्या बातम्या बघत होते. शुक्रवार व शनिवारच्या घटनांमधून ते अजूनही पुरेसे सावरले नव्हते. शनिवारचा अखंड दिवस त्यांनी बीओए कार्यालयात, इन्स्पेक्टर सिंगसोबत विविध गोष्टी उलगडण्यात व मार्गी लावण्यात घालवला होता. विजय व सोनिया यांचा अजूनही काहीच थांगपत्ता लागला नव्हता. विजयची काही माहिती आहे का हे विचारण्यासाठी इन्स्पेक्टर सिंगनी शनिवारी दुपारी विजयची मुलगी नंदिनीशी दिल्लीत संपर्क केला होता. आपले वडील शनिवारी भेटायला येणार असल्याचं आणि आता ते फोन उचलत नसल्याचं तिनं सिंगना सांगितलं होतं. नंतर बीओए कार्यालयात फोन लावून ती चोप्रांशी बोलली होती. तिला परिस्थितीची थोडक्यात कल्पना देऊन पुढच्या घडामोडी कळवण्याचं आश्वासन त्यांनी दिलं होतं.

टीव्ही चॅनलवर वार्तांकन सुरू होतं.

ताजमहालातल्या घुसखोरी प्रकरणाला नवीन वळण मिळालं आहे. या प्रकरणाचा पोलीस तपास आणखी पुढे गेला आहे. प्राचीन खजिन्यांच्या शोधात असलेल्या एका टोळीनं युनेस्को कार्यालयांमध्ये घुसखोरी केली आहे. त्यातलीच एक व्यक्ती आग्रा बीओएमध्ये काम करत होती. तिचं

नाव आहे सोनिया. तिची खरी ओळख अजूनही स्पष्ट झालेली नाही. काही दिवसांपूर्वी कबरींच्या दालनात ज्या माणसाचा मृतदेह मिळाला तो तिच्याच टोळीतला होता. मृतदेहाजवळ मिळालेली सोन्याची नाणी मुघल काळातली असल्याचं सिद्ध झालं आहे. परंतु, घुसखोरी नेमकी कशी झाली, याचा छडा पोलीस व बीओएला अद्याप लागलेला नाही. ताजमहालात मृतावस्थेत आढळलेल्या माणसाचा आरटीआय कार्यकर्त्याच्या मृत्यूमध्ये हात होता हे पोलिसांनी निश्चित केलं आहे. या प्रकरणाचा आणखी पैलू म्हणजे, पुरातत्त्वशास्त्रज्ञ विजय कुमार यांच्या नेतृत्वाखाली तयार केलेल्या एका आरटीआय याचिकेच्या उत्तराचा बीओएनं नुकताच आढावा घेतला. आढावा बैठकीसाठी नामवंत इतिहासतज्ज्ञ प्राध्यापक प्रोतिमा माथुर उपस्थित होत्या. आमच्या सूत्रांनुसार, विजय कुमार यांनी ताजमहालावर यापूर्वी झालेल्या संशोधनावर बरेच प्रश्न उपस्थित केले. विजय कुमार व सोनिया हे दोघंही शुक्रवार संध्याकाळपासून बेपत्ता आहेत. लाल किल्ल्यातल्या लाइट ॲन्ड साउंड शोमध्ये त्यांना शेवटचं पाहिलं गेलं. त्यानंतर त्यांना कोणीच पाहिलेलं नाही.

चोप्रांचा फोन वाजला. तो नंदिनीचा होता. त्यांनी एक उसासा टाकून फोन उचलला.

"हॅलो, नंदिनी."

"हॅलो, चोप्रा सर. तुम्हाला पुढे काही कळलं का?"

"दुर्दैवानं, अजून तरी काहीच नाही, पण विजय व सोनिया यांचा थांगपत्ता लावण्यासाठी बीओए पोलिसांना संपूर्ण सहकार्य करत आहे."

क्षणभर थांबून नंदिनीनं विचारलं, "सर... तुमचाही माझ्या वडिलांवर संशय आहे?"

"नाही, नंदिनी. घुसखोरी किंवा टोळीमध्ये विजयचा सहभाग असल्याचं मला अजिबात वाटत नाही. उलट, विजय घुसखोरीमागचं सत्य शोधण्याच्या अगदी जवळ पोहोचले होते. त्यांच्या जिवाला धोका असण्याची शक्यता आहे. आम्ही शक्य ते सर्व प्रयत्न करत आहोत."

"धन्यवाद, चोप्रा सर."

"मी तुला लवकरच कॉल करीन. आत्ता फोन ठेवतो."

नंदिनीनं फोन ठेवला. चोप्रांनी त्यांच्या बाजूला ठेवलेल्या डॉ. रॉयच्या अहवालावर नजर टाकली.

तेव्हा त्यांना विजयचे शब्द आठवले.

'नेहमी विज्ञानाचाच विजय होतो आणि सत्य...'

चोप्रा मोठ्यानं म्हणाले, '... आणि सत्य आपल्याला मुक्त करतं.'

उपसंहार

काही आठवड्यांनंतर
नवी दिल्ली

कागदांनी भरलेला एक फोल्डर घेऊन चोप्रा सर्वोच्च न्यायालयाच्या प्रवेशद्वारात उभे होते. त्यांनी आकाशाकडे पाहिलं. मान्सून जवळ येऊन ठेपल्याची चांगलीच चिन्हं दिसत होती. प्रवेशद्वारासमोर एक रिक्षा येऊन थांबली, त्यातून एक तरुणी उतरली, व तिनं चालकाला पैसे दिले. इकडेतिकडे बघत तिनं चोप्रांना शोधलं व ती त्यांच्याजवळ गेली.

''चोप्रा सर?''

चोप्रा हसले. ''नंदिनी?'' त्यांनी तिला अलगद मिठी मारली व एक निःश्वास सोडला. ''तुझ्यासाठी हे सगळं किती अवघड आहे याची मला कल्पना आहे. तुझ्या वडिलांचा अजूनही काहीच पत्ता लागलेला नाही.'' काय बोलावं ते त्यांना सुचत नव्हतं. ''ते जिथे असतील तिथे सुरक्षित असावेत अशी माझी प्रार्थना आहे... पण आपण जे ठरवलं आहे ते करायलाच हवं.''

नंदिनीनं मान हलवली. ''हो. मी माझ्या वडिलांना ओळखते. त्यांनीही आपल्याकडून हीच अपेक्षा केली असती.''

''चल, ज्येष्ठ वकील डॉक्टर मूर्ती आपल्याला पायऱ्यांजवळ भेटणार आहेत,'' चोप्रा म्हणाले.

काही पावलं चालून ते त्या न्यायपीठाच्या मुख्य इमारतीच्या दिशेनं गेले. काळा झगा परिधान केलेले वकील डॉ. मूर्ती जिन्याच्या वरच्या पायरीवर त्याची

वाट बघत थांबले होते. आत्मविश्वासपूर्ण, दिलासादायक हास्य करीत त्यांनी त्यांचं स्वागत केलं.

"इतकं धाडसी पाऊल उचलल्याबद्दल तुम्हा दोघांचेही आभार." ते नंदिनीकडे वळले. "तुमच्या वडिलांनी देशासाठी मोठंच कार्य केलंय. डॉ. रॉयचा अहवाल व विजय कुमारचं आरटीआय उत्तराचं विश्लेषण, या दोन उत्कृष्ट दस्तऐवजांमुळे," हातातल्या कागदांकडे पाहत डॉ. मूर्ती म्हणाले, "ताजमहालाचं पूर्णतः शास्त्रीय संशोधन करण्याचा आदेश देण्याचा विचार माननीय न्यायालय करेल, याची मला खात्री आहे." चोप्रा व नंदिनीनं होकारार्थी मान हलवली.

ते वळत असतानाच त्यांना प्रा. माथुर, डॉ. नायक व मलिक जिन्यावरून येताना दिसले. दोन्ही गट समोरासमोर आले व एकमेकांकडे पाहून औपचारिक हसले.

"अधीक्षक चोप्रा?" प्रा. माथुर म्हणाल्या.

"नाही, मॅडम," चोप्रा म्हणाले. "एक नागरिक चोप्रा. मी नोकरीचा राजीनामा दिला आहे."

मागे वळून, ते सर्व कोर्टरूमच्या दिशेनं गेले.

खचाखच भरलेल्या कोर्टरूममध्ये, न्यायालयीन कारवाईला सुरुवात होत होती. क्लार्कनं घोषणा केली, "वकील डॉक्टर मूर्ती प्रतिनिधित्व करत असलेले नागरिक राकेश चोप्रा व नंदिनी कुमार विरुद्ध भारताचे केंद्र सरकार. याचिकाकर्त्यांनी ताजमहालाचं संपूर्ण शास्त्रीय संशोधन व सर्वेक्षण करण्याची मागणी भारताच्या केंद्र सरकारकडे केली आहे."

"कारवाईला सुरुवात करा," न्यायमूर्तींनी आदेश दिला. "याचिकाकर्ते त्यांचे आरंभिक विधान मांडू शकतात."

वकील डॉ. मूर्तींनी बोलायला सुरुवात केली. "माननीय न्यायमूर्ती, ताजमहाल जगातल्या महान वास्तूंपैकी एक आहे. हा भारताचा व अवघ्या जगाचा मौल्यवान ठेवा आहे. ताजमहाल कोणी व का बांधला याच्या आख्यायिका व कथा सर्वश्रुत आहेत. तरीही, ताजमहाल कोणी, केव्हा व कोणत्या हेतूनं बांधला, याचे सुस्पष्ट व विश्वासार्ह पुरावे उपलब्ध नसल्याचं अलीकडच्या एका आरटीआय याचिकेतून समोर आलं आहे. मुघल शासक खुर्रम शहाजहाननं ताजच्या इमारतीवर काही काम केलं असावं हे दर्शविणारा पुरावा आहे. शहाजहाननं राजा जय सिंगकडून भव्य इमारत मिळवली असंही दस्तऐवज सूचित करतात.

"ताजमहालाचं गूढ उकलण्यासाठी, भारताच्या केंद्र सरकारला आणि ब्यूरो

ऑफ आर्किऑलॉजीसारख्या महत्त्वाच्या विभागाला पुढील आदेश द्यावेत, अशी आमची मागणी आहे: १) ताजमहालाचं संपूर्ण शास्त्रीय पुरातत्त्वीय सर्वेक्षण करावं, २) ताजमहालावर कार्बन डेटिंग किंवा थर्मो-ल्युमिनेसन्स अशा वय निश्चित करणाऱ्या प्रक्रिया कराव्यात, ३) ताजमहालाचे सर्व मजले, विभाग, व खोल्या इत्यादींची यादी करावी, नोंदी कराव्यात, व त्यांचा सर्व तपशील प्रकाशित करावा, ४) ताजमहालाचे वरील सर्व भाग बघण्याची व त्यांचा अभ्यास करण्याची परवानगी संशोधकांना द्यावी, ५) काही शास्त्रीय कारणामुळे शक्य नसलेले भाग वगळता, ताजमहालाचे वरील सर्व भाग सर्वसामान्य जनतेसाठी खुले करावेत, ६) भारताबाहेरील पर्शिअन भाषातज्ज्ञांच्या सहभागासह जनतेच्या देखरेखीखाली बादशहानाम्याचं संपूर्ण भाषांतर करावं व ते प्रकाशित करावं, ७) संपूर्ण तपास व संशोधन करून ताजमहाल कोणी बांधला, केव्हा बांधला व कोणत्या हेतूनं बांधला याचा अचूक घटनाक्रम निश्चित करावा, आणि ८) वरील बाबी पूर्ण होईपर्यंत, सर्व अधिकृत दस्तऐवजांमध्ये ताजमहालाच्या सध्या प्रचलित असलेल्या कथेचा 'तपासाधीन आख्यायिका' असा उल्लेख करावा.''

कोर्टरूमच्या एका कोपऱ्यात, दर्शकांमध्ये एक पी कॅप घातलेला, बुटका माणूस बसला होता. त्याच्या लांब केसांनी व दाढीनं त्याचा चेहरा जवळजवळ झाकून टाकला होता. आपल्यासमोर सुरू असलेली तणावपूर्ण न्यायालयीन कारवाई तो उत्कंठेने पाहत होता. पण त्याच्या चेहऱ्यावर मात्र एक प्रकारचं समाधान झळकत होतं.

◆